மொழிபெயர்ப்புப் பார்வைகள்
காலச்சுவடு கட்டுரைகள் 1994 – 2014

சு. இராசாராம் (பி. 1942)
பதிப்பாசிரியர்

இராசாராம் நாகர்கோவிலில் பிறந்தவர். அண்ணாமலைப் பல்கலைக்கழகத்தில் மொழியியலில் டாக்டர் பட்டம் பெற்று மைசூர் இந்திய மொழிகள் நடுவண் நிறுவனத்திலும், தமிழ்ப் பல்கலைக்கழக இந்திய மொழிகள் பள்ளியிலும் பணியாற்றிப் பேராசிரியராக நிறைவு பெற்றவர்.

கோட்பாட்டு மொழியியல், கல்வி மொழியியல், தமிழ் மரபிலக் கணங்கள் ஆகியவற்றில் ஆய்வுத் திட்டங்கள் மேற்கொண்டு ஆங்கிலத்திலும் தமிழிலுமாகப் பதினைந்துக்கும் மேற்பட்ட நூல்கள் எழுதியுள்ளார்.

வீரசோழிய இலக்கணக் கோட்பாடு, இலக்கணவியல் என்பன மரபிலக்கண ஆய்வின் முன்னோடி நூல்கள். இணையவழிச் செவ்வியல் இலக்கியம், செவ்வியல் இலக்கணக் கலைச்சொல் இணையக் களஞ்சியம் முதலிய ஆய்வுத் திட்டங்களில் தற்போது ஈடுபட்டுள்ளார்.

மொழிபெயர்ப்புப் பார்வைகள்

காலச்சுவடு கட்டுரைகள் 1994 - 2014

"மொழி என்பது அகராதிகளிலும் இலக்கண நூல்களிலும் மட்டும் அடங்கிவிடும் ஒரு திட்டவட்டமான அமைப்பு அல்ல. அது, தான் புழங்கும் பண்பாட்டுச் சூழலின் உயிரோட்டமான பிரதிபலிப்பு. அகராதிகளாலும் இலக்கண நூல்களாலும் ஒருபோதும் முழுமையாக வரையறுத்துவிட முடியாத பண்பாட்டுத் தளத்தைத் தன் ஊற்றாகக்கொண்ட இடையறாத நீரோட்டம். எனவே மொழிபெயர்ப்பு என்பதும் மொழியைப் போலவே அகராதிகளையும் இலக்கண நூல்களையும் தாண்டி விரிவடையும் ஒரு பண்பாட்டுச் செயல்பாடாகவே இருக்க முடியும்."

அரவிந்தன் 86, பிப்ரவரி 2007

"மொழிபெயர்ப்பு என்பது வெறும் அறிவுத்தளம் சார்ந்த பயிற்சி மட்டுமே அல்ல. அது ஒரு சவால் என்பேன். மூலப் படைப்பை வாசிக்கும்போது உண்டாகும் உணர்வுக்கு நெருக்கமான உணர்வு மொழிபெயர்ப்பில் கிடைக்கும் போதுதான் மொழிபெயர்ப்புப் பணி நிறைவடைய முடியும். அதற்கு மொழி ஆர்வம், தேர்ச்சி, மொழிபெயர்ப்புத் திறன், படைப்பாற்றல், கடின உழைப்பு, அர்ப்பணிப்பு உணர்வு ஆகிய அனைத்தும் தேவை."

அமரந்தா 45, ஜனவரி - பிப்ரவரி 2003

மொழிபெயர்ப்புப் பார்வைகள்

காலச்சுவடு கட்டுரைகள் 1994 – 2014

பதிப்பாசிரியர்
சு. இராசாராம்

காலச்சுவடு பதிப்பகம்

மொழிபெயர்ப்புப் பார்வைகள்: காலச்சுவடு கட்டுரைகள் 1994–2014 ❖ பதிப்பாசிரியர்: சு. இராசாராம் ❖ © முதல் பதிப்பு: டிசம்பர் 2014 ❖ வெளியீடு: காலச்சுவடு பப்ளிகேஷன்ஸ் (பி) லிட்., 669, கே.பி.சாலை, நாகர்கோவில் 629001

காலச்சுவடு பதிப்பக வெளியீடு: 649

mozipeyarppup paarvaikaL: kaalaccuvaTu kaTTuraikaL 1994-2014 ❖ Articles ❖ Editor: S. Rajaram ❖ Language: Tamil ❖ First Edition: December 2014 ❖ Size: Demy 1 x 8 ❖ Paper: 18.6 kg maplitho ❖ Pages: 184

Published by Kalachuvadu Publications Pvt.Ltd., 669, K.P. Road, Nagercoil 629001, India ❖ Phone: 91-4652-278525 ❖ e-mail: publications @kalachuvadu.com ❖ Wrapper printed at Print Specialities, Chennai 600014 ❖ Printed at Mani Offset, Chennai 600005

ISBN: 978-93-84641-15-3

12/2014/S.No. 649, kcp1246, 18.6 (1) ILL

அரவிந்தனுக்கு

பொருளடக்கம்

	பதிப்புரை	11
1.	மொழி – மொழிபெயர்ப்பு – இலக்கிய மொழிபெயர்ப்பு அரவிந்தன்	47
2.	அடையாளங்களை அழிக்கும் மொழிபெயர்ப்பு/ பின்காலனிய அரசியல் ந. முருகேச பாண்டியன்	56
3.	தமிழில் பிறமொழிப் படைப்புகள்: சில பார்வைகள் ந. முருகேச பாண்டியன்	68
4.	பாரதி, புதுமைப்பித்தன், சுந்தர ராமசாமி ஆகியோரின் மொழிபெயர்ப்புப் பணிகள் ஜி. குப்புசாமி	73
5.	பாரதி பாடல் மொழிபெயர்ப்பு: என் பட்டறிவு ம.இலெ. தங்கப்பா	88
6.	புதுமைப்பித்தன் மொழிபெயர்ப்புகள் ஓர் உதாரணச் செம்பதிப்பு ஜி. குப்புசாமி	96
7.	எல்லைகளில் காற்று வீசட்டும் சக்கரியா	102
8.	தோட்டி தமிழுக்கு வந்த கதை சுந்தர ராமசாமி	106
9.	மறைந்து வாழும் ஓர் இயக்கம்: ம.இலெ. தங்கப்பா பழ. அதியமான்	113
10.	மொழிபெயர்ப்புக்கலை: தேர்வும் பிரச்சினைகளும் அமரந்தா	116

11. படைப்பாளியின் அடையாளத்தை அழிக்கும் முயற்சிகள்
    அரவிந்தன் 123

12. வானகமே இளவெயிலே மரச்செரிவே
    அ. முத்துலிங்கம் 133

13. உண்மை சார்ந்த உரையாடல்
    ஆற்றூர் ரவிவர்மா 137

14. தமிழ்ச் சூழலும் சில மொழிபெயர்ப்புகளும்:
    'நாயுடன் கூடிய மாது'
    நஞ்சுண்டன் 144

15. முரண்படும் மொழிபெயர்ப்புகள்
    சரவணன் 156

16. துயரத்தின் பாலை வெளி: முடிவற்ற நீளம்
    நேர்காணல்: பெருமாள் முருகன் – சுகுமாரன் 159

17. அகவிழி திறந்து
    கண்ணன் 163

18. புலம்பலுக்கு முடிவு கட்டுவோம்
    கண்ணன் 165

19. மொழிபெயர்ப்பாளர்களை ஏன் மதிக்க வேண்டும்?
    டிம் பார்க்ஸ் 167

20. கண்ணாடியைப் பார்ப்போம்
    அ. முத்துலிங்கம் 172

பதிப்புரை

'மொழிபெயர்ப்புப் பார்வைகள்' என்னும் இத்தொகுப்பு 18 கட்டுரைகள் அடங்கியது. இக் கட்டுரைகள் அனைத்தும் 1994 முதல் 2014 வரை காலச்சுவடு இதழ்களில் வெளியானவை. இருபதாண்டுக் காலத்தில் மொழி நவீனமயமாக்கம், மொழி அரசியல், மொழிக்கல்வி, மொழியும் சமூகமும், மொழிபெயர்ப்பு, பதிப்பு என்னும் தலைப்புகளில் வகைப்படுத்தத்தக்க நூற்றிருபதுக்கும் மேற்பட்ட கட்டுரைகள் சுமார் நூற்றியெண்பது காலச்சுவடு இதழ்களில் இடம்பெற்றுள்ளன. சமகால அரசியல், கலை, இலக்கியம், சமூகப் பிரச்சினைகள் சார்ந்த பல மொழிபெயர்ப்புக் கவிதைகளும் சிறுகதைகளும் கட்டுரைகளும் இவற்றுடன் மேலும் இடம்பெறுபவை. உலக மொழிகளில் புகழ்பெற்ற படைப்புகளின் இத்தமிழ் மொழிபெயர்ப்புகள் இதழ்கள்தோறும் வெளியாவது காலச்சுவடின் தனிச் சிறப்பு. ஒவ்வொரு மொழிபெயர்ப்பையும் ஏதாவதொரு படைப்பிலக்கியக் கோட்பாட்டு இயக்கம் சார்ந்து தருவதன் மூலம் அச்சு ஊடகத்தில் அர்த்தமுள்ள தன் இருப்பைக் காலச்சுவடு கவனப்படுத்தி வந்திருக்கிறது.

இம்மொழிபெயர்ப்புகளுக்கு மேலாக, மொழிபெயர்ப்பை மேற்கொள்ளும்போது எழும் சிக்கல்களைக் கோட்பாட்டு அடித்தளங்களில் விவாதிக்கும் கருத்தாழமும் நுட்பமும் செறிவும் நிறைந்த கட்டுரைகள் காலச்சுவடு வாசகனின் தனி வாசிப்பு மூலை எனலாம். சுந்தர ராமசாமி, ஆற்றூர் ரவிவர்மா, சக்கரியா, ம. இலெ. தங்கப்பா, அரவிந்தன், அமரந்தா, ஜி. குப்புசாமி, ந. முருகேச பாண்டியன், பழ. அதியமான், அ. முத்துலிங்கம், சுகுமாரன், நஞ்சுண்டன், கண்ணன், சரவணன்

ஆகியோர் இவ்வாசிப்பு மூலையில் வாசகனோடு கருத்தாடல் நிகழ்த்துவோர். இக்கருத்தாடலை ஒருங்கிணைக்கும் பணியை இத்தொகுப்பு மேற்கொள்கிறது.

இக்கட்டுரைகள் சமூக விஞ்ஞானத்தின் ஓர் அங்கமாக மொழிபெயர்ப்பு ஏற்றுக்கொள்ளப்பட்டுள்ளதை உறுதி செய்கின்றன. 'மொழிபெயர்ப்பியல்' என்று பயனாக்க மொழியியலின் ஒரு பிரிவாக மொழிபெயர்ப்பு இன்று விரிவாகப் பேசப்படுகிறது. தீவிரமான மொழிபெயர்ப்பியல் கோட்பாடு சார்ந்த ஆய்வுக் கட்டுரையென எந்தவொரு கட்டுரையாசிரியரும் தம் கட்டுரையை இங்கு முன்னிறுத்தவில்லையென்றாலும் ஒவ்வொன்றும் மொழிபெயர்ப்பியல் என்ற விஞ்ஞானத்தின் முழுப் பங்கிற்கு உரியது. நடைமுறை மொழிபெயர்ப்பு அனுபவங்களின் மூலமாக இக்கட்டுரைகளில் விவாதிக்கப்படும் பிரச்சனைகள், மொழிபெயர்ப்பியல் ஆய்வுகளுக்கான தரவுகள் என்பதைக் காட்டிலும் சில பிரச்சனைகள், மொழிபெயர்ப்பியல் சார்ந்த புனைவுகோள்களை உடைத்தெறியும் எதிர்ச்சான்றுகளாகவும், சில பிரச்சனைகள், நிலைநிறுத்தப்பட்ட கோட்பாடுகளைச் செல்லாததாக்கும் கருத்துகளாகவும் அமையத் தகுதி உடையன. இக்கட்டுரைகளில் முன்வைக்கப்படும் விவாதங்களும் கருத்துகளும் எதிர்வினைகளும் நடைமுறை மொழிபெயர்ப்பாளரும், மொழிபெயர்ப்புச் சிந்தனைகளில் ஆழக்கால் பதிப்போரும் கோட்பாட்டு மொழிபெயர்ப்பியலாளரும் ஒரே மேடையில் சந்தித்து விவாதிக்க வேண்டும் என்னும் ஒரு சமூக விஞ்ஞானத்தின் அடிப்படைத் தேவையை வற்புறுத்துகின்றன.

இத்தொகுப்பிலுள்ள கட்டுரைகளை முக்கியமாக ஐந்து தலைப்புகளின் கீழ் வகைப்படுத்தலாம்:

1. *மொழி, மொழிபெயர்ப்பு, மொழிபெயர்ப்புச் சிக்கல்கள்:* இத் தலைப்பின் கீழ் அரவிந்தனின் கட்டுரை (*இதழ் 86, பிப்ரவரி 2007*) அடங்கும்.
2. *தமிழ் மொழிபெயர்ப்பு அரசியல் வரலாறு: பின்காலனிய அரசியல் மற்றும் இன்றைய நிலை:* இத் தலைப்பின் கீழ் முருகேச பாண்டியன் (*இதழ் 85, ஜனவரி 2007; இதழ் 51, ஜனவரி – பிப்ரவரி 2004*) ஆகிய கட்டுரைகள் அடங்கும்.
3. *மொழிபெயர்ப்பாளர்களும் படைப்புகளும்: பாரதி, புதுமைப்பித்தன், சுந்தர ராமசாமி, ம. இலெ. தங்கப்பா, சாரு நிவேதிதா, அசோகமித்திரன், வாஸந்தி, சிவசங்கரி, ஆற்றூர் ரவிவர்மா, தோப்பில் முஹம்மது மீரான், ஜெயமோகன், தி. ஜானகிராமன், சி.ஏ. பாலன், குறிஞ்சிவேலன், எம். கோவிந்தன், சுகுமாரன், பாவண்ணன்:* இத்தலைப்பின் கீழ் குப்புசாமி (*இதழ் 109, ஜனவரி 2009*); ம.இலெ.

தங்கப்பா (இதழ் 84, டிசம்பர் 2006); மதிப்புரை (இதழ் 91, ஆகஸ்ட் 2007): சக்கரியா (தமிழில்: சுகுமாரன் இதழ் 76, ஏப்ரல் 2006); சுந்தர ராமசாமி (இதழ் 30, ஆகஸ்ட் 2000); பழ. அதியமான் (இதழ் 121, ஜனவரி 2010); ஆற்றூர் ரவிவர்மா (தமிழில்: நிர்மால்யா, எம்.எஸ். இதழ் 22, ஜூலை – செப்டம்பர் 1998); நேர்காணல்: பெருமாள்முருகன் – சுகுமாரன் (இதழ் 108, டிசம்பர் 2008) கண்ணன் (இதழ் 63, மார்ச் 2005) ஆகிய கட்டுரைகளில் இம்மொழிபெயர்ப்பாளர்கள் மற்றும் மொழிபெயர்ப்புகள் பற்றிய செய்திகள் அடங்கும்.

4. மொழிபெயர்ப்புக்கலை: தேர்வும் பிரச்சினைகளும்: அமரந்தா (இதழ் 45, ஜனவரி – பிப்ரவரி 2003): அரவிந்தன் (இதழ் 108, டிசம்பர் 2008); கண்ணன் (இதழ் 134, பிப்ரவரி 2011) ஆகிய கட்டுரைகள் இத்தலைப்பின் கீழ் அடங்கும்.

5. மொழிபெயர்ப்பு மதிப்பீடு: முத்துலிங்கம் (இதழ் 35, மே – ஜூன் 2001); சரவணன் (இதழ் 65, மே 2005); நஞ்சுண்டன் (இதழ் 45, ஜனவரி – பிப்ரவரி 2003); டிம்பாக்ஸ் (தமிழில்: எதிராஜ் அகிலன் இதழ் 175, ஜூலை 2014); முத்துலிங்கம் (இதழ் 150, ஜூன் 2012) ஆகிய ஐந்து கட்டுரைகளும் இத்தலைப்பில் அடங்கும்.

ஒவ்வொரு கட்டுரை தொடர்பாக அடுத்தடுத்து வெளியான ஆக்கபூர்வமான எதிர்வினைகளும் விவாதங்களும் கடிதங்களும் கட்டுரையின் கீழே தொகுத்துத் தரப்பட்டுள்ளன. மொழிபெயர்ப்பு தொடர்பான கருத்துக்களை மட்டுமே தேர்வு செய்து தருவது இத்தொகுப்பின் நோக்கமாக இருந்ததால் இதில் இடம்பெறும் இரண்டு நேர்காணல்களும் முழுவதுமாகத் தரப்படவில்லை, 'கண்ணாடியைப் பார்ப்போம்' என்னும் முத்துலிங்கத்தின் நேர்காலைத் தவிர.

●

மொழிபெயர்ப்பு என்னும் கருத்தியலாக்கம் மிகத் தொன்மையானது; மொழித் தோற்றம் பற்றிய பேபல் கோபுரத் தொன்மத்திற்கு இணையான வரலாற்றுப் பழைமை உடையது. இதனை ரோமானியர்களின் கண்டுபிடிப்பு என்பர். கி.மு. மூன்றாம் நூற்றாண்டுக்கு முன்னரே பழைய கிரேக்கத்திலும் ஈராக்கிலும் பல மொழிபெயர்ப்பு ஆவணங்கள் கண்டுபிடிக்கப்பட்டுள்ளன.

இலக்கியச் சிந்தனைகள் தாய்மொழி இலக்கியங்களைச் சுற்றி மட்டுமே வளைய வந்த காலத்தில் மொழிபெயர்ப்பின் இருப்பு அதிகமாக உணரப்படவில்லை. மற்றொரு மொழியின் இலக்கிய அறிமுகமும் அறிவும் தாய் மொழி இலக்கியம் தாண்டிய தேடலை வற்புறுத்தியபோது மொழிபெயர்ப்பு

தொடர்பான சிந்தனைகள் வலுப்பெற்றன. கிரேக்கத்தில் 1791இல் அலெக்சாண்டர் ஃப்ரேஸ் என்பவர் மொழிபெயர்ப்புக் கொள்கைகள் குறித்துக் கட்டுரை எழுதிய காலம்வரை, கிட்டத்தட்ட 1700 ஆண்டுகள் சிசெரோ மற்றும் ஹொரேஸ் ஆகியோரின் சிந்தனைகள் மொழிபெயர்ப்புத் தளத்தில் விவாதப் பொருளாக இருந்து வந்தன. அக்காலத்தில் ரோமானிய அறிஞர்கள் மொழிபெயர்ப்பில் எதிர்கொண்ட பிரச்சினைகள் இச்சிந்தனைகளில் புடமிட்டிருந்தன. 'சொல்லுக்குச் சொல்', 'பொருளுக்குப் பொருள்' என்னும் இருநிலைக் கருத்தாக்கங்களை நிறுவியவர்கள் இவர்களே. சொல்லுக்குச் சொல், பொருளுக்குப் பொருள் என மூலமொழிக்கு விசுவாசமாக இருப்பதைக் காட்டிலும் இலக்குமொழியில் பொருளையும், நடை உள்ளிட்ட அழகியலையும் பேணுவதே ஒரு இலக்கிய மொழிபெயர்ப்பாளனின் நோக்கமாக இருக்கவேண்டும் என்பது ஹொரேஸின் கருத்து. மொழிபெயர்ப்பு, மூலமொழி – இலக்குமொழி என்னும் இருமொழிச் சடங்காகக் கருதப்பட்டாலும் மூலமொழியின் புனிதத்துவம் போற்றப்பட வேண்டும் என்பதில் இருபதாம் நூற்றாண்டுவரை மொழிபெயர்ப்பாளர்கள் கவனமாக இருந்தனர்.

தமிழில் தொல்காப்பியம் 'அதர்ப்பட யாத்தல்' என்னும் வழிநூல் வகையை மொழிபெயர்ப்பெனக் கூறி இரண்டாயிரம் ஆண்டுகளாகிவிட்டன. தமிழ் மூலமொழியாகவும் மற்றொரு மொழி (?) இலக்குமொழியாகவும் இயங்கிய இயக்கம் தொல்காப்பியம் வழிப் புலனாவதன் மூலம் இருமொழியமும் மொழிபெயர்ப்பும் சங்ககாலப் பழைமை உடையவை என அறிய முடிகிறது.

தொல்காப்பியர் கூறிய அதர்ப்பட யாத்தல் என்பதற்கு மொழிபெயர்ப்பு என்னும் பொருளை நேரடியாகக் கொள்ள முடியாது. வழிநூல் பண்புகளாகச் சுருக்குதலும் வகைப்படுத்தலும் தொகைவிரியாகக் கூறுதலும் ஒரு நூலின் உள்முக வேஷங்கள் என்றால், அதர்ப்பட யாத்தல் மற்றொரு மொழியில் மேற்கொள்ளும் மூலமொழியின் பிரதிபிம்ப வேஷம். இவ்வேஷம் புனைவது மொழிபெயர்ப்பாளனுக்கு அவ்வளவு எளிதன்று. இருப்பினும், மொழிபெயர்ப்பின் வரலாற்றுக் காலத்தின் இம்முதற்கட்டத்தில் மொழி ரீதியாகவும் பண்பாட்டு ரீதியாகவும் கூடுதல் நெகிழ்வுத்தன்மை ஏற்றுக்கொள்ளப்பட்டிருந்தது. இந்நெகிழ்வுத் தன்மையோடு கூடிய மொழிபெயர்ப்பு வடிவமே 'தழுவல்'. வால்மீகியின் இராமாயணம் கம்பனின் மொழியையும் பண்பாட்டையும் தழுவி இராமகாவியமானது. கி.பி. ஏழாம் நூற்றாண்டைச் சேர்ந்த சின்னமனூர் செப்பேட்டில் சங்க காலப் பாண்டியர் ஆட்சியில் மகாபாரதம் தமிழாக்கப்பட்டது என்ற குறிப்பு காணப்படுவதாக முருகேச பாண்டியன் தன் கட்டுரையில்

குறிப்பிடுகிறார். பிற்காலங்களில் காப்பியங்கள் பலவும் தமிழுக்கு அறிமுகமானது இவ்வடிவத்திலேயே.

இடைக்காலச் சோழர்காலத்தில் சமஸ்கிருதத்திலிருந்து பல நூல்கள் மொழிபெயர்க்கப்பட்டதாகப் பல சான்றுகள் உள்ளன. ஒரு இனக்குழு இருமொழிச் சமுதாயமாக மாறும்போது அரசியல் சமூகப் பொருளாதார அழுத்தங்கள் மொழிபெயர்ப்பை, மொழிப் புதுமையாக்கத்தின் ஒரு வளர்ச்சிப்படியாக அமைத்துக்கொள்கின்றன. இது உலகத்திலுள்ள எல்லா மனித சமுதாயத்திற்கும் பொதுவான விதி. ஒரு மொழியை மட்டுமே பேசும் இனக்குழுச் சமூகம் இந்நூற்றாண்டில் மிக அரிது. இச்சமூகங்களின் சமூக அரசியல் வரலாற்றை விரிவான ஆய்வுக்கு உட்படுத்துவோமேயானால் குறிப்பாக, சமயப் பரப்பலுக்கான தனி ஊடகமாக மொழிபெயர்ப்பு இயங்கியதை அவதானிக்க முடியும். இவ்வகையில் தமிழகத்தின் மொழிபெயர்ப்பு அரசியல் வரலாறு சுவையானது. எடுத்துக்காட்டாக, முருகேச பாண்டியனின் ஒரு குறிப்பை இங்குத் தரலாம்:

"இராமன் புனிதமான கடவுள் என்ற கருத்தியலை உயர்த்திப்பிடித்த இராமாயணத்தின் மொழிபெயர்ப்பு, கிராமங்கள்தோறும் வாசிக்கப்பட்டது. இன்றளவும் புதுக்கோட்டை மாவட்டத்திலுள்ள கச்சேரிக் கூடங்களில் புரட்டாசி மாதம் முழுக்க இராமாயணம் வாசிக்கப்படுகிறது. இத்தகைய மொழிபெயர்ப்புகள் செவ்வியல் வடிவத்தில் மட்டுமின்றி, நாட்டுப்புறக் கூத்துகளிலும் கிளைக்கதை அளவில் பெரிய அளவில் இடம்பெற்றுள்ளன. சங்ககாலத் தமிழரின் தெய்வங்கள் புறக்கணிக்கப்பட்டு, இராமனும் கிருஷ்ணனும் முதன்மைப்படும் நிலை இன்றுவரை நீடித்திருப்பது தற்செயலானதல்ல. வைதீக சமயத்தின் மேலாதிக்கத்தைத் தொடர்ந்து தக்கவைத்துக்கொள்ள இத்தகைய மொழிபெயர்ப்புகள் கணிசமாக உதவியுள்ளன."
(85, ஜனவரி 2007).

அதே நேரத்தில் தமிழகத்தில் அந்நிய சமயங்களின் ஆதிக்கம் அவற்றின் மொழிகள் வழியாகத் தமிழுக்குக் கொண்டுவந்த மொழியாக்கங்கள் பல.

மொழிபெயர்ப்பு என்பதை ஒரு மூலப் படைப்பாளியின் மொழியையும் அதன் நடையழகையும் மற்றொரு மொழியில் – இலக்கு மொழியில் சிதைவின்றி மீட்டெடுப்பது எனச் சுலபமாக விளக்கிவிடலாம். ஆனால், மூலமொழி – இலக்குமொழிகளின் இருவேறு தேசிய அடையாளங்களையும், வலுவான பண்பாட்டு அடையாளங்களையும் கருதிப் பார்க்கும்போது மொழிபெயர்ப்பிற்கான வெளி வெறும் மொழி சார்ந்த

செயற்பாட்டுத் தளம் மட்டுமன்று. கூடுதல் மொழி மனப்பாங்கு சார்ந்தது; கூடுதல் பண்பாட்டு ஆதிக்க உணர்வு நிறைந்தது. காலனிய மொழிபெயர்ப்புகளில் இந்திய மொழிகளின் மீது ஆங்கில தேசிய அடையாளத்தின் ஆதிக்கத்தை உணரமுடியும். அடிமைப்பட்டுக் கிடந்த இந்திய சமூகத்தின் மொழி, 'லாங்குவேஜ்' என்னும் தகுதிக்குக் கீழாக 'வெர்னாகுலர்' என்றே அடையாளம் காணப்பட்டிருந்தது. இம்மொழி மனப்பாங்கில் வெளிவந்த மொழிபெயர்ப்புகள் காலனியக் கலாச்சாரச் சாயலோடு வாசகனுக்குக் கிடைத்தன.

●

மொழிபெயர்ப்புக் கோட்பாட்டு வரலாற்றைத் தொகுத்துரைப்பது நமது நோக்கமன்று. இருப்பினும், கடந்த அரைநூற்றாண்டுக்கு மேலாக மொழிபெயர்ப்பு என்னும் சமூக, அரசியல், கல்வி, மற்றும் இலக்கிய படைப்பு சார்ந்த நடவடிக்கையின் யதார்த்த நிலைப்பாடுகளைக் கோடிட்டுக் காட்டுவது சமகால மொழிபெயர்ப்பியல் கோட்பாடுகளைப் புரிந்துகொள்ள வாய்ப்பாக அமையும்.

கோட்பாடு என்பதற்குத் தீவிரமான சோதனைக்கு உட்படுத்தப்பட்டு நிறுவப்பட்ட செயல்பாட்டு விதிமுறை எனப் பொருள் கொண்டால், மொழிபெயர்ப்பில் காலந்தோறும் மேற்கொள்ளப்பட்ட விதிமுறைகளின் மாற்றமும் வளர்ச்சியும் மொழிபெயர்ப்பு என்னும் நடைமுறை நடவடிக்கையை ஓர் அறிவுசார் புலத் தகுதிக்கு உயர்த்தியுள்ளதை மறுக்க முடியாது. மொழிபெயர்ப்பியல், மொழியியல் என்னும் சமூக விஞ்ஞானத்தின் பயனாக்கப் பிரிவுகளுள் ஒன்றாக இன்று கருதப்படுகிறது. இருப்பினும், இருபதாம் நூற்றாண்டின் நாற்பதுகள் வரை பொருள்கோள் இயல் (Hermeneutics) சார்ந்த அணுகுமுறையே மொழிபெயர்ப்பியல் கோட்பாடாக ஏற்றுக்கொள்ளப்பட்டிருந்தது. 'மூலமொழிப் படைப்பைப் புரிதல்' என்னும் பொது விதிமுறை சார்ந்த இக்கோட்பாடு செருமானிய புனைவியலாளர்களால் அறிமுகப்படுத்தப்பட்டது. மூலமொழி, இலக்குமொழிகளில் சம தேர்ச்சி பெற்றிருப்பதோடு மொழிபெயர்ப்பாளர் மூலப்படைப்பாளியின் உணர்வையும், படைப்பின் பொருளையும் முழுவதுமாகப் புரிந்துகொள்ளுதல், மூலப்படைப்பின் தொனியைச் சரியாகப் புலப்படுத்தத்தக்க வகையில் இலக்குமொழிச் சொற்களஞ்சியத்தைக் கையாளும் திறன் ஆகியவை இக்கோட்பாட்டில் முக்கியமாக வலியுறுத்தப்பட்டன.

1940களில் இயந்திர மொழிபெயர்ப்பு (Machine Translation) தொடர்பான ஆய்வுக் கட்டுரைகள் வெளியானபோது ஒப்புமை

இலக்கணம் *(Comparative Grammar)*, உறழ்வு இலக்கணம் *(Contrastive Grammar)* அமைப்பு மொழியியல் *(Structural Linguistics)* போன்ற மொழியியல் பிரிவுகள் மூலமொழி – இலக்குமொழி நிகரிணைவுகளக் *(equivalences)* காணும் மொழிபெயர்ப்பாளனின் முயற்சியில் முக்கிய இடம்பெற்றன. இவை மூலமொழி – இலக்குமொழி இடையே காணும் அமைப்பு ஒற்றுமைகளையும் வேறுபாடுகளையும் இனங்காண மொழிபெயர்ப்பாளர்க்குப் பெரிதும் உதவின. *1960*களில் மொழிபெயர்ப்பியலில் மொழியியல் கோட்பாடுகளின் ஆளுமையோடு கணினியியல், உளவியல், சமூகவியல் போன்ற பிற துறைகளின் செல்வாக்கும் இடம்பெற மொழிபெயர்ப்பியல் ஒரு துறைப் படிப்பிற்குரிய முழுப் பரிமாணத்தைப் பெற்றது.

இக்காலகட்டத்தில் மொழிபெயர்ப்பியலை மொழியியலின் பயனாக்கப் பிரிவுகளுள் ஒன்றாக உயர்த்திய பெருமை யூஜின் நைடாவுக்கு *(Eugene Nida)* உரியது. ஆரம்பத்தில் விவிலியத்தை ஆங்கிலத்தில் மொழிபெயர்ப்பதைத் தம் முழுநேரப் பணியாகக் கொண்டிருந்த நைடா, மொழிபெயர்ப்பியல் கோட்பாட்டு உருவாக்கத்தில் ஆர்வம் காட்டியது பின்னரேயாகும். மொழிபெயர்ப்பாக்கத்தின்போது அவர் நேர்கொண்ட சிக்கல்கள் இதற்குத் தளம் அமைத்துத் தந்தன. அறுபதுகளில் மொழியாராய்ச்சியில் முக்கிய இடம்பெற்றிருந்த அமைப்பு மொழியியலும், சோம்ஸ்கியின் ஆக்க மாற்றிலக்கணமும் *(Generative Transformational Grammar)* நைடாவுக்குக் கைகொடுத்தன. அவ்வப்போது நைடா வெளியிட்ட மொழிபெயர்ப்பியல் கோட்பாட்டு உருவாக்கம் தொடர்பான கட்டுரைகள் குறிப்பிடத்தக்கவை.

ஆனால், அமைப்பியல் கோட்பாடோ ஆக்க மாற்றிலக்கணமோ மொழிபெயர்ப்புச் சிக்கல்களை எந்த நிலையிலும் கோட்பாட்டு உருவாக்கத்திற்கான தரவுகளாகக் கொண்டதில்லை. மொழிபெயர்ப்புச் சிக்கல்களுக்கான தீர்வு காணவே இவை பயன்படுத்தப்பட்டன. எனவேதான் மொழிபெயர்ப்பியல் பயனாக்க மொழியியலின் ஒரு பிரிவாகக் கருதப்படுகிறது. இவ்விரண்டு கோட்பாடுகளுமே வாக்கிய நிலையில் அவற்றின் புதைநிலை அமைப்புகளை முறையே *Kernal Sentences, Deep Structures* என ஆழமாக விவாதிப்பதனால் மொழிபெயர்ப்பின்போது மூலப் படைப்பு உணர்த்தும் பொருளின் நிகரிணைவை இலக்குமொழியில் இனங்கண்டு மேனிலை அமைப்பில் *(Surface Structure)* மொழிபெயர்ப்பை எளிதாக மேற்கொள்ள முடிகிறது.

இலக்கிய விமர்சகன் ஓர் இலக்கியத்தைக் கலைநயப்படுத்திக் கூறும்போதே ஒருவகையான மொழிபெயர்ப்புக்கு உட்பட்டு விடுகிறான். 'இறந்தார்' என்பதை 'இயற்கை எய்தினார்' என்றோ,

'இறைவனடி சேர்ந்தார்' என்றோ கூறுவதுகூட மொழிபெயர்ப்பு தான். இதனை உள்மொழி மொழிபெயர்ப்பு *(Intralingual Translation)* என்பர். இதன் வளர்ச்சிப்படியே இருமொழிச் சூழலில் இருமொழி மொழிபெயர்ப்பு *(Interlingual Translation)* எனப்படுகிறது. பீட்டர் நியூமார்க், 'மூலமொழியிலுள்ள ஒரு சொற்கூற்றின் பொருளை இலக்குமொழியில் உருமாற்றிக் கூறுவது மொழிபெயர்ப்பு' என்பார். இருமொழிகளின் பொருண்மை அமைப்பில் நிகழும் ரசவாத மாற்றம் இது. சிசெரோ காலத்திற்குப் பின் பத்தொன்பது, இருபதாம் நூற்றாண்டுவரை மொழிபெயர்ப்பு கடந்துவந்த வரலாற்றுப்பாதை இதுவென்றால், நவீன மொழிபெயர்ப்பு அமெரிக்க அமைப்பியல்வாதத்தின் சமகால வரலாற்றுச் சிறப்புடையது எனலாம். மொழிபெயர்ப்பு தவிர்க்கமுடியாத படைப்பிலக்கிய வடிவங்களுள் ஒன்றாக முக்கியத்துவம் பெற்றது இக்காலகட்டத்தில் இருந்துதான்.

இக்காலகட்டம் வரை மொழிபெயர்ப்பு ஒரு தொழில்முறைப் பணியாகக் கருதப்பட்டு வந்ததே தவிர, என்ன செய்கிறோம் என்பதைப் பற்றிய உணர்வோ புரிதலோ இன்றியே மொழிபெயர்ப்பாளர் மொழிபெயர்ப்பில் ஈடுபட்டிருந்தார். அறுபதுகளிலும் எழுபதுகளிலும் அமெரிக்காவில் நடைபெற்ற பல மொழிபெயர்ப்புச் செயலரங்குகள் மொழிபெயர்ப்பைத் தொழில்முறைப் பணியாகவே கருதிவந்தன. இருப்பினும், மொழிபெயர்த்தல் என்னும் செயல்பாடு ஒழுங்கமைவோடு கூடிய ஒரு அணுகுமுறையோடு அணுகப்பட வேண்டும் என்னும் எண்ணப்போக்கு அறுபதுகளில் வளர்ந்தபோது மொழியியலின் முக்கியத்துவம் உணரப்பட்டது.

1970களில் உருசிய இலக்கியக் கோட்பாட்டாளர்களின் படைப்புகளிலிருந்து பல்துறை அமைப்பு *(Polysystem)* என்னும் கருத்துருவாக்கம் பெரும்பாலான மொழிபெயர்ப்பாளர்களின் கவனத்தை ஈர்த்தது. இக்கோட்பாடு பல்வேறு இலக்கிய அமைப்புகளை முழுவதுமாகப் புரிந்துகொள்ளவும், பகுப்பாய்வு செய்யவும், அவற்றின் செயற்பாட்டையும், மொழிவளர்ச்சியையும் புரிந்துகொள்ளவும் உதவுகின்ற ஒரு பொதுவான மாதிரியாக அறிமுகமானது. மூலமொழிப் படைப்பானாலும், மொழிபெயர்த்த இலக்கு மொழிப் பிரதியானாலும் மொழி, சமூகம், பண்பாடு என ஒன்றோடொன்று நிகழ்த்தும் ஊடாட்டம் இவ்விலக்கிய அமைப்புகளின் உள்ளடக்கமாகும்.

1970க்குப் பின்னர் செருமனியில் உருவான மற்றொரு மொழிபெயர்ப்பியல் கோட்பாடு ஸ்கோபோஸ் *(Skopos)* என்பது. மொழியியல் கோட்பாடுகளின் ஆதிக்கத்திலிருந்தும், கூடுதல் வடிவமைப்போடு கூடிய செயற்பாட்டு நடைமுறையிலிருந்தும்

சமூகப் பண்பாட்டுக் கருத்துருவாக்கச் சிந்தனைகளை மொழிபெயர்ப்பியல் கோட்பாடுகள் மையமாகக் கொண்டது இக்கோட்பாட்டின் தனிச் சிறப்பாகும். மொழிபெயர்ப்பியல் படிப்பு இலக்கியங்களைத் தாண்டிக் கல்விசார் நடவடிக்கை தொடர்பான இலக்கியமல்லாத பிரதிகளுக்கும் விரிவடைந்தது.

இந்நிலையில் பிரதியின் தன்மைக்கேற்பக் கோட்பாட்டுத் தேவையை அமைத்துக்கொள்ளலாம் என்ற கருத்தை நைடா முன்வைத்தார். மொழிபெயர்ப்பில் இலக்கணப் பகுப்பாய்வை மேற்கொள்ளும்போது ஒப்பிலக்கணக் கோட்பாட்டு அணுகுமுறையை அழுத்தமாக வற்புறுத்தினார் நைடா. மூலமொழி – இலக்குமொழி சார்ந்த வேறுபாடுகளைக் கருதும்போது மொழியியல் கோட்பாடுகளும், பிரதியின் கருத்துப்புலப்படுத்தத்தைக் கருதும் போது சமுதாய மொழியியல் கோட்பாடுகளும் பயன்படும் என்னும் கருத்துடையவராக இருந்தார் நைடா.

நைடாவின் கருத்தையொட்டி மொழிபெயர்ப்பில் பொருண்மை மொழிபெயர்ப்பு *(Semantic Translation),* கருத்துப்புலப்படுத்த மொழிபெயர்ப்பு *(Communicative Translation)* என்னும் இருநிலைப் பாகுபாட்டை நியூமார்க் அறிமுகப்படுத்தினார். பொருண்மை மொழிபெயர்ப்பு, மூலமொழிக்கு இணையான பொருண்மை அமைப்புகளையும் தொடரமைப்புகளையும் இலக்குமொழியில் இனங்காண உதவுகிறது. இவ்வணுகுமுறையால் சூழல் பொருண்மைக் கூறுகளை எளிதாக விளக்கமுடிவதால் மொழி பெயர்ப்பில் கருத்துப்புலப்படுத்தம் செம்மைபெறும் என்பது நியூமார்க்கின் கருத்து. பல்துறை அமைப்பும் ஸ்கோபோஸ் அணுகுமுறையும் இந்நிலையில் கூடுதல் செல்வாக்கு பெற்றது குறிப்பிடத்தக்கது.

இக்கோட்பாட்டு வளர்ச்சிப் பின்னணியில் மொழிபெயர்ப்பைப் பற்றிய மொழிபெயர்ப்பாளர்களின் சிந்தனையில் இன்று எவ்வளவோ மாற்றம் ஏற்பட்டுள்ளது. மூலமொழிக்கும் இலக்குமொழிக்கும் அப்பால் மொழிபெயர்ப்பு என்னும் மொழிமாற்று நடவடிக்கையைப் பற்றிய தனித்த சிந்தனை தவிர்க்க முடியாதது. அறுபதுகளில் தொடங்கிய மொழிபெயர்ப்புக் கோட்பாட்டு வளர்ச்சியைத் தொடர்ந்து பல்துறை அமைப்புக் கோட்பாடு, பண்பாட்டுக் கோட்பாடு என அனைத்தையும் பற்றிய அறிவு மொழிபெயர்க்கத் தயார்படுத்தும் தள அத்தியாவசியங்களாக இன்று மாறியுள்ளன. மொழிபெயர்ப்பில் மொழியின் பங்கு பற்றிய ஃபெர்டினண்ட் சசூர், நோம் சோம்ஸ்கி, ரோலண்ட் பர்த், லெவிஸ்ட்ராஸ், ழாக் தெரிதா, மைக்கேல் ஃபௌகல்ட் ஆகியோரின் கருத்துகள் மொழிபெயர்ப்பைப் புதிய நோக்கில் அணுகும் உத்வேகத்தை இன்றைய மொழிபெயர்ப்பாளர்க்கு அளித்துள்ளன.

மொழிபெயர்ப்பிற்கான மூலப் பிரதி சார்ந்த மனப்பாங்கிலும் புதிய மாற்றங்கள் ஏற்பட்டுள்ளதை இங்குக் குறிப்பிட்டாக வேண்டும். மூலப்படைப்பைக் கூடுதல் சமூகப் பண்பாட்டுக் கலைப்படைப்பாகக் காணும் மனப்பாங்கு வளர்ந்துள்ளது. மொழிபெயர்ப்பை முழுக்க முழுக்க மூலப் படைப்பாளியின் நிலையில் நின்று அணுகும் நடவடிக்கையிலிருந்து மாறி, வாசகனை மையமாகக் கொண்ட மொழிபெயர்ப்பை வற்புறுத்தும் போக்கைக் காணமுடிகிறது.

மூலப்படைப்பும் ஒருவகையில் மொழிபெயர்ப்பே. மூலப்படைப்பாளி தன் கருத்துகளையும் எண்ணங்களையும் தன் மொழியில் விவரிக்க மல்லுகட்டி நிற்கிறான். இந்நிலையில் மொழிபெயர்ப்பாளனின் முயற்சிக்கு எந்தவகையிலும் மூலப்படைப்பாளியின் முயற்சி குறைந்ததல்ல. எனவே, ஒரு படைப்புருவாக்கப் படிமுறையில் மூலப்படைப்பிற்கும் மொழிபெயர்ப்பிற்கும் அதிகமான வேறுபாடில்லை என்னும் தெரிதாவின் கொள்கை பெரும்பாலான இலக்கிய மொழி பெயர்ப்பாளர்களால் ஏற்றுக்கொள்ளப்பட்டிருக்கிறது. இதன் விளைவாக, 'மொழிபெயர்ப்பு' என ஒரு படைப்பை இரண்டாம் நிலைக்குத் தள்ளும் மனப்போக்கு மாறியுள்ளது.

மொழிபெயர்ப்புகளைப் பொறுத்தவரயில் கேட்ஃபோர்டின், 'ஒரு மொழியிலுள்ள பிரதியை இன்னொரு மொழிப் பிரதியில் பதிலீடு செய்வதே மொழிபெயர்ப்பு' என்னும் விளக்கத்தை ஏற்றுக்கொண்டாலும், நைடாவின் நிலைப்பாட்டையே மொழி பெயர்ப்பின் நடைமுறைச் சாத்தியப்பாடாக ஏற்றுக்கொள்கின்றனர். இரு மொழிகளின் பிரதிகளில் காணும் மேனிலை அமைப்புகளை ஒன்றோடொன்று பொருத்திப்பார்ப்பதோ ஒன்றை மற்றொன்றால் பதிலீடு செய்வதோ மொழிபெயர்ப்பல்ல. மாறாக, இருமொழிப் பகுப்பாய்வும், புடைமாற்றும், மறுசீரமைப்பும் நிறைந்த மிகச் சிக்கலான நடவடிக்கை மொழிபெயர்ப்பு என்பார் நைடா. இருப்பினும், பீட்டர் நியூமார்க் கூறுவதைப்போல மூலப்பிரதியின் நோக்கில் அதன் தொடரமைப்பு மற்றும் பொருண்மை அமைப்புக் கூறுகளை இலக்குமொழியில் புடைமாற்றுவதற்கு மேலாக வாசகனின் பார்வையில் அதனைக் கருத்துப்புலப்படுத்தத்தோடு கூடிய பிரதியாக மாற்றுவதே மொழிபெயர்ப்பில் உன்னதம் காண்பதாகும். சமூகம் சார்ந்தும் பண்பாடு சார்ந்தும் இதர சமூக மொழிச் சூழல் சார்ந்தும் மொழிபெயர்ப்பாளன் மேற்கொள்ளும் சில தீர்மானங்கள் வாசகனைச் சார்ந்து அமைவதும் இருபது மற்றும் இருபத்தோராம் நூற்றாண்டு மொழிபெயர்ப்புத் தளத்தில் காணும் புதிய சிந்தனைப் போக்குகளாகும்.

மொழிபெயர்ப்பு மூலமொழி – இலக்குமொழி தொடர்பான மொழிமாற்று நடவடிக்கை மாத்திரமன்று. மூலமொழிச்

சொல்லையும் சொற்றொடரையும் வாக்கியங்களையும் இலக்குமொழியில் பெயர்ப்பது என்னும் இயந்திரகதியான செயல்பாடும் அன்று. மொழிபெயர்ப்பு வாக்கியங்களுக்கு அப்பால் ஒட்டுமொத்தப் பிரதியில் அடங்கும் பல்வேறு கூறுகளின் மனப் படிமுறை. இது மிகவும் சிக்கலானது. மூலமொழி – இலக்குமொழி என்னும் இருதலைப் பாகுபாடு உடையதும், அடுக்குநிலை வளர்ச்சியும் உடைய இப் படிமுறை மொழி மற்றும் பண்பாடு சார்ந்த நடவடிக்கை.

பொதுநிலையில் மொழிபெயர்ப்பையும் ஒரு கருத்துப் புலப்படுத்தப் படிமுறை என்பர் இன்றைய மொழிபெயர்ப்பியலாளர். இப் படிமுறையில் மேலே கூறிய பிரதி பன்முக அணுகுமுறை யோடு வாக்கிய அமைப்புநிலைப் பகுப்பாய்வைக் கடந்து மூலமொழிக்கேற்ற மொழிநடையில் தன்னைப் புலப்படுத்தி நிற்க வேண்டும். ஒரு செயல்திறமிக்க மொழிபெயர்ப்பியல் கோட்பாடு மூலமொழியின் பொருள் சிதைவிற்கு இடமின்றி இலக்குமொழியில் அமைவதை உறுதிப்படுத்த வேண்டும். இக் கலை வேலைப்பாட்டை மொழிபெயர்ப்பாளன் எவ்வாறு மேற்கொள்கிறான்?

ஒரு மொழிபெயர்ப்பாளன் மொழிபெயர்ப்பில் வெற்றிபெற வேண்டுமானால் மூலமொழியிலும் இலக்குமொழியிலும் சமமான அறிவுபெற்றிருக்க வேண்டும். இவ்விரு மொழிகளின் அமைப்பு, சமூகப் பண்பாட்டுச் சூழல் ஆகியவை பற்றிய அறிவு மொழிபெயர்ப்பிற்கான மூலதனம். இதனை முதலீடு செய்யும் பட்சத்தில் மொழிபெயர்ப்பாளன் முக்கியமாக மூன்று படிகளைக் கடந்து வர வேண்டும்.

முதலாவது படி, கருத்துகளை உள்வாங்கிக் கொள்ளுதல் ***(receptive phase).*** இப் படிநிலையில் மொழிபெயர்ப்பாளன் மூலமொழிப் பிரதியை முழுவதுமாக உள்வாங்கிக் கொள்கிறான்.

இரண்டாவது படிநிலை, மொழித்தாவல் ***(code-switching phase).*** இப் படிநிலையில் முழுமையாகப் புரிந்துகொண்ட மூலமொழியிலிருந்து இலக்குமொழிக்குத் தாவுகிறான். அநேகமாக இப் படிநிலையில் மூலப்படைப்பிற்கு விசுவாசமாக இருந்து சொல்லுக்குச் சொல் என்னும் மொழிபெயர்ப்பை மேற்கொள்வதா, மூலப்படைப்பின் பொருண்மைப் புலப்படுத்தத்திற்கு முக்கியத்துவம் தந்து பொருளுக்குப் பொருள் என்னும் சுதந்திர மொழிபெயர்ப்பை மேற்கொள்வதா என்ற பிரச்சினைக்கு உட்படுகிறான்.

மூன்றாவது படி நிலை, உற்பத்திப் படி நிலை. இப்படி நிலையில் தான் இலக்குமொழியின் மாதிரிக்கு உட்பட்டுப்

புதியதொரு பிரதியை மொழிபெயர்ப்பாளன் உற்பத்தி செய்கிறான். மொழிபெயர்ப்பு மூலப்படைப்பின் மறுபிறவியாகப் பிரசவம் ஆவது இவ்வாறுதான். இப் படிநிலைகளில் பெறும் வெற்றியே மொழிபெயர்ப்பின் வெற்றி.

●

நடைமுறை மொழிபெயர்ப்பை மேற்கொள்ள மொழி பெயர்ப்புக் கோட்பாட்டறிவு தேவையில்லையென விமரிசிப்போரும் உள்ளனர். இவ்விமரிசனத்தை முழுவதுமாக ஏற்றுக்கொள்ள முடியாது. ஏனெனில், ஒவ்வொரு தீவிர மொழிபெயர்ப்பாளரும் அவரை அறியாமலேயே தான் மேற்கொள்ளும் மொழிபெயர்ப்பு நடவடிக்கை மூலமாகவும், அதைப் பற்றிய முழு நேரச் சிந்தனை, கேள்விஞானம், படிப்பறிவு மூலமாகவும் மொழிபெயர்ப்பு பற்றிய செயற்புல அறிவைப் *(perfomative knowledge)* வளர்த்துக் கொள்கிறார். இவ்வறிவு, மொழிபெயர்ப்பியல் புலம் சார்ந்த நூல்களை முறையாகப் படித்து உள்வாங்கிக்கொள்ளும் மனப்புல அறிவைக் *(cognitive kncwledge)* காட்டிலும் நடைமுறை மொழிபெயர்ப்பின்போது மொழிபெயர்ப்பாளருக்குக் கூடுதலாக உதவுகிறது.

ஒன்றிலிருந்து மற்றொன்றுக்கு மாற்றுவதை மனிதனின் அடிப்படைப் பண்பாக ஏற்றுக்கொண்டால் ஒரு மொழியிலிருந்து மற்றொரு மொழிக்கு மாற்றுவது இயல்பாகக் கைவந்த கலை. இப்புடைமாற்றம் *(transfer)* மொழிபெயர்ப்பின் அடிப்படைச் செயற்பாட்டுக்கூறு. இக்கலைப் பண்பை மொழிபெயர்ப்பியல் விஞ்ஞானம் அறிவியல் அணுகுமுறையோடு ஆராய்கிறது. இன்னும் கூறினால், மொழிபெயர்ப்பாளனின் மனப்புல அறிவையும் செயற்புல அறிவையும் கோட்பாட்டு உருவாக்கத்திற்கான மூலக் கருத்துருவாக்கச் சிந்தனைகளாக மொழிபெயர்ப்பியல் விஞ்ஞானம் கருதுகிறது.

●

மேலே விவரித்த கோட்பாடுகளில் மூலமொழி – இலக்கு மொழிக்கு மேலாக இவ்விரு மொழிகளின் ஊடாட்டத்தின் உற்பத்திப் பொருளாக இலக்குமொழிப் படைப்பு பேசப்படுகிறது. இப்படைப்பின்போது நிகழும் அனைத்து மொழியமைப்புப் பிரச்சினைகளும், இருமொழிப் பண்பாட்டுச் சவால்களும் உரக்கப் பேசப்படுவதோடு இவற்றின் உற்பத்திப் பொருளாக மற்றொரு மொழி மறுபடைப்பு செய்யப்படுகிறது என்பதுதான் யதார்த்தம். இம்மொழி இலக்குமொழியின் விமர்சனபூர்வமான விளக்க வடிவம். இது பல தருணங்களில் மொழிபெயர்ப்பாளனின் மூலமொழிக்கோ இலக்குமொழிக்கோ

தொடர்பில்லாத மொழியாளுமைக்கு இலக்காகித் தனியொரு மொழி சாம்ராஜ்யத்தின் சர்வாதிகாரத்தைப் பெற்றுவிடுகிறது. இந்நிலையில் இது மூலமொழியும் அன்று, இலக்குமொழியும் அன்று. இல்லை, இதுவும் இலக்குமொழியே என்றால், மூலமொழியின் இயற்கை மொழிக்கும் அதன் இலக்கிய மொழிக்கும் இடையேயுள்ள வேற்றுமையை மறுதலிப்பதாகும். மொழிபெயர்ப்பில் நாம் பேசும் பிரச்சினைகளெல்லாம் இம்மொழி சார்ந்தவையே. இம்மொழியை 'மொழிபெயர்ப்பு' மொழி என்றும், இம்மொழியை உருவாக்கும் திறனை 'மொழிபெயர்ப்புத் திறன்' என்றும் கூறலாம்.

கணினி மொழிபெயர்ப்பில், மொழிபெயர்ப்புப் பிரதி உருவாக்கத்திற்காக இயற்கைமொழியிலிருந்து கணினி செயல்பாட்டைக் கருதி அதற்கு இசைவான ஒரு மொழியை உருவாக்கிக் கொள்வதுண்டு. இம்மொழியை விதியொழுங்கு மொழி *(controlled language)* என்பர். கணினி/இயந்திர மொழிபெயர்ப்பைக் கருத்திற்கொண்டு ஒழுங்கு செய்யப்பட்ட மூலமொழி விதிகளாலான இம்மொழியைப் பயன்படுத்தி மொழிபெயர்ப்பை எளிமைப்படுத்துவது இதன் முதன்மை நோக்கம். கணினியால் எளிதாகப் புரிந்துகொள்ளப்படும் இம்மொழி, முழுமையான மொழிபெயர்ப்புக்கு அனுகூலமாக அமைகிறது. மனித மொழிபெயர்ப்புப் படிமுறையிலும் இவ்வகையான கட்டுப்பாட்டோடு கூடிய ஓர் இலக்குமொழி வகை மொழிபெயர்ப்பாளனின் மனத்தில் உருவாவதை மறுக்க முடியாது. இவ்வாறு எவ்வளவுக்கெவ்வளவு ஒழுங்குபடுத்தப்பட்ட விதியொழுங்கு மொழியை உருவாக்கிக்கொள்கிறோமோ, அவ்வளவுக்கு இலக்குமொழி பெயர்ப்பு எளிதாக அமைகிறது. இவ்விலக்குமொழி வெளியீடு/மொழிபெயர்ப்புப் பிரதி இப் படிமுறையின் உற்பத்திப் பொருளாகும்.

மொழிபெயர்ப்பை மொழிபெயர்ப்பாளனின் மனம் சார்ந்த படிமுறையாகக் கருதிப் பார்க்கும்போதும் மொழி பெயர்ப்புமொழியின் தனித்துவத்தை உணரமுடியும். ஒரு மொழிபெயர்ப்பாளன் மொழிபெயர்ப்பில் வெற்றிபெற வேண்டுமானால் மூலமொழியிலும் இலக்குமொழியிலும் சமமான திறன் பெற்றிருக்க வேண்டும் என்பது மரபுரீதியான பிடிவாதம். இப்பிடிவாதத்தில் அர்த்தமுள்ளது. இவ்விருமொழியறிவே சரியான மொழிபெயர்ப்பிற்கு உத்திரவாதம் தரும். மூலமொழி, இலக்குமொழி அமைப்பு, பண்பாட்டுச்சூழல் பற்றிய அறிவு ஆகியவை மொழிபெயர்ப்புக்கான மூலதனம். இதனை முதலீடு செய்யும் பட்சத்தில் மொழிபெயர்ப்பாளன் மேலே கூறிய மூன்று வளர்ச்சிப் படிநிலைகளைக் கடந்து வரவேண்டும். இவற்றைக் கடக்கும் நிலையிலேயே இலக்குமொழியின் சட்டத்

திட்டங்களுக்கு உட்பட்டுப் புதியதொரு பிரதியை உற்பத்தி செய்கிறான். அரவிந்தனின் கருத்து இங்குச் சுட்டிக்காட்டத் தக்கது.

"ஒவ்வொரு படைப்பாளியும் தான் படைக்கத் தேர்ந் தெடுக்கும் மொழிக்குள் தனது கலைக்கான பிரத்யேக மொழி ஒன்றை உருவாக்கி அதன் உதவியுடன் ஒரு தனி உலகத்தைச் சிருஷ்டி செய்கிறார். அந்த உலகத்தின் நதிகளும் பள்ளத்தாக்குகளும் மலைகளும் வனங்களும் வேறுவேறு. சந்து பொந்துகளும்தான். எனவே ஒவ்வொரு படைப்பையும் தனித்த ஒரு மொழி மண்டலமாகக் கருதி அதன் கூறுகளைப் புரிந்துகொள்ள முயலும்போதுதான் படைப்புமொழியை மொழிபெயர்க்கும் திறன் நமக்குக் கூடும்" (இதழ் 86, பிப்ரவரி 2007).

மொழிபெயர்ப்பாளனின் இலக்குமொழி ஆளுமையும் நடை வீரியமும் மூலப்படைப்பாளியின் தொனி மாறாமல் பொருளுணர்த்தும் திறனும் தனித்து நின்று மொழிபெயர்ப்பைச் சிறப்பிக்கும்போது மொழிபெயர்ப்பு மொழியைப் புரிந்துகொள்ள முடிகிறது. மொழிபெயர்ப்புக் கலைஞனின் இராக ஆலாபனை இத் தனிமொழி. இம்மொழியின் தனிஆவர்த்தனம் ஜி. குப்புசாமியின் வரிகளில்:

"படைப்பாளியின் மொழி கருத்தம்மாவின் உணர்ச்சிகளை, அவளது ஒழுக்க வேலிகளை, அவளது உணர்ச்சிகளை, கணவன் பழனியின் அன்பை, அவளால் மறக்கவே முடியாத பரீக்குட்டியை அத்தனை வலிகளோடும் இன்பங்களோடும் நுணுக்கமாகச் சித்திரித்துப் பேசுகிறது. பெண்ணிடம் எழும் உடல் சார்ந்த விழிப்புணர்வை, பாலுணர்வுகளை இந்தியப் பண்பாட்டுப் பின்புலத்தின் இறுகிய நெறிமுறைகளுக்கிடையே பதிவு செய்வது சிக்கலாகவே இருந்து வருகிறது. மனிதநேயமிக்க ஒரு கலைஞன் அதனைக் கலாபூர்வமாக வடித்துக் காட்டும்போது வாசகனுக்குப் புதிய பரிமாணங்கள் கிடைக்கின்றன. உடல் சார்ந்த வேட்கை அதன் மிருகக் கூறுகளோடு கருத்தம்மாவைப் பீடிக்கும்போதும், அவளுக்கும் அவளுடைய அம்மா சக்கிக்கும் நெறிகள் சார்ந்த உராய்வு அதிகரிக்கும்போதும், நாவல் அதன் பெண்மைச் சூழலிலிருந்து, பண்பாட்டுத் தளங்களிலிருந்து வேறொரு வாசலைத் திறந்துகொள்கிறது. பாத்திரங்களின் இத்தகைய சுய தேடல்களின் உள்நோக்கிய பார்வை களுக்குள், மொழிபெயர்ப்பாளனின் மொழி ஊன்றிக் கொள்ள வேண்டியிருக்கிறது. மூலப் படைப்பைப்

போலவே ஒவ்வொரு வரிகளுக்கிடையிலும் தனது கூர்மையையும் எடையையும் மாற்றிக்கொண்டேயிருக்கும் உணர்ச்சிகளுக்கேற்றவாறு அந்த மொழியும் உருமாற வேண்டும். சுந்தர ராமசாமியின் மொழி செம்மீனின் ஒவ்வொரு பாத்திரங்களுக்குள்ளும் சுருங்கி, விரிந்து, எழும்பி, தயங்கி, மருண்டு, கிளர்ந்து மிகத் துல்லியமாகச் சித்திரித்து வருகையில் படைப்பிற்கும் மொழிபெயர்ப்புக்கும் இடையே இருக்கும் இடைவெளிகள் அழிந்துபோகின்றன.

இதே நாவலை இந்தியில் பாரதி வித்யார்த்தியும், ஆங்கிலத்தில் நாராயண மேனனும் மொழிபெயர்க்கும்போது நாவலில் எண்ணற்ற உணர்வடுக்குகளுள் அவர்களது மொழி உட்புகாமல் வெளியிலேயே தங்கிவிடுகிற தோல்வியை ராஜி நரசிம்மன் ஆதாரங்களுடன் விளக்குகிறார்.

ஆங்கிலத்தில் மொழிபெயர்த்த நாராயண மேனன் இந்நாவலை முழுமையாக உள்வாங்கிக்கொண்டு மொழி பெயர்த்திருக்கிறார். ஆனால், கருத்தம்மா என்னும் மலையாள மீனவப் பெண்ணின் மென்மையான மனத்தையும் குழப்பமான உணர்ச்சிகளையும் ஆங்கிலம் போன்ற ஒரு கிறித்தவக் கலாச்சாரப் பின்னணிகொண்ட சென்டிமென்டுக்கு இடமளிக்காத, பட்டவர்த்தமான மொழியால் அதே நுணுக்கத்துடன் பெயர்த்தெடுக்க முடியாமற் போகிறது. தமிழ் நடை அற்புதமாகக் கொண்டு வருகிற குழைவு இலேசாகக் கூட ஆங்கிலத்தின் நேரடியான சிடுக்குகளற்ற வர்ணிப்புகளில் தென்படுவதில்லை. இதை மொழிபெயர்ப்பாளரின் திறமைகுறைவெனக் கொள்ளமுடியாது. ஆங்கிலம் சுமந்துகொண்டிருக்கும் மேற்கத்திய கிறித்துவக் கலாச்சார சரித்திரச் சுமை இறக்கிவைக்கக்கூடியதல்ல. அம்மொழியில் கீழே உணர்வுகளை எவ்வளவு அளக்க முற்பட்டாலும், ஒரு குறிப்பிட்ட தூரம் தாண்டிய பிறகு ஒன்று வழமையான சொற்றொ... ர்களில்... சிக்கிக்கொள்ள நேரும் அல்லது இ... ...மான தளத்திற்குக்
(... ...னவரி 2009).

சிறந்த ... ...பர்ப்பாளனின்
'மொழ ... ...திறன்களை
அடிப்ப ... ...பெயர்ப்பு
மொழி ... ...துவம் மிக்கது.
மொழி ... ...றலை அவ்வப்போது
சுயமதிப ... ...கொள்கிறான். இவ்வகைய
மதிப்பீட்டி ... ...பயர்ப்பு மதிப்பீடு செய்யப்படுகிறது

என்பதைக் காட்டிலும் அவனது மொழிபெயர்க்கும் திறன் மதிப்பீடு செய்யப்படுகிறது என்பதே பொருந்தும். இது புறவய மதிப்பீட்டிற்கும் பொருந்தும்.

●

தனியொரு மொழிபெயர்ப்பு நூலை மதிப்பீடு செய்தலும், ஒட்டுமொத்த மொழிபெயர்ப்பு அரசியலை மதிப்பீடு செய்தலும் இத்தொகுப்பிலுள்ள பல கட்டுரைகளின் நோக்கங்களாக உள்ளன. தனியொரு மொழிபெயர்ப்பு நூலை மதிப்பீடு செய்தலைப் பொருத்தவரையில் மார்த்தா டிராபா என்பவர் எழுதிய Mothers and Shadows என்ற ஆங்கில நாவலை அமரந்தா தமிழிலே 'நிழல்களின் உரையாடல்' என மொழிபெயர்த்துள்ளதைக் குறிப்பிட்டுக் கூறலாம். அமரந்தாவின் மொழிபெயர்ப்பை அ. முத்துலிங்கம் மதிப்பீடு செய்துள்ளது பற்றிய சுந்தர ராமசாமியின் குறிப்பு இங்குப் பொருத்தமாக அமையும். முத்துலிங்கத்திடமிருந்து சுந்தர ராமசாமி மூல நூலையும் அமரந்தாவின் மொழிபெயர்ப்பையும் பெற்றுக் கீழ்வருமாறு எழுதுகிறார்:

> "இரண்டு நூல்களிலும் முதலிலிருந்து கடைசிப் பக்கம் வரை பத்திகளுக்கு எண்கள் போடப்பட்டிருந்தன. பத்திகளின் எண்ணிக்கை இரண்டு நாவல்களிலும் முன்னூறைத் தாண்டிச் சென்றுகொண்டிருந்ததாக ஞாபகம். தமிழ் மொழிபெயர்ப்பிலும் மூல நாவலிலும் பல பக்கங்களில் பல வரிகளில் அடிவரைகள் போடப்பட்டிருந்தன. 'என்ன விஷயம்' என்று நான் கேட்டேன். தமிழ் மொழிபெயர்ப்பை ஆங்கில மூலத்துடன் பாராபாராவாகவும் வரிவரியாகவும் ஒப்பிட்டுப் பார்த்ததாகவும் அந்தப் பணியை முன்னிட்டு எண்களும் அடிவரைகளும் போட்டதாகவும் கூறினார். அடிவரைகள் ஆங்கில மூலத்திலிருந்து மிகச் சிக்கலான இடங்களைக்கூட மிக நேர்த்தியாக அமரந்தா மொழி பெயர்த்திருக்கும் இடங்களைச் சுட்டுவதாகவும் கூறினார். உதாரணங்களையும் எனக்குக் காட்டினார். அவை சிறப்பாக மொழியாக்கம் செய்திருப்பவையாக எனக்குப் பட்டன.

> ஒரு வாசகனாகத் தமிழ் மொழிபெயர்ப்பாளர்கள்மீது மிகுந்த விமர்சனத்துடன் வளர்ந்து வந்தவன் நான். ஒரு தமிழ் மொழிபெயர்ப்பு நூலைப் படிக்கும்போது உள்ளூற அவநம்பிக்கையுடனேயே நான் அதை இன்றும் படித்துக் கொண்டிருக்கிறேன். மூலமொழியில் போதிய படிப்பில்லாதவர்களும், மொழிபெயர்ப்பை அசிரத்தையாகச் செய்பவர்களும், பிரதியைச் செப்பனிட்டுச் செம்மை செய்வதில் நம்பிக்கையில்லாதவர்களும்,

மூலப்பொருளை அதற்குரிய நுட்பங்களைச் சிரைத்து விட்டுச் சாராம்சப்படுத்திக் கூறுகிறவர்களும் தமிழ் மொழிபெயர்ப்புத் துறையில் பெரும் கூத்தடிப்புகளை நிகழ்த்தியிருக்கிறார்கள். 'தமிழில் எழுதியதைப்போலச் சரளமாகப் படிக்க முடிகிறது' என்று தொடர்ந்து எவ்வித மதிப்பீடுமின்றிக் கூறி வந்திருப்பதுதான் ஒரு மொழிபெயர்ப்பைப் பற்றி மதிப்புரையாளனின் அதிகபட்ச பாராட்டின் இலக்கணமாக இன்றளவும் தமிழில் இருந்து வருகிறது. க.நா.சு போன்ற அறிவாளிகள் கூட எவ்வளவு அசிரத்தையாக மொழிபெயர்த்திருக்கிறார்கள் என்பதை நான் நன்கு அறிவேன். விதிவிலக்காக கு. அழகிரிசாமி (முக்கியமாக, மாக்சிம் கார்க்கியின் 'அமெரிக்காவிலே'), தொ.மு.சி. ரகுநாதன் (மாக்சிம் கார்க்கியின் 'தாய்') போன்றவர்கள் மிக சிரத்தையுடனும் ஆற்றலுடனும் மொழிபெயர்த்திருக்கிறார்கள். இன்று எஸ்.வி.ஆர்., வ. கீதா ஸ்ரீராம் போன்றவர்களின் மொழிபெயர்ப்புப் பணியில் நான் மிகுந்த நம்பிக்கை வைத்திருக்கிறேன்.

நூற்றுக்கு நூறு சரியாக, தவறேதும் இல்லாமல் ஒரு மொழிபெயர்ப்பைச் செய்வது சாத்தியமில்லை என்பதே என் எண்ணம். இருப்பினும் இயன்றளவு ஒரு மொழிபெயர்ப்பை உருவாக்குவது சாத்தியம்தான். மொழிபெயர்ப்பு என்பது மிக உயர்ந்த படைப்புக் கலை. வாசகன் மொழிபெயர்ப்பை ஒருநாளும் மூலபாடத்துடன் ஒப்பிட்டுப் பார்க்கப் போவதில்லை என்ற தைரியத்தில் செய்யப்படும் பொறுப்பற்ற அற்பக் காரியமாக மொழியாக்கம் தாழ்ந்து போகவிடுவது நம் கலாச்சாரத்திற்கே பெரிய இழப்பாகும்.

அமரந்தாவின் மொழிபெயர்ப்பாற்றலை மூலப்படைப்புடன் ஒப்பிட்டுப்பார்த்து அவரது மொழிபெயர்ப்பைப் பற்றி மிக உயர்வான எண்ணத்திற்கு முத்துலிங்கம் வந்து சேர்ந்திருக்கிறார். ஒரு தீவிர மனநிலையில் இப்பணியைச் செய்திருப்பது தமிழில் அபூர்வமாக நடந்திருக்கும் காரியம். முதன்முறையாக இந்தச் சோதனை நடந்திருக்கிறது என்றுகூட நான் சொல்வேன்" முத்துலிங்கம் (இதழ் 35, மே – ஜூன் 2001).

அமரந்தாவின் மொழிபெயர்ப்பு குறித்த முத்துலிங்கம், சுந்தர ராமசாமியின் விமர்சன மதிப்பீடு, மொழிபெயர்ப்பு மொழி மற்றும் மொழிபெயர்ப்பாளனின் மொழிபெயர்ப்புத் திறன் சார்ந்த அறிவியல்பூர்வமான இறுக்கத்தோடு மேற்கொள்ளப்பட்டுள்ளது. நவீன மொழிபெயர்ப்புத் தளத்தின் ஒரு முக்கியப் பகுதியாக மூலமொழி–மொழிபெயர்ப்பு மொழித் தொடர்புடைய இத்தகைய ஒப்பீட்டு மதிப்பீடுகள் ஊக்குவிக்கப்பட வேண்டும்.

மொழிபெயர்ப்புத் திறனை மதிப்பீடு செய்யும் மற்றொரு அணுகுமுறைக்குப் பார்க்க: நஞ்சுண்டன், (இதழ் 45, ஜனவரி – பிப்ரவரி 2003).

ஒரு படைப்பிற்கு ஒன்றுக்கு மேற்பட்ட மொழிபெயர்ப்புகள் வெளியாகும்போது மூலப்படைப்புக்கும் மொழிபெயர்ப்புகளுக்கும் இடையேயுள்ள ஒற்றுமை வேற்றுமைகள் மூலப்படைப்பின் மாறிகளாகக் (*variations*) கருதப்பட வேண்டும். கல்பற்றா நாராயணனின் நெடுஞ்சாலைப் புத்தன் என்னும் கவிதையை ஜெயமோகனும் விஸ்வமும் தமிழில் மொழிபெயர்த்துள்ளனர். இவற்றை முரண்படும் மொழிபெயர்ப்புகள் என மதிப்பீடு செய்த சரவணன்,

> "தவறான, முரண்பட்ட மொழிபெயர்ப்புகள் மூல நூல் படைப்பாளியின் படைப்புத் திறனை அங்கஹீனப்படுத்தி அவரைப் பற்றிக் குறைத்து மதிப்பிடும் விமர்சன சூழல் தோன்றுவதற்கு வழிவகை செய்துவிடும் அபாயம் உள்ளது"

(இதழ் 65, மே 2005) என்கிறார். சரவணன் காட்டும் 6 முரண்பாடுகளில், 2 முரண்களில் இணையான பொருள் தரும் வரிகள் தரப்படவில்லை. நெடுஞ்சாலைப் புத்தன்/நெடுஞ்சாலை புத்தர் என்பதில் முரண் இல்லை. ஒன்று ஒன்றரை வருடம்/ எப்படிப் பார்த்தாலும் ஒரு ஒன்றரை வருடம் என்பதிலும் முரண் இல்லை. ஏனைய இரண்டு முரண்பாடுகளுள் குரூரம்/குரோதம் என்பதை மட்டுமே சரவணனின் கருத்துப்படி முரண்பாடு எனக் கருதலாம். இப்பொருள் உணர்த்தும் மூலச்சொல்லின் அகராதிப்பொருளைக் காணவேண்டும்.

ஒன்றுக்கு மேற்பட்ட மொழிபெயர்ப்புகளுள் எந்த மொழிபெயர்ப்பு மூலப்படைப்பை நெருங்கி வந்துள்ளது என கல்பற்றா நாராயணனின் மூலப்படைப்போடு ஒப்பிட்டுக் காண்பதை மொழிபெயர்ப்பிற்கான மதிப்பீடாகக் கருதலாமே தவிர எல்லா மொழிபெயர்ப்புகளையும் மொத்தமாக முரண்படு மொழிபெயர்ப்புகளென்பது மதிப்பீட்டு நெறிமுறையாகாது. மூலப்படைப்பாளியும் மொழிபெயர்ப்பாளரும் வாசகரும் ஒருவரோடு ஒருவர் இணைந்து செயல்பட வேண்டிய சந்தர்ப்பம் இது. ஒரே படைப்பின் பல மொழிபெயர்ப்புகள் அப்படைப்பின் மொழியை மொழிபெயர்ப்பாளர் புரிந்துகொண்ட தளத்தில் ஆழமான ஆய்வை வற்புறுத்துகின்றன.

மொழிபெயர்ப்பு மொழி, மொழிபெயர்ப்பாளனின் மொழிபெயர்ப்புத் திறன் என்பனவற்றையெல்லாம் தாண்டிப் பொதுவாகவே ஒரு மொழிபெயர்ப்பு மதிப்பீட்டிற்கு உட்படுத்த வேண்டிய தேவையைக் குறித்த முருகேச பாண்டியன் கருத்தும் இங்குப் பொருத்தமாக இருக்கும்.

"இன்றைய தமிழ்ச் சூழலில் மொழிபெயர்ப்பு இலக்கியத்தின் நம்பகத்தன்மை குறித்து ஆழமான கேள்விகள் தோன்ற வேண்டும். கேள்விகளுக்கு அப்பாற்பட்டது என்பது போன்ற பாமரத்தனமான அணுகுமுறை கைவிடப்பட வேண்டும். மொழிபெயர்ப்பாளர் தனது மொழிபெயர்ப்பு முயற்சியில் எத்தகைய அணுகுமுறையைக் கையாண்டார், என்ன என்ன சிக்கல்களை எதிர்கொண்டார் என்பது பற்றிய குறிப்புகளைத் தருவதில்லை. தான்தோன்றித்தனமாக மொழிபெயர்ப்பது இலக்கிய வளர்ச்சிக்குக் குந்தகம் விளைவிப்பதாகும்.

மூலப் படைப்புக்கு விசுவாசமாகவும் மொழிபெயர்க்கப்பட்ட தமிழ்ப் பிரதிகள் குறித்து ஆராய வேண்டிய தேவை தற்சமயம் ஏற்பட்டுள்ளது. மூலப் படைப்பு, படைப்பாளர் பற்றிய விரிவான குறிப்புகள் தமிழ்ப் பிரதியில் இடம்பெறவேண்டியது அவசியம். சுருங்கக் கூறின், மூலப் படைப்புக்கு விசுவாசமாக ஒழுங்குடன் மொழிபெயர்க்கும் போக்கு பின்பற்றப்படும்போது உலக இலக்கியத்தின் 'உன்னதங்கள்' தமிழில் முறையாக வருவதற்கான சூழல் அமையும்" (இதழ் 51, ஜனவரி – பிப்ரவரி 2004).

அதே நேரத்தில் தமிழில் மொழிபெயர்ப்பு அரசியலை மிக நுண்மையாக விமர்சிக்கும் முருகேச பாண்டியன்,

"மொழிபெயர்ப்பு, பன்னாட்டு உறவுகள், காலனியாதிக்கம் ஆகியன ஒருங்கிணைந்து புதிய காலனியமாக உருவெடுக்கின்றன. இந்நிலையில் மொழிபெயர்ப்பு காலனியாதிக்கத்தை ஆதரிக்கும் ஒரு செயல்முறையாகவே தொடர்ந்து பங்காற்றுகிறது. அதிகாரம் செலுத்தும் ஆதிக்கவாதிகளின் சிந்தனைகளையும் அவர்களைப் பற்றிய படிமங்களையும் அடிமைப்பட்டவர்களிடம் கொண்டு செல்வதில் இன்றளவும் மொழிபெயர்ப்பு முதன்மையிடம் வகிக்கிறது. இதனால் பின்காலனிய நாடுகளில் ஆதிக்கம் செலுத்தும் ஆங்கிலத்துடன் மோதி தமிழ் போன்ற மொழிகள் வலுவிழந்துகொண்டிருக்கின்றன. இப்போக்கு தொடந்து நிகழும்போது அசலான தமிழ்ப் படைப்புகள் இரண்டாம் நிலைக்குத் தள்ளப்படும் சூழல் ஏற்படும். தமிழ்போன்ற மொழிகள் ஓரிரு நூற்றாண்டுகளில் வீட்டுமொழியாக மாறி மெல்ல வழக்கொழிந்துவிடும்"
(இதழ் 85, ஜனவரி 2007)

என முன்வைக்கும் இக்கால மொழிபெயர்ப்புகளைப் பற்றிய மதிப்பீட்டையும் அதன் பின்விளைவுகளையும் முழுவதுமாக ஏற்றுக்கொள்வதற்கில்லை. முருகேச பாண்டியன் எழுப்பியுள்ளது

மொழிபெயர்ப்பாளனின் சமூகக் கடமையோடு தொடர்புடைய பிரச்சினை. அரி,

> "மொழிபெயர்ப்பு என்பது வாழும் சூழலின் நியாயமான தேவைகளை ஓரளவாவது பூர்த்திசெய்வதற்குத் துணைபுரிவனவாக இருக்கவேண்டும். அவற்றால் புதிய சிந்தனைகளை, உந்துதல்களைப் பெறுவதாகவும் இருக்கவேண்டும். மாக்சிம் கார்க்கியின் எழுத்துகள் (தாய் உட்பட), சேவின் வாழ்க்கை வரலாறு போன்ற மொழிபெயர்ப்புகள் இன்றைக்கும் மூன்றாம் உலக நாடுகளில் பெரும் தாக்கத்தை ஏற்படுத்திவருவதைப் போன்று இருக்க வேண்டும். இலக்கியங்களுக்குரிய சமூகக் கடமைகளை இவற்றின் மூலம் புரிந்துகொள்ள முடிகிறது" (எதிர்வினை, இதழ் 86, பிப்ரவரி 2007)

என்று கூறி மொழிபெயர்ப்புகளால் அறுபது எழுபது எண்பதுகளில் வடமாநிலங்களில் தலித்துகளின் மத்தியில் எழுச்சி ஏற்படக் காரணமாய் அமைந்த தலித் இலக்கியங்கள் தொண்ணூறுகளில் தமிழில் மொழிபெயர்க்கப்பட்டுப் பரவலாக்கப்பட்டதைக் குறிப்பிடும்போது மொழிபெயர்ப்பின் வலிமையை உணரமுடிகிறது.

●

இத்தொகுப்பிலுள்ள பல கட்டுரைகளை மொழிபெயர்க்கும் போது மொழிபெயர்ப்பாளன் எதிர்கொள்ளும் பிரச்சினைகளைச் சமகாலப் பிரக்ஞையோடு ஆழமாகப் பேசுகின்றன. மொழிபெயர்ப்பைப் பொருத்தவரையில் 'பிரச்சினை' என்பது தவறான சொல்வழக்கு. பிரச்சினைகள் என நாம் கருதுபவை தாம் மொழிபெயர்ப்பு என்னும் கருத்தாக்கத்தின் உட்பரிமாணங்கள். ஒரு மொழிபெயர்ப்பைப் பற்றிப் பேசும்போது இவற்றைப்பற்றித்தான் பேசவேண்டும். இவை மொழிபெயர்ப்பு என்னும் முழுமையின் பகுதிகளாகக் கருதப்பட்டால் ஒழிய மொழிபெயர்ப்பைப் பற்றிப் பேசுவதற்கு வேறொன்றுமில்லை. இப்பகுதிகளே மொழிபெயர்ப்பைக் கட்டமைக்கின்ற கோட்பாட்டுக் கூறுகள். இக்கூறுகளின் விமரிசனப் பார்வையைப் பிரச்சினை என்று கூறிவிடுகிறோம்.

மூலமொழி – இலக்குமொழி நிகரிணைவு நடைமுறை மொழிபெயர்ப்பின் ஒரு கட்டுமானக் கூறு. இதனை இனங்காண்பது பிரச்சினை அல்ல. இதைப்போலவே பிறவும். இவற்றைப் பிரதி தேர்வு, இருமொழித் திறன், மூலமொழி நிகரிணைகளை இனங்காணுதல், பண்பாடு, நடை எனத் தொகுத்துக் காண்பதன் மூலம் மொழிபெயர்ப்பின் முழுப் பரிமாணத்தைப் புரிந்துகொள்ள முடியும்

ஒரு மொழியின் எல்லாப் படைப்புகளும் மொழிபெயர்ப்பிற்கு உட்படுவதில்லை. மிகச் சில படைப்புகளே மொழிபெயர்ப்பிற்கு ஒருங்குகின்றன. இப்பிரதித் தேர்வு மொழிபெயர்ப்பாளன் – பதிப்பகம் – வாசகன் சார்ந்த தீர்மானமாக அமைகிறது. இருந்தபோதிலும் மொழிபெயர்ப்பாளரே இத்தேர்வில் முதல் பங்கிற்கு உரியவர். மொழிபெயர்ப்பு வாசகனை ஈர்ப்பதற்கு முன்னர் மொழிபெயர்ப்பாளர் மூலமொழிப்படைப்பால் ஈர்க்கப்படுதல் இன்றியமையாதது. இந்த ஈர்ப்பில் படைப்பின் பொருண்மைச் சிறப்பும் அழகியலும் மூலமொழிப் புலமையும் இலக்குமொழியோடு ஒப்புநோக்கி இருமொழி நிகரிணைவுகளை காணும் இருமொழிய நிகர்திறனும் பெயர்க்கும் ஆற்றலும் சம அளவில் கருதலுக்கு உட்படுத்தப்படுகின்றன. இவற்றிடையே நிகழும் ஊடாட்டம் மொழிபெயர்ப்பாளனின் இணக்கமான ஒப்புதலைப் பெற்ற பின்னர் பிரதியின் தேர்வு உறுதிப்படுத்தப்படுகிறது. மேலே கூறிய முக்கூட்டில் மொழிபெயர்ப்பாளனின் இச்சுதந்திரம் மறுக்கப்படுமானால் மொழிபெயர்ப்பு சிறக்காது.

பொதுவாக, மொழிபெயர்ப்பாளரின் இத்தேர்வுக்குக் குறிப்பிட்ட படைப்பாளி மற்றும் படைப்பின் மீதுள்ள ஈர்ப்பும் வாசக உறவும் காரணமாக இருக்கலாம். ம.இலெ. தங்கப்பாவின் மொழிபெயர்ப்பில் பாரதியும் பாரதிதாசனும் முதலிடம் பெறுவது இவ்வீர்ப்பின் விளைவு. வள்ளலாரின் ஆங்கில மொழிபெயர்ப்பு மற்றொரு எடுத்துக்காட்டு. இடதுசாரி சிந்தனைகளுக்கு அப்பால் சுந்தர ராமசாமியின் மொழிபெயர்ப்பு உலகத்தில் தகழி இடம்பெற்றதும் இவ்வாறே.

> "மலையாளத்தில் முக்கியமாக அன்று நான்கு ஆசிரியர்களுடன் வாசக உறவு ஏற்பட்டிருந்தது. தகழி சிவசங்கர பிள்ளை, கேசவ தேவ், பொன்குன்னம் வர்க்கி, வைக்கம் முகம்மது பஷீர். பின்னால் இவர்களுடைய வரிசை என் மதிப்பீட்டில் மாறிவிட்டது என்றாலும் அன்று எனக்குத் தகழி மீதுதான் மிகுந்த கவர்ச்சி இருந்தது. தகழியிடம் இருந்தது கவர்ச்சி என்றால் சி.ஜே. தாமசிடமும் எம். கோவிந்தனிடமும் உருவானது ஆழ்ந்த ஈடுபாடு. வாழ்க்கையின் போதாமைகளை எண்ணி ரத்தத்தைக் கொதிக்க வைத்துக்கொள்ள ஒரு முகாந்தரம் தேடிக் கொண்டிருந்த அந்தக் காலத்தில் தகழியைப் போல் கொதிப்பின் சுகத்தை வேறு எவருமே அளிக்கவில்லை" ***(சுந்தர ராமசாமி, இதழ் 30, ஜூன் – ஆகஸ்ட் 2000).***

தகழியின் 'தோட்டியின் மகன்' நாவலை சுந்தர ராமசாமி மொழிபெயர்த்த ரகசியத்தை அந்நூலின் முன்னுரையில் குறிப்பிடுகிறார். இரண்டாவதாகவும் கடைசியாகவும் சுந்தர ராமசாமி மொழிபெயர்த்த 'செம்மீன்' நாவலும் தகழியினுடையது.

சுகுமாரன், மொழிபெயர்ப்பிற்கான பிரதித் தேர்வில் இதே மனப்போக்கு உடைய மற்றொரு மொழிபெயர்ப்பாளர்.

> "மொழிபெயர்ப்பு என்பது என்னுடைய ஆர்வம் சார்ந்த விஷயம். பின்னால் சில கட்டங்களில் தேவை சார்ந்தும் செய்திருக்கிறேன். என்னுடைய ரசனை சார்ந்தவை, என் மனப்போக்குக்கு உகந்தவை என்றுதான் செய்திருக்கிறேன். நான் சொல்லணும் என்று நினைத்துத் தேவையில்லாத தயக்கத்தினாலும் பயத்தாலும் சொல்லாமல் விட்ட விஷயங்களை வேறு யாராவது அழுத்தமாகவும் செறிவாகவும் சொல்லியிருந்தாங்கன்னா அவற்றை மொழிபெயர்த்திருக்கிறேன்" *(இதழ் 108, டிசம்பர் 2008)*

என மொழிபெயர்ப்பிற்கான தனது பிரதித் தேர்வு குறித்துக் கூறுகிறார்.

தனது விருப்பு வெறுப்புகளுக்கு மேலாக வாசகனை முன்வைத்துப் பிரதியை தேர்ந்தெடுக்கும் மொழிபெயர்ப்பாளரும் உண்டு. புதுமைப்பித்தன் குறிப்பிடத்தக்கவர்.

> "அமைப்பு லாவண்யங்களிலும், கையாளப்படும் அசாதாரண வார்த்தைக்கு மீறிய அதீத விஷயங்களிலும் சிகரங்கள் எனச் சொல்லப்படும் கதைகளையும், தமிழ்நாட்டு வாசகர்களின் விருப்பு வெறுப்புகளை மதித்துக் கூடுமானவரை ஓரளவு கதைச்சத்து இருக்கக் கூடிய, ஆனால் அமைப்பு விசேஷங்களுடன் பொருந்திய கதைகளையும் தேர்ந்தெடுத்துத் தருவதே என் நோக்கம்" *(குப்புசாமி, இதழ் 109, ஜனவரி 2009)*

என்று கூறும் புதுமைப்பித்தன், நாடகப் பிரதியைக் கதைப் பிரதியாக வகைமை மாற்றம் செய்ததும் வாசகனை முன்னிட்டு மேற்கொண்ட சோதனையே. இதைப்போலவே மூலப் பிரதியைத் தழுவலாகப் பிரதி மாற்றம் செய்து மொழிபெயர்ப்பின் மற்றொரு பரிமாணத்திற்குப் பிரதியை நகர்த்தியதும், குப்புசாமி குறிப்பிடுவதுபோல் புதுமைப்பித்தனுக்கு முழுமையான உடன்பாடு இல்லையென்றாலும் வாசகனை எதிர்நோக்கியே எனலாம்.

பல நேரங்களில் மூலப் படைப்பாளி தன் பிரதி மூலம் மொழிபெயர்ப்பாளன் மீது செலுத்தும் அதிகாரம், இலக்கு மொழியின் இயல்பிற்கேற்ப மொழிபெயர்ப்பை மேற்கொள்ள அவனைக் கட்டாயப்படுத்துகிறது. இக்கட்டாயம் வலுப்பெறும் போது மூலப்படைப்பாளியிடம் சரணாகதி அடைவதைவிட, அவனோடு எவ்வித சமரசமும் செய்துகொள்ள விரும்பாமல் மூலப் படைப்பைத் தவறாகக் கைவினையாற்றிப் பெயர்க்கவும் மொழிபெயர்ப்பாளன் தயங்குவதில்லை. பல தமிழ்

மொழி பெயர்ப்புப் பிரதிகளைப் பகுப்பாய்வுக்கு உட்படுத்தும்போது மொழிபெயர்ப்பாளனின் இம்மனப்போக்கை உணரமுடியும். இந்த மாதிரி தீவிரமான போக்கை மேற்கொள்வதற்கான பிரச்சினை மொழிச்சிக்கல் சார்ந்ததாகவோ சாதாரணப் புரிதலுக்கு அப்பாற்பட்ட பண்பாட்டுச்சிக்கல் சார்ந்ததாகவோ இருக்கலாம். இப்பிரச்சினை மூலப்படைப்பை அப்படியே உரு மாறாமல் பெயர்ப்பது என்பதைவிட அதற்கு இணையான ஒரு புதிய பிரதியை உருவாக்க மொழிபெயர்ப்பாளனை வற்புறுத்துவது அசாதாரண நிகழ்வல்ல. பல நேரங்களில் இத்தகைய மொழிபெயர்ப்புகளே வெற்றி பெற்றிருக்கின்றன.

வி.கே. நாராயண மேனனின் ‘செம்மீன்’ ஆங்கில மொழிபெயர்ப்பு இங்கு முக்கியமாகக் குறிப்பிடத்தக்கது. ஏ.ஜே.தாமஸ், நாராயண மேனனின் ‘செம்மீன்’ ஆங்கில மொழிபெயர்ப்பைத் தகழியின் மூல மலையாளப் பிரதியோடு ஒப்பிட்டுப்பார்க்கும்போது மிகத் தவறாகக் கைவினையாற்றியும் திருத்தியும் அமைத்த பிரதி என்று என்னால் கூறாமல் இருக்க முடியாது என்கிறார். இதற்காக நாராயண மேனன் மூலப்படைப்பின் அழகைத் தன் இலக்குமொழிப் பிரதி உருவாக்கத்தில் புறக்கணிக்கவும் தயங்கவில்லை எனக் குற்றம் சாட்டுகிறார் தாமஸ். நீக்கியவை, திரித்துக் கூறப்பெற்றவை என 146 இடங்கள் உள்ளன என தாமஸ் கூறுகிறார்.

இருப்பினும், பக்கத்திற்குப் பக்கம் இவற்றைச் சுட்டிக்காட்டி மொழிபெயர்ப்பைத் தரம் தாழ்த்தி விமரிசிப்பதைக் காட்டிலும், இலக்குமொழிப் பிரதியை உருவாக்குவதில் மூலப்படைப்பின் மையக் கருத்திற்கும் மொழிநடைக்கும் பண்பாட்டுச் சித்திரிப் பிற்கும் ஊறு நேராதவாறு ஒரு புதிய பிரதியை உருவாக்குவதில் மொழிபெயர்ப்பாளன் உயர்ந்து நிற்கிறானா என்பதுதான் கவனத்திற்கு உட்பட வேண்டும். 1962ஆம் ஆண்டு இந்த ஆங்கில மொழிபெயர்ப்பு 20,000 பிரதிகள் விற்று உலக வாசகர்களைக் கவர்ந்தது. மூலப் படைப்பிற்கும் மொழிபெயர்ப்புக்கும் இடையே யுள்ள இடைவெளிகள் அழிந்து கலைநயத்தோடு கூடியதொரு பிரதி இவ்வாறே மறுபிறவி எடுக்கிறது.

நவீனமயமாக்கத்தையும் சமகால இலக்கியக் கோட்பாட்டுப் பரவலாக்கத்தையும் நோக்கமாகக் கொண்டு அவற்றுக்கான பிரதியைத் தெரிவுசெய்து மொழிபெயர்த்ததில் எம். கோவிந்தன் தனியாகக் காணப்படுகிறார்.

> “சமகால இந்திய இலக்கியத்தை மலையாளத்தில் நவீன தலைமுறைக்கு அறிமுகப்படுத்த மிக அதிகம் முயன்றவர் கோவிந்தன். கேரளத்தின் நான்கு எல்லைகளுக்குள்ளும் வங்காளத்திலிருந்தும் மேற்கத்திய மொழிகளிலிருந்தும் வந்த

மொழியாக்கங்களிலும் மலையாளிகள் கண்ட நவீனத்துக்கு இணையாகத் தமிழிலும் கன்னடத்திலும் ஹிந்தியிலும் மராத்தியிலும் புதிய உருவங்களும் உள்ளடக்கங்களும் அணுகுமுறைகளும் இடம்பிடித்திருக்கின்றன என்பதை கோவிந்தன் எங்களுக்குத் தொடர்ந்து நினைவுபடுத்திக் கொண்டிருந்தார்"

என்று சக்கரியா (தமிழில்: சுகுமாரன், இதழ் 76, ஏப்ரல் 2006) கூறும்போது நவீனமயமாக்கத்திற்கும் கோட்பாட்டுப் பரவலாக்கத்திற்கும் மொழிபெயர்ப்பை ஒரு கருவியாகக் கொண்டு பிரதித் தேர்வின் முக்கியத்துவத்திற்கு அழுத்தம் தந்தவர் கோவிந்தன். தமிழில் சுந்தர ராமசாமி, தமிழவன், பிரேம், வ. கீதா போன்றோர் குறிப்பிடத்தக்கவர்கள்.

இன்று மொழிபெயர்ப்பிற்கான பிரதியைத் தேர்வு செய்வதில் சமகாலச் சமூகப் பொருளாதார மொழி அரசியல் சார்ந்த பிரச்சினைகளைச் சில பதிப்பகங்கள் கருத்தில் கொள்கின்றன. க்ரியா, காலச்சுவடு, காவ்யா, தமிழினி, அடையாளம், நற்றிணை போன்ற பதிப்பகங்களை இவ்வரிசையில் நிறுத்தலாம். வணிக நோக்கத்திற்கு அப்பாற்பட்ட ஒரு பிரதி கடுமையான பரிசீலனைகளுக்குப் பின்னரே அச்சைத் தொடுகிறது. இம்மொழித் தேர்வில் மொழிபெயர்ப்பாளர், பதிப்பகம், வாசகன் என்னும் முப்பரிமாணங்களுக்கு இடையேயான இயைபு போற்றப்படுவதால் மொழிபெயர்ப்பின் வெற்றி உறுதி செய்யப்படுகிறது. சாகித்ய அகாதமி, தேசிய நூற்பதிப்பு அறக்கட்டளை போன்ற நிறுவனங்கள் மொழிபெயர்ப்பையே முழுமூச்சாகக் கொள்பவை. இந்நாட்டின் அரசியல் கொள்கை, ஒருமைப்பாடு, மொழி மேம்பாடு, மொழிப் பாதுகாப்பு, சமூகப்பண்பாட்டு வளர்ச்சி ஆகியவை சார்ந்த தேசிய நலன்கள் இவ்விரு நிறுவனங்களின் பிரதித் தேர்வில் முக்கிய இடம்பெறுகின்றன.

மொழிபெயர்ப்பில் அன்றும் இன்றும் உரக்கப் பேசப்படுகின்ற ஒரு உட்கூறு மொழிபெயர்ப்பாளர்க்கு இருக்கவேண்டிய இருமொழித் திறன். மொழிபெயர்ப்புச் சூழலில் வெளிப்படும் இவ்விருமொழித் திறன் சாதாரணப் பேச்சுச் சூழலிலிருந்து வித்தியாசமானது. பொதுவாக, ஓர் இரண்டாம் மொழியைப் பேச்சுச் சூழலில் பயன்படுத்துவதும், அதே மொழியை இலக்குமொழியாக மொழிபெயர்ப்புச் சூழலில் பயன்படுத்துவதும் சற்று வேறு வேறு முயற்சிகள். இலக்குமொழியைப் பேசுவதற்கான இயல்பான முயற்சியைக் காட்டிலும் மூலமொழிக் கருத்துகளை இணைவு தவறாமல் அம்மொழியில் பெயர்ப்பது கடினமானது. மொழிபெயர்ப்பிற்கான மூலமொழியின் வற்புறுத்தல்களை இலக்குமொழி எல்லா நிலைகளிலும் அடிபிசகாமல்

ஏற்றுக்கொள்ள வேண்டும். இவ்வாறு ஏற்றுக்கொண்டால் மட்டுமே மொழிபெயர்ப்பு சிறப்பாக அமைய முடியும்.

மூலமொழி தாய்மொழியாக இருந்தாலும் மொழிபெயர்ப்பில் மூலமொழிக்கு இணையான நிகரிணைவுகளை இலக்குமொழியில் காண மூலமொழி ஒரு விதமான பகுப்பாய்வுக்கு உட்படுத்தப் படுகிறது. இப்பகுப்பாய்விலேயே மூலமொழி – இலக்குமொழி ஒப்புமை நிகழ்கிறது. இது மொழிபெயர்ப்பிற்கான முதல் படிநிலை. மூலமொழியில் புலப்படுத்தப்படும் கருத்து தெளிவாக உள்ளதா, பிரதியில் பிரச்சினை மையம் கொள்ளும் பகுதி எங்கே, மூலமொழிச் சொற்களுக்கு இணையான அகராதிப் பொருள் பொருத்தமாக உள்ளதா, மூலமொழியின் சொல்வரிசையும் அது உணர்த்தும் பொருளும் இணையாக உள்ளனவா என்பன போன்ற வினாக்கள் மூலமொழியிலேயே ஒருவகைப் பகுப்பாய்வுக் கட்டத்தைக் கடந்து இலக்குமொழி அமைப்போடு கூடிய ஒப்புமையை வற்புறுத்துகின்றன.

இந்நிலையில் பொதுவான இலக்குமொழித் திறனுக்கு அப்பால் அம்மொழியிலும் மூலமொழி அமைப்பு வற்புறுத்தும் ஒருவகைப் பகுப்பாய்வு வற்புறுத்தப்படுகிறது. மொழிபெயர்ப்பில் உன்னதம் காண இவ்விருமொழிப் பகுப்பாய்வுத்திறன் முன் நிபந்தனை. மொழிபெயர்ப்பாளர்க்கு இவ்விரு மொழிகளிலும் இருக்கவேண்டிய நிகர் திறன் *(equal competence)* பெரும்பாலும் புனைந்துரையே. மொழியியலில் இருமொழியம், இருமொழியாளர் என்பவையெல்லாம் இப்புனைந்துரைக்கு அப்பாற்பட்டதல்ல. இருமொழிகளிலும் நிகர் திறன் பெறும் மொழிபெயர்ப்பாளர் மிகவும் அரிது. இருப்பினும், சாதாரண ஒரு பேச்சுச் சூழலில் ஓர் அயல்மொழியில் போதிய திறன் இல்லாமலிருந்தாலும் தான் கருதுவதை எப்படியெப்படியெல்லாமோ முயன்று உணர்த்திவிடும் ஒரு சாமானிய இருமொழியாளனைப்போல் மொழிபெயர்ப்பாளனும் இலக்குமொழியில் மூலமொழிப் படைப்பின் பொருத்தப்பாட்டை உணர்த்திவிடுகிறான். மொழிபெயர்ப்பில் மேற்கொள்ளும் இம்முயற்சி இருமொழிகளின் வாக்கிய அமைப்பு, சொல்தேர்வு போன்றவற்றில் தனித் தேர்ச்சிக்கு வாய்ப்பளித்துச் சுய படைப்பாக்கத் திறனை மேம்படுத்துகிறது. படைப்பிற்கான புதிய பொருண்மைத் தேடல்களும் இதற்கு விதிவிலக்கல்ல. முருகேச பாண்டியன் இக்கருத்தை,

> "மொழிபெயர்ப்பு என்பது ஒருவகையில் புதிய படைப்பை எழுதுவது போன்றது. எனவே மொழிபெயர்ப்பின் மூலம் மொழிப் பயன்பாட்டில் அதிகப் பட்ச சாத்தியங்களைக் கண்டறியும் படைப்பாளி, சுயமான படைப்பாக்கத்தில் உச்சநிலையை அடைகிறான். ஒரே மாதிரியான போக்கினை

மாற்றியமைக்கவும் புதிய தளங்களைக் கண்டறிந்திடவும் மொழிபெயர்ப்பு கிரியா ஊக்கியாகச் செயல்படுகிறது" (இதழ் 51, ஜனவரி - பிப்ரவரி 2004) எனக் குறிப்பிடுவார்.

தமிழில் பெரும்பாலான மொழிபெயர்ப்புகளின் மூலமொழி ஆங்கிலமே. பிரஞ்சு, ஜெர்மன், உருசியன் போன்ற அயல்மொழி நூற்களும், இந்திய மொழிகளில் எழுதப்பட்ட பெரும்பாலான நூற்களும் ஆங்கிலம் வழியே தமிழுக்கு வந்து சேருகின்றன. மூலமொழி, அது பிரஞ்சு மொழியாக இருந்தாலும், உருசிய மொழியாக இருந்தாலும், சீனம், மலாய் போன்ற மொழிகளாக இருந்தாலும் அம்மொழிகளிலிருந்தே நேரடியாக மொழிபெயர்க்கும் முயற்சி பெருக வேண்டும். ஆங்கிலம் தவிர்த்த பிற இந்தியமொழிகளில் மட்டுமன்றி இந்தோ – ஐரோப்பிய மொழிகளிலுமாக நிகரிணைவுகளை எளிதாக வசப்படுத்தி மொழிபெயர்ப்பில் கூடுதல் நிகர் திறன் பெற்ற மொழிபெயர்ப்பாளர் எண்ணிக்கை உயரவேண்டும். தமிழில் இத்தகைய முயற்சிகள் மிகவும் குறைவு. இருப்பினும், இம்மொழிகள் பேசப்படும் அயல்நாடுகளில் குடிபெயர்ந்து பல தலைமுறைகளாக வாழும் வாய்ப்பைப் பல தமிழர்கள் இன்று பெற்றுள்ளனர். இவர்களோ இங்கெல்லாம் வாழும் தமிழ் எழுத்தாளர்களோ இவ்வாய்ப்பைச் சரியாகப் பயன்படுத்திக்கொள்ளவில்லை. கண்ணனின் குறிப்பு இங்கு பொருந்தும்.

"தமிழர்களும் தமிழ் எழுத்தாளர்களும் இன்று உலகெங்கும் பல்வேறு மொழிப் பண்பாடுகளில் வாழும் வாய்ப்பைப் பெற்றுள்ளனர். இவர்கள் வழி உலக இலக்கியத்தின் செழுமையான பகுதி தமிழுக்கு வருவதற்கான சாத்தியம் உள்ளது. இந்தச் சாத்தியப்பாடு செயல்பாடாக மாறித் தமிழ் மேலும் வளம் பெறவேண்டும். முந்தைய தலைமுறையில் த.நா. குமாரசாமி, சரஸ்வதி ராம்நாத், தி.சு. சதாசிவம், ஜி. கிருஷ்ணமூர்த்தி, சுந்தர ராமசாமி, வெ. ஸ்ரீராம் போன்ற பலர் பிற மொழி இலக்கியங்களை நேரடியாகத் தமிழுக்குத் தந்துள்ளனர். இப்பணியை இத்தலைமுறையில் தொடர்பவர்களில் பாவண்ணன் முதன்மையானவர். இப்பாதையில் நாம் நடைபோட வேண்டிய தூரம் மிக அதிகம். புலம் பெயர்ந்து வாழும் தமிழர்கள் மூலம் சீன, மலாய், ஐரோப்பிய இலக்கியங்களைத் தமிழுக்கு நேரடியாக மொழிபெயர்க்கக் கூடிய காலம் விரைவில் வரும் என்று நம்புவோம். பாரதியை மேற்கோள்காட்டிப் புலம்பும் காலம் ஒரு முடிவுக்கு வரவேண்டியது மிக அவசியம்" (இதழ் 63. மார்ச் 2005).

மொழிபெயர்ப்பாளன் இத்தகைய பிரச்சினைகளின்போது தான் அனுபவித்த வேதனையைச் சக மொழிபெயர்ப்பாளரோடு பகிர்ந்துகொள்ள வேண்டும். இப்பகிர்மானம் தேர்வு செய்துகொண்ட பிரதியின் தகுதி, வகைமை, சமகால மொழியாட்சி, சமூகப் பண்பாட்டுச் சிக்கல்கள் ஆகியவை பற்றிய கருத்து விளக்கமாக இருக்க வேண்டும். ஹோமரை மொழிபெயர்த்த தன் அனுபவத்தை 1861இல் மாத்யூ ஆர்னால்டு ஒரு கட்டுரையாக வெளியிட்டார். மொழிபெயர்ப்பாளரின் இத்தகைய அனுபவங்கள் மொழிபெயர்ப்பிற்கான பிரதித் தேர்வில் முக்கியப் பங்கு வகிப்பது குறிப்பிடத்தக்கது.

எல்லாவற்றுக்கும் மேலாக, மேலே குறிப்பிட்டவாறு இச்சவால்களும் சிக்கல்களுமே மொழிபெயர்ப்பியல் கோட்பாட்டு உருவாக்கத்திற்கான ஆய்வுத் தரவுகளாகத் தளம் அமைக்கின்றன. விவிலியத்தை மொழிபெயர்த்தபோது ஏற்பட்ட மொழிப் பிரச்சினைகள் நைடாவுக்கு மொழிபெயர்ப்பியல் என்னும் விஞ் ஞானப் படிப்பைக் கட்டமைக்க உதவின. ஐம்பதுகளில் இவர் எழுதிய கட்டுரைகளும், 1960இல் வெளிவந்த *Message and Mission* என்ற நூலும் மொழிபெயர்ப்பில் மொழிச் சிக்கல்களை உரக்கப் பேசின. 1957இல் நோம் சோம்ஸ்கி முதன்முதலாக மொழியின் புதைநிலை அமைப்புகளைப் பற்றிப் பேசுவதற்கு முன்னரே மொழிபெயர்ப்பில் இவற்றின் முக்கியத்துவத்தை நைடா பல கட்டுரைகளில் வெளிப்படுத்தியிருந்தார். 'மொழிபெயர்ப்பியல் என்னும் விஞ்ஞானத்தை நோக்கி' என்னும் இவர் எழுதிய கட்டுரையொன்று விவிலிய மொழிபெயர்ப்பு அளவுக்குப் புகழும் முக்கியத்துவமும் பெற்றது.

> "மொழிபெயர்ப்பு என்பது வெறும் அறிவுத்தளம் சார்ந்த பயிற்சி மட்டுமே அல்ல. அது ஒரு சவால் என்பேன். மூலப் படைப்பை வாசிக்கும்போது உண்டாகும் உணர்வுக்கு நெருக்கமான உணர்வு மொழிபெயர்ப்பில் கிடைக்கும்போது தான் மொழிபெயர்ப்புப் பணி நிறைவடைய முடியும். அதற்கு மொழியார்வம், தேர்ச்சி, மொழிபெயர்ப்புத்திறன், படைப்பாற்றல், கடின உழைப்பு, அர்ப்பணிப்பு உணர்வு ஆகிய அனைத்தும் தேவை"

என்னும் அமரந்தாவின் (இதழ் 45, ஜனவரி – பிப்ரவரி 2003) வரிகள் என்றென்றும் கருதத்தக்கவை.

●

மூலமொழி அமைப்பில் இலக்குமொழி அமைப்பிற்கு இணையான அல்லது நிகரான மொழியமைப்புகளைக் காண்பது மொழிபெயர்ப்பின் முதலாவது படிநிலை. மூலமொழி தாய்மொழியாக இருந்தாலும் மொழிபெயர்ப்பில் மூலமொழிக்கு

இணையான நிகரிணைவுகளை இலக்குமொழியில் காண மூலமொழி ஒரு விதமான பகுப்பாய்வுக்கு உட்படுத்தப்படுகிறது. தீவிரமான மூலமொழிப் பகுப்பாய்வுக்குப் பின்னர் கண்டடையும் இவ்விடைநிலை மொழியமைப்புகளை நிகரிணைவுகள் *(equivalences)* என்கிறோம். சொற்களுக்கு இடையேயும் சொற்சேர்க்கைகைகளுக்கு இடையேயும் காணும் அர்த்தமுள்ள இலக்கண மற்றும் பொருண்மை உறவுகளைக் கண்டறிதல் இப்பகுப்பாய்வில் முதன்மை பெறுகிறது. இங்கே மொழிபெயர்ப்பிற்கான ஒட்டுமொத்த சிந்தனையும் உருவாகிறது. மொழிப்பகுப்பாய்வைப் பிரதி உணர்த்தும் பொருண்மையோடு தொடர்புபடுத்துவது இச்சிந்தனை. இங்கு தான் மொழிப் பகுப்பாய்வை மேற்கொள்ளும் மொழியியலாளனும் மொழிபெயர்ப்பை மேற்கொள்ளும் மொழிபெயர்ப்பாளனும் வேறுபட்டு நிற்கின்றனர். இவ்விருவரின் முயற்சியும் வேறுவேறு என்பதோடு பகுப்பாய்வின் இறுதி உற்பத்திப்பொருளும் ஒன்றல்ல.

ஒரு மொழிபெயர்ப்பாளருக்கு இவ்விணைவுகளோடு இலக்குமொழிக்குள்ள ஒற்றுமை வேற்றுமைகளைப் பற்றிய முழுமையான அறிவு இருத்தல் வேண்டும். இப் படிநிலையிலிருந்து மூலமொழி நிகரிணைவுகளை இலக்குமொழிக்கு மாற்றும் முயற்சி இரண்டாவது படிநிலை. மொழிபெயர்ப்பு என்பது அடிப்படையில் மூலமொழியின் நிகரிணைவுகளை இலக்குமொழியில் தேடல் என்னும் இருமொழி ஒப்புமை சார்ந்த நடவடிக்கை என்பர் மொழிபெயர்ப்பியலாளர். குறிப்பாக நைடா, மூலப்படைப்பின் பொருளுக்கு மிக நெருங்கிய இயல்பான நிகரிணைவை இலக்குமொழியில் தருவது சிறந்த மொழிபெயர்ப்பு என்பார். இம்மொழி ஒப்புமை வரலாற்று நோக்கில் ஒப்பிலக்கணம் *(Comparative Grammar)* என்றும், விளக்க மொழியியல் நோக்கில் உறழ்வு இலக்கணம் *(Contrastive Grammar)* என்றும் அறியப்படுகிறது. இவ்விருமொழி ஒப்புமை மொழிபெயர்ப்பின் அடிப்படை அணுகுமுறை. மொழிபெயர்ப்பியலில் மொழிபெயர்ப்பு இவ்வடிப்படையிலே பேசப்படுகிறது.

மூலமொழி– இலக்குமொழிகளுக்கிடையே காணும் ஒற்றுமை, வேற்றுமைகள் முறையே மொழிபெயர்ப்பில் எளிமையையும் கடினத்தையும் தீர்மானிக்கின்றன. இவ்விருமொழி ஒப்புமையை மையமாகக் கொண்டு மொழிபெயர்ப்பாளர்க்கு உதவும் வகையில் நூல்கள் எழுதப்பட்டதாகவும் அறிகிறோம். மோரிஸ் சல்காஃப், பிரஞ்சு– ஆங்கிலம் இருமொழி ஒப்புமையை மொழிபெயர்ப்பிற்கு உதவும்வகையில் மேற்கொள்கிறார். மொழிபெயர்ப்பியலைக் கற்பிப்பதற்கும், பிரஞ்சு மொழியிலிருந்து ஆங்கிலத்தில் மொழிபெயர்ப் பதற்கும் இந்நூல் பயன்படுகிறது. மொழிபெயர்ப்பாளரை

நுகர்வோராகக் கருதும் இவ் உறழ்வு இலக்கணம் சிறந்த பிரஞ்சு – ஆங்கில மொழிபெயர்ப்புக் கையேடாக இன்று விளங்குகிறது*.

ஆக, முன்னரே குறிப்பிட்டவாறு மூலமொழிப் பகுப் பாய்விலேயே மூலமொழி – இலக்குமொழி ஒப்புமை நிகழ்கிறது. சொல் தேர்வில் ஆரம்பமாகும் இப்பயணத்தின்போது எடுத்துவைக்கும் ஒவ்வொரு அடியும் மிகுந்த கவனத்திற்குரியது. அரவிந்தனின் துல்லியமான வாசகங்கள் கீழே தரப்பட்டுள்ளன:

> "படைப்பாளி சொல் தேர்வில் கவனமாக இருப்பதால், அச்சொல்லை மொழிபெயர்ப்பவரும் மிகவும் கவனமாக இருக்கவேண்டும். படைப்பாளி ஒரு குறிப்பிட்ட சொல்லை எதற்காகப் பயன்படுத்தியிருக்கிறார், கதைப்போக்கில் அந்தச் சொல் பெறும் பொருளில் ஏற்படும் மாறுதல் என்ன என்பதையெல்லாம் ஆராயவேண்டும். மூலமொழியின் ஒவ்வொரு சொல்லையும் படைப்பின் ஒட்டுமொத்தப் பின்புலத்தில் வைத்துப் பார்த்தபிறகே இலக்குமொழியில் அதற்கான இணைச்சொல்லை நாம் தேட முடியும். இத்தகைய ஆராய்ச்சிக்கு மொழியறிவு, மொழிசார் பண்பாடு குறித்த அடிப்படை அறிவு, படைப்பாளி கட்டியெழுப்பும் படைப்புலகம் சார்ந்த நுண்ணுணர்வு எனப் பல கூறுகளை நாம் வளர்த்துக்கொள்ள வேண்டியிருக்கிறது" (இதழ் 86, பிப்ரவரி 2007).

மூலமொழி நிகரிணைவுக்கு நிகராக இலக்குமொழி யமைப்பைச் செம்மைப்படுத்துவது மொழிபெயர்ப்பின் அடுத்த படிநிலை. மூலமொழியின் நடையழகையும், உணர்வுப் பெருக்கத்தையும் பண்பாட்டுக் கூறுகளையும் எவ்விதச் சிதைவுமின்றி இலக்குமொழியில் புலப்படுத்தும் சவாலை மொழிபெயர்ப்பாளன் இங்கு மேற்கொள்கிறான்.

மொழிபெயர்ப்பியலில் மூலமொழி, இலக்குமொழிகளுக்குரிய விவரணக் கோட்பாடுகளாக அமைப்பியல் கோட்பாட்டையும் ஆக்க மாற்றிலக்கணக் கோட்பாட்டையும் குறிப்பிடுவர். மொழியின் மேநிலைக் கட்டமைப்பை விளக்குவதில் அமைப்பியல் கோட்பாடு வலிமை பொருந்தியதாகக் கருதப்பட்டாலும் அவற்றின் புதைநிலை அமைப்பை விளக்குவதில் ஆக்க மாற்றிலக்கணம் ஆற்றல் மிக்கது. மூலமொழியின் புதைநிலை அமைப்பில் படிந்துகிடக்கும் பொருண்மைப்படிவுகள் மனித மொழியை உள்வாங்கி அர்த்தப்படுத்திக்கொண்ட முறையை

---

* *Morris Salkoff (1999) French-English Grammar: A Contrastive Grammaron Translational Principles. The Netherlands: John Benjamin Publishing Company.*

மொழிபெயர்ப்பியலாளனுக்கு எளிதாக உணர்த்தக்கூடியவை. இவற்றுடன் கலந்துகிடக்கும் மனித உணர்வுகளிலிருந்தும் பண்பாட்டுக் கூறுகளிலிருந்தும் மொழியமைப்பை அன்னப் பறவையைப்போல சலித்து எடுக்க முடிகிறது. அத்துடன் இவையெல்லாம் ஒருங்கிணைந்த மூலமொழி இலாவகமாகக் கையாள மொழிபெயர்ப்பாளனுக்குக் கிடைத்துவிடுகிறது. ஒவ்வொரு நடைமுறை மொழிபெயர்ப்பாளனும் மூலமொழியில் முக்குளித்து முத்தெடுப்பது இம்முறையில்தான்.

மொழிபெயர்ப்பு இரு மொழியமைப்பு சார்ந்த நடவடிக்கை மாத்திரமன்று; இரு சமூகங்களின் பண்பாடு சார்ந்த நடவடிக்கையும் கூட. மொழிபெயர்ப்பு இவை இரண்டையும் ஒன்றாகக் கருதுகிறது. இவற்றுள் ஒன்றிலிருந்து மற்றொன்றைப் பிரித்துக் கையாள முடியாது. பண்பாடு, மொழிக்குள் புதையுண்டுக் கிடப்பது. கடந்த முப்பது, நாற்பது வருடங்களாக மொழிபெயர்ப்பில் பண்பாடு முக்கியத்துவம் பெற்று வந்துள்ளது. இன்று மொழிபெயர்ப்பின் அடிப்படை அலகு சொல்லோ சொற்றொடரோ வாக்கியமோ அன்று. மொழியும் பண்பாட்டுக்கூறுகளுமாக விரவிக் கிடக்கும் பிரதி மொழிபெயர்ப்பு நடவடிக்கையின் அடிப்படை அலகாகக் கருதப்படுகிறது.

மொழிபெயர்ப்பில் இப்பண்பாட்டுக் கூறுகளை சுதேசிமய மாக்கம் (Domestication) அந்நியமயமாக்கம் (Foreignisation) என்னும் இரண்டு கோணங்களில் அணுகலாம் என்கிறார் லாரன்ஸ் வெனுதி. சுதேசிமயமாக்கம், மூலமொழிப் படைப்பு உணர்த்தும் பண்பாட்டு வடிவத்தை இலக்குமொழிக்கு இணையான பண்பாட்டு வடிவத்தால் இடம்பெயர்ப்பது. இது தாய்நிலப் பண்போடு கூடிய மொழிபெயர்ப்பு. விவிலிய மொழிபெயர்ப்பில் நைடா அதிகமாக சுதேசிமயமாக்கத்தைப் பின்பற்றுபவர் என்பர். இரண்டாவது அணுகுமுறை, மூலமொழி படைப்பு உணர்த்தும் பண்பாட்டை அப்படியே அந்நியப் பண்பாடாக இலக்குமொழியில் ஏற்றுக்கொள்வது. இம்மொழிபெயர்ப்பில் கூடியமட்டும் மூலமொழிப் பண்பாட்டுக் கூறுகளை அப்படியே மொழிபெயர்க்கும் முயற்சி மேற்கொள்ளப்படுகிறது.

அந்நியமயமாக்கத்தின் சார்பாளரான வெனுதி, சுதேசிமய மாக்கம் மூலப்படைப்பின்மீது செலுத்தும் ஒருவிதமான வன்முறை எனக் குறிப்பிடுவார். இது மூலமொழிப்படைப்பின் பண்பாட்டுக் கூறுகளை இலக்குமொழிப் பண்பாட்டுத் தகவு களை மையமாகக்கொண்டு மேற்கொள்வதாகும் என்பது வெனுதியின் கருத்து. இவ்விரு அணுகுமுறைகளையும் கடந்து மொழிபெயர்க்கக் கடினமாக இருக்கும் மூலமொழிப் பண்பாட்டுக் கூறுகளை மொழிபெயர்க்காமலேயே விட்டுச் செல்வதும்,

எப்படியாவது மொழிபெயர்த்துவிட வேண்டும் என்னும் உறுதிப்பாட்டில் வாசகனைக் குழப்பும் மொழிபெயர்ப்பைத் தருவதும் இப்பண்பாட்டு மொழிபெயர்ப்புக்கு விதிவிலக்குகளல்ல.

இவ்விரு நிலைப்பாடுகளையும் தாண்டி மொழிபெயர்ப்பு என்பதே ஒரு கலாச்சார நடவடிக்கை என்னும் கொள்கை உடைய மொழிபெயர்ப்பாளர் பலர். ஆற்றூர் ரவிவர்மா,

> "மொழிபெயர்ப்பில் வேற்றுக் கலாச்சாரத்தின் மேல் உள்ள கவர்ச்சியே நம்மை ஈர்க்கிறது. என் கலாச்சாரத்துடனான ஒற்றுமையும் வேற்றுமையும் இந்தக் கவர்ச்சியில் இருக்கிறது. இன்னொரு தேசத்தில் கால்வைக்கும்போது ஏற்படும் வேற்றுமை உணர்வு அளிக்கும் சந்தோஷமும் இருக்கிறது. ஒரு கலாச்சாரத்தை மொழிபெயர்ப்பதுதான் என் நோக்கம்." *(நேர்காணல் தமிழில்: நிர்மால்யா, எம்.எஸ். இதழ் 22, ஜூலை – செப்டம்பர் 1998)*

என்று கூறும்போது சுதேசிமயமாக்கம், அந்நியமயமாக்கம் என வரையறுக்கப்படும் எல்லைகள் தகர்ந்துபோகின்றன.

மொழிபெயர்ப்பு என்பது மறு உற்பத்தியாக்கம். மூலமொழி படைப்பு உணர்த்தும் பொருளைச் சிதைவின்றி மற்றொரு மொழிக்கு மாற்றும் படிமுறையில் மூலப்படைப்பாளியின் நடை முதலிடம் பெறுகிறது. மூலப்படைப்பாளியோடு மிக இணக்கமாக மொழிபெயர்ப்பாளன் கைகோக்க வேண்டிய இடம் இது. இங்கு மொழிபெயர்ப்பாளன் பெறும் வெற்றியே வாசகனின் இறுதி மதிப்பீட்டிற்கு உள்ளாகிறது.

மொழிபெயர்ப்பு மொழியின் நடையைப் பற்றி இத்தொகுப்பில் அதிகமாகச் சிந்திக்கிறவர் அரவிந்தன் என்று குறிப்பிடலாம். மொழிபெயர்ப்பில் மூலப்படைப்பாளியும் மொழிபெயர்ப்பாளனும் மொழிநடைத் தொடர்பாகத் தம்முள் போட்டுக்கொள்ள வேண்டிய ஒப்பந்தம் இன்றியமையாதது என்று அவர் கருதுகிறார்.

> "மூலப் படைப்பின் மொழிநடை சிக்கலானதாக இருந்தால் அந்தச் சிக்கல் மொழிபெயர்ப்பிலும் பிரதிபலிக்கவேண்டும். ஷேக்ஸ்பியருக்கும் ஜேம்ஸ் ஜாய்ஸுக்கும் சாமர்செட் மாமுக்கும் உள்ள வித்தியாசம் மொழிபெயர்ப்பில் தெரியவில்லை என்றால் அது மொழிபெயர்ப்பு அல்ல. வேறு ஏதோ ஒன்று. புதுமைப்பித்தன், மௌனி, அசோகமித்திரன், கோணங்கி ஆகியோரை ஆங்கிலத்தில் மொழிபெயர்க்கும்போது இவர்கள் நால்வருக்கும் இடையே இருக்கும் வித்தியாசங்கள் – அவர்கள் மொழிநடைகளின் குறைநிறைகளோடு – ஆங்கிலத்திலும் பிரதிபலித்தால்தான் அது நல்ல மொழிபெயர்ப்பு. புதுமைப்பித்தனின் பாய்ச்சல் நடையும், கோணங்கியின் படிம மொழியும், மௌனியின்

இறுக்கமும். அசோகமித்திரன் நடையின் எளிமைக்குப் பின் மறைந்திருக்கும் கனமும் மொழிபெயர்ப்பில் பிரதிபலிக்கவில்லை என்றால் மொழிபெயர்ப்பாளர் தன் பணியை ஒழுங்காகச் செய்யவில்லை என்றே பொருள். மூலத்தில் திருகலான வாக்கியங்களோ கவித்துவமான வாக்கியங்களோ கரடுமுரடான வாக்கியங்களோ இருந்தால் மூல ஆசிரியரின் படைப்பாளுமையையும் அவரது மொழியின் தன்மையையும் பிரதிபலிக்கும் வகையில் மொழிபெயர்ப்பிலும் அவை இருக்கவேண்டும். மூலத்தில் விசித்திரமான பிரயோகங்கள் இருந்தால் இலக்கு மொழியிலும் அவை பிரதிபலிக்க வேண்டும் "(இதழ் 108, டிசம்பர் 2008)."

குப்புசாமியும் இந்நிலைப்பாட்டை உடையவர்.

"சல்மான் ருஷ்டியின் நடை, அருந்ததிராயின் நடையிலிருந்து வேறுபட்டது. இருவரின் கதைகளையும் ஒரே விதமாக எளிமையான தமிழ் நடையில் மொழிபெயர்த்தால் அது அந்தப் படைப்பாளிகளுக்கும் வாசகர்களுக்கும் மொழிபெயர்ப்பாளன் செய்யும் மாபெரும் துரோகம்.

Jose Saramago என்றொரு போர்ச்சுக்கீசிய எழுத்தாளர் இருக்கிறார். 1998ஆம் வருடம் நோபல் பரிசு பெற்றவர். நிறுத்தக் குறிகளில் இவருக்கு நம்பிக்கை கிடையாது. அபாரமான மொழி நடையில் எழுதப்படும் இவரது நாவல்கள் ஆங்கிலத்தில் மொழிபெயர்க்கப்படும்போதும், போர்ச்சுக்கீசிய மொழியில் கையாளப்பட்ட சிக்கலான அமைப்பிலேயே அதே தொனியில் மொழியாக்கம் செய்யப்படுகின்றன. அதேபோன்ற திறமையோடு மிகக் கடினமாக உழைத்து அவரது குறுநாவல் ஒன்றை 'அறியப்படாத தீவின் கதை' என்ற தலைப்பில் தமிழில் ஆனந்த் அற்புதமாக மொழிபெயர்த்திருக்கிறார்"

என்னும் குப்புசாமியின் (இதழ் 109, ஜனவரி 2009) வரிகள் அரவிந்தனின் கருத்துக்கு வலு சேர்க்கின்றன.

மூலப் படைப்பாளியின் மொழி இலக்குமொழியில் மொழிபெயர்ப்பாளனின் மொழியாகப் பிரதிபலிக்க வேண்டிய கட்டாயத்தை அரவிந்தனும் குப்புசாமியும் வலியுறுத்துகின்றனர். அதேவேளையில் மொழிபெயர்ப்பாளன் மூலமொழிக்கும் இலக்குமொழிக்கும் அப்பால் நின்று அவ்விரண்டின் வாசத்தை முகர்ந்துகொண்டே மூலப் படைப்பாளியை விசுவாசத்தோடு அணுகி மொழிபெயர்ப்பை மேம்படுத்தும்போது மொழிபெயர்ப்பாளன் உயர்ந்து நிற்கிறான். மூலப் படைப்பாளியின் உன்னதத்தைத்

தன் மொழியாளுமையால் உயர்த்திப் பிடிப்பதில்தான் மொழிபெயர்ப்பின் உன்னதம் கருக்கொள்கிறது.

> "மூலப் படைப்புகளின் பாத்திரங்களின் உள்நோக்கிய பார்வகளுக்குள் மொழிபெயர்ப்பாளனின் மொழி ஊன்றிக்கொள்ள வேண்டியிருக்கிறது. மூலப் படைப்பைப் போலவே ஒவ்வொரு வரிகளுக்கிடையிலும் தனது கூர்மையையும் எடையையும் மாற்றிக்கொண்டேயிருக்கும் உணர்ச்சிகளுக்கேற்றவாறு அம்மொழியும் உருமாற வேண்டும். இலக்கியப் பிரதி தனது மேற்பரப்புப் பிரதியுடன் உட்பிரதி *(subtext)* ஒன்றையும் உட்கொண்டிருக்கிறது. மொழிபெயர்க்கையில் இந்த உட்பிரதியைக் கொண்டு வருவதுதான் சவால். ஓர் அந்நியப் படைப்பைத் தமிழ்நாட்டில் நடப்பதைப்போல நான் *Tamilize* செய்தால் அது யோக்கியமான மொழிபெயர்ப்பல்ல. அதேபோல் மொழிபெயர்ப்பாளன் என்பவன் பொழிப்புரையாளன் அல்ல என்பதையும் ஞாபகத்தில் கொள்ள வேண்டும்" ***(இதழ் 109, ஜனவரி 2009)***

என்னும் குப்புசாமியின் கருத்தில் மொழிபெயர்ப்பு மொழி மூலமொழியின் இலக்குமொழி பெயர்ப்பு மாத்திரம் அல்ல, அது இன்னும் ஒரு படி மேலே என்பதையும் மனங்கொள்ள வேண்டும்.

மொழிபெயர்ப்புமொழியின் இத்தனித்துவத்தை அடையாளப் படுத்துவதில் அதன் நடை முக்கியப் பங்கு வகிக்கிறது. பெரும்பாலும் மூலப் பிரதி கையாளும் மொழி வெளியீட்டு வடிவம் மொழிபெயர்ப்பு மொழியின் நடைப்பாங்கைத் தீர்மானிக்கிறது. மொழிபெயர்ப்பாளர் இவ்வடிவத்திற்குக் கூருணர்வு உடையவராக இருத்தல் வேண்டும்.

●

மொத்தத்தில் மொழிபெயர்ப்பாளர், மொழிபெயர்ப்பு, மொழிபெயர்ப்பு அனுபவம் எனத் தொகுத்து நோக்கும்போது கீழே கொடுக்கப்பட்டுள்ள டிம் பார்க்ஸின் ஒவ்வொரு வரியும் ஆழமாகக் கருதத்தக்கவை.

> "ஒரு மொழிபெயர்ப்பாளர் உண்மையில் என்ன செய்திருக்கிறார் என்பது எப்போதுமே நமக்குத் தெரியப் போவதில்லை. வெறிமிகுந்த கவனத்துடன், கலாச்சாரத் தொடர்புகளையும் மனதில் இருத்தி, தான் மொழிபெயர்க்க எடுத்துக்கொண்டுள்ள நூலின் பின்புலமாயுள்ள அனைத்துப் புத்தகங்களைப் பற்றிய விழிப்புணர்வுடனும் அந்த நூலை அவர் வாசிக்கிறார். பின்பு சாத்தியமே அற்ற இந்தச்

சிக்கலான விஷயத்தைத் தனது மொழியில் மாற்றி எழுத முனைகிறார். அனைத்தையும் மாற்றி மூலப் படைப்பனுபவத்திற்கு மிக நிகராகத் தனது பிரதியைக் கொண்டுவர முனைகிறார். ஒவ்வொரு வாக்கியத்திலும் அதன்மேல் கொண்டிருக்கும் விசுவாசமான மதிப்பு மிக வளமான கற்பனை ஆற்றலுடன் இணைந்திருக்க வேண்டும். பைசா நகரக் கோபுரத்தை மன்ஹாட்டன் உள்நகர் பகுதிக்கு மாற்றிவிட்டு, அது சரியான இடத்தில்தான் இருக்கிறது என்று எல்லோரையும் ஏற்றுக்கொள்ள வைப்பதுதான் இந்தச் சவால் மிகு பணியின் அளவுகோல். என்னுடைய சொந்தப் புதினங்களை எழுதுவதற்கு எனக்குப் பெரும் பிரயத்தனமும் அமைப்பாக்கமும் கற்பனையும் வேண்டியிருக்கின்றன. ஆனால் வாக்கியத்திற்கு வாக்கியம் மொழிபெயர்ப்பு செய்யும் பணி, அறிவு ரீதியாக, அதைவிடவும் அதிகமான உழைப்பைக் கோருகிறது. இன்னொரு எழுத்தாளர் எவ்வாறு தன்னுடைய படைப்பை ஒருங்கிணைக்கிறார் என்று பார்க்கும் செய்முறை அனுபவம் இந்தப் பணியின் மதிப்புமிக்க ஒரு பக்கம். இது படைப்பு எழுத்துப் பயிற்சி வகுப்புக்கு ஒரு ஆண்டு சென்று வருவதற்கு நிகரானது. மொழிபெயர்ப்புப் பணியில் ஈடுபடும் அளவிற்குத் தாழ்ந்து போக இன்று அரிதாகவே எழுத்தாளர்கள் அகப்படுகிறார்கள் என்பது பெரும் இழப்பு" *(தமிழில்: எத்திராஜ் அகிலன், 175, ஜூலை 2014).*

ஒரு மொழிபெயர்ப்பு எப்படி உருவாகிறது, மூலப் படைப்பாளிக்கும் மொழிபெயர்ப்பாளனுக்கும் இடையே நிகழும் ஊடாட்டம் எப்படி அமைந்தால் மொழிபெயர்ப்பு சிறக்கும், மொழிபெயர்ப்பு நடவடிக்கையில் மூலப்பிரதி தேர்வு, மொழிபெயர்ப்பு நடைமுறை ஒழுங்கு அமையும் பாங்கு எவ்வாறு என்பதையெல்லாம் இரு நேர்காணல்களில் முத்துலிங்கம் தெளிவுபடுத்துகிறார் *(150, ஜூன் 2012)*

ஓரான் பாமுக் என்னும் துருக்கிய நாவலாசிரியரின் படைப்பை எர்டாக் கோக்னர் ஆங்கிலத்தில் *My Name is Red* என்று மொழிபெயர்த்துள்ளார். இதனைத் தமிழில் ஜி. குப்புசாமி *என்பெயர் சிவப்பு* என்று மொழிபெயர்த்துள்ளார். மூலப் படைப்பாளி ஓரான் பாமுக்கோடும், மூலப் பிரதியின் நேரடி ஆங்கில மொழிபெயர்ப்பாளர் கோக்னரோடும், இவரது மொழிபெயர்ப்பைப் பிரதியாகக் கொண்டு தமிழில் மொழிபெயர்த்த குப்புசாமியோடும் ஒரு சுற்றுவட்டப் பாதையில் ஒரு மொழிபெயர்ப்பு உருவாகும் கதையை இரு நேர்காணல்களில் நேர்த்தியாகச் சித்திரிக்கிறார் முத்துலிங்கம்.

இச்சுற்றுவட்டப் பாதையில் சுற்றி முடியும் ஒரு நல்ல மொழிபெயர்ப்பு எதைப் போல என்பது முத்துலிங்கத்தின் வரிகளில்: ஒரு நல்ல மொழிபெயர்ப்பு

> ஒரு நல்ல மொழிபெயர்ப்பு என்பது கண்ணாடிக்கு முன் நின்று உருவத்தைப் பார்ப்பதுபோல என்று சொல்வார்கள். நீங்கள் பார்க்கும் பிம்பம்தான் மொழிபெயர்ப்பு. ஒரு நல்ல மொழிபெயர்ப்பில் மொழிபெயர்ப்பாளர் தெரியக் கூடாது. எழுத்தாளர்தான் தெரிய வேண்டும். உங்கள் பிம்பத்தைக் கண்ணாடியில் பார்க்கும்போது பிம்பம்தான் தெரியும்; கண்ணாடி தெரிவதில்லை. அப்படித்தான். இதனாலோ என்னவோ நாங்கள் கண்ணாடியைப் பார்க்காமல் விடுவதுபோல மொழிபெயர்ப்பாளரையும் பார்க்கத் தவறிவிடுகிறோம். இனிமேல் பிம்பத்தைப் பார்ப்போம். ரசிப்போம். அத்துடன் தவறாமல் கண்ணாடியையும் பார்ப்போம். ஏனென்றால் கண்ணாடிதான் மொழிபெயர்ப்பாளர். ***(50, ஜூன் 2012)***

●

மொழிபெயர்ப்புப் படைப்புகளை வெகுசன ஊடகத்தின் மையநீரோட்டத்திற்குக் கொண்டுவரும் முயற்சி தமிழில் இன்னும் முழு வெற்றி பெறவில்லை. காலச்சுவடு, வெளிவரத் தொடங்கிய காலத்திலிருந்தே இதற்கு விதிவிலக்காக இருந்து வந்திருக்கிறது. ஐரோப்பிய, இந்திய மொழிகளிலிருந்து கடந்த இருபது ஆண்டுகளில் ஏராளமான மொழிபெயர்ப்புப் படைப்புகளைக் காலச்சுவடு வெளியிட்டுள்ளது. இவற்றுடன் அவ்வப்போது மொழிபெயர்ப்பாளர் எதிர்கொள்ளும் மொழிபெயர்ப்புப் பிரச்சினைகளை விவாதிக்கும் தளமாகவும் இருந்து வந்திருக்கிறது.

Translation Review இதழாசிரியர் ரைனர் ஹூலே, மொழிபெயர்ப்பாளர்கள் தத்தம் மொழிபெயர்ப்புப் பிரச்சினைகளை ஒரு பொதுமேடையில் விவாதிப்பதின் மூலம் ஒருவருக்கொருவர் உதவ முடியும் என்பார். தமிழில் எழும் இப்பிரச்சினைகள் ஒரு மேடையைக் குவிமையமாகக் கொள்ளுமானால் மொழிபெயர்ப்பாக்கம் தொடர்பான அர்த்தமுள்ள கருத்தாடல் நிகழ நிறைய வாய்ப்பு ஏற்படும். இது போன்ற தொகுப்புகளோடு *Translation Review* போன்ற இதழ்களும் தமிழில் வெளிவர வேண்டும். இத்தொகுப்பு அத்தகைய முயற்சிகளுக்குத் தூண்டுகோலாக அமையுமானால் அதுவே காலச்சுவடு இதழின் இத்தொலைநோக்குச் சிந்தனைக்குக் கிடைத்த வெற்றி.

மொழி, இன, பண்பாட்டு வளர்ச்சியில் பிரக்ஞை உடைய ஒரு அச்சு ஊடகத்தின் சமூகப் பொறுப்பை இத்தொகுப்பிலுள்ள

கட்டுரைகளின் வழி 'காலச்சுவடு' இருபது ஆண்டுகளாகச் சிறப்பாக ஆற்றி வந்துள்ளது. மொழிபெயர்ப்பு குறித்த மேலான மதிப்பீடுகளும் அவ்வப்போது வெளிவந்துள்ளன. உணர்ச்சிபூர்வமான அர்த்தமற்ற அணுகுமுறைகள் எச்சரிக்கப் பட்டுள்ளன. காலனியாதிக்கத்திற்கும் மொழிபெயர்ப்பிற்கும் இடையேயுள்ள மொழிபெயர்ப்பு அரசியல், சமகால மொழிபெயர்ப்புகளில் காணும் உலகமயமாக்கலின் தாக்கம், கணினி மொழிபெயர்ப்பு வற்புறுத்தும் தொழில்நுட்பச் சிக்கல்கள் ஆகியன தவிர்க்கமுடியாத விவாதக் களங்களை நவீன மொழிபெயர்ப்புத் தளத்தில் இன்று உருவாக்கியுள்ளன.

மொழிபெயர்ப்பியல் என்னும் பயனாக்க மொழியியல் படிப்பைப் பொருத்தவரையில் இத்தொகுப்பிலுள்ள கட்டுரைகள் மொழிபெயர்ப்பியலாளர்க்கு வேண்டிய தரவுகளையும் கூடுதல் செய்திகளையும் தருவது குறிப்பாகச் சுட்டிக்காட்டத்தக்க தகவல். மொழிபெயர்ப்புப் பிரச்சினைகளை அறிவியல்பூர்வமாகச் சிந்திக்கும் மொழிபெயர்ப்பியலாளருக்கும் நடைமுறை மொழிபெயர்ப்பை மேற்கொள்ளும் மொழிபெயர்ப்பாளருக்கும் இடையேயுள்ள இடைவெளி குறைய வேண்டும்.

இத்தொகுப்பிலுள்ள கட்டுரைகளில் மொழிபெயர்ப்பியல் கலைச்சொற்களின் அச்சுறுத்தல் இல்லை. ஆழமான கோட்பாட்டு நுண்ணறிவுத் திறத்தின் கட்டுப்பாடில்லை. அனைத்துக் கட்டுரைகளில் காணும் மொழிபெயர்ப்பாளரின் மொழிபெயர்ப்பு அனுபவங்களும், சில நேர்காணல்களில் நேர்கொள்ளும் கருத்துகளும், கட்டுரைகள் தொடர்பான விவாதங்களும், எதிர்வினைகளும், சில நூல் மதிப்புரைகளும் நவீன மொழிபெயர்ப்பியல் ஆய்வில் முக்கியத்துவம் பெறத்தக்கவை. இருப்பினும், இவ்வாய்வில் நாம் இன்னும் நெடுந்தூரம் செல்லவேண்டும். இத்துரத்தைக் கடந்துசெல்ல நம்மோடு கைகோக்கும் இத்தொகுப்பின் ஒவ்வொரு கட்டுரையாசிரியரும் வாழ்த்துக்கும் நன்றிக்கும் உரியவர்.

இத்தொகுப்பை உருவாக்கிப் பதிப்பிப்பதில் துணை நின்ற காலச்சுவடு ஆசிரியர் திரு. கண்ணன் அவர்களுக்கும் செம்மையாக வடிவமைத்துள்ள காலச்சுவடு பதிப்பகத்தாருக்கும் நன்றி.

நாகர்கோவில்
20.10.2014

சு. இராசாராம்
பதிப்பாசிரியர்

1

மொழி – மொழிபெயர்ப்பு – இலக்கிய மொழிபெயர்ப்பு

அரவிந்தன்

மொழிபெயர்ப்பு என்பது வழுக்குத் தரையில் நடனமாடும் கலை. நடனக் கலைஞர் தடுமாறிக் கீழே விழாமல் இருப்பதுடன் அழகாக ஆடவும் வேண்டும். இந்தக் கலையைப் பற்றிப் பேசுவதற்கு முன், அடிப்படையான சில அம்சங்களைப் பார்ப்போம்.

மொழிபெயர்ப்பு என்பது மொழிகளிடையே நிகழும் பரிமாற்றம். மொழி என்பது அடிப்படையில் தகவல் தொடர்புச் சாதனம்தான். என்றாலும், அது வளர்ந்து வந்த சூழலே அதன் தன்மையைத் தீர்மானிக்கிறது என்பதால் அது சமூக – வரலாற்றுக் கூறுகளையும் உள்ளடக்கிய பண்பாட்டுச் சாதனமாக விளங்குகிறது. மொழி என்பது சொற்களின் அல்லது சொற்றொடர்களின் தொகுப்பு மட்டுமல்ல. சொற்களுக்கு அடுத்தபடியாக மொழியின் ஆதாரமான கூறுகளில் ஒன்று இலக்கணம். செறிவான தகவல் பரிமாற்றத்திற்கு இலக்கணம் இன்றியமையாதது என்றாலும் இலக்கண விதிகளும் ஒரு மொழி பேசும் மக்களின் அவ்வப்போதைய தேவை சார்ந்தும் மனநிலை சார்ந்தும் மாறியும் வழக்கொழிந்தும் மறுவரையறைக்கு உட்படுத்தப்பட்டு வருகின்றன. சொற்கள் எல்லாக் காலங்களிலும் எல்லா நிலப்பரப்புகளிலும் ஒரே பொருள் தருவதில்லை. மக்களின் பயன்பாட்டுத் தேவைக்கேற்ப விதிகளும் பொருள்களும் தம்மைத் தகவமைத்துக்கொண்டு நெகிழ்ந்து உருமாறியபடி இருக்கின்றன. கற்பு என்ற சொல்லுக்குச் சங்க காலத்தில் வழங்கிவந்த பொருளை இன்றைக்கு அப்படியே பொருத்திப்பார்க்க இயலாது. இலக்கண விதிகளின் பயன்பாடும் அவ்வாறே. உணர்வுபூர்வமான பயன்பாட்டுக்கேற்ப மக்களின்

வாய்மொழியில் மாறும் மொழி இலக்கணம், பிறகு புலவர்களால் அங்கீகரிக்கப்பட்டு ஏற்றுக்கொள்ளப்படுகிறது. கால வழுவமைதி போன்ற விதிகள் பேச்சு மொழியின் முடிவற்ற சாத்தியக்கூறுகளை ஒட்டி எழுந்த விதிகளாகவே இருக்க முடியும்.

ஆகவே, மொழி என்பது அகராதிகளிலும் இலக்கண நூல்களிலும் மட்டும் அடங்கிவிடும் ஒரு திட்டவட்டமான அமைப்பு அல்ல. அது, தான் புழங்கும் பண்பாட்டுச் சூழலின் உயிரோட்டமான பிரதிபலிப்பு. அகராதிகளாலும் இலக்கண நூல்களாலும் ஒருபோதும் முழுமையாக வரையறுத்துவிட முடியாத பண்பாட்டுத் தளத்தைத் தன் ஊற்றாகக் கொண்ட இடையறாத நீரோட்டம். எனவே, மொழிபெயர்ப்பு என்பதும் மொழியைப் போலவே அகராதிகளையும் இலக்கண நூல்களையும் தாண்டி விரிவடையும் ஒரு பண்பாட்டுச் செயல்பாடாகவே இருக்க முடியும். இப்படிச் சொல்வது, அகராதிகள் மற்றும் இலக்கண நூல்களின் பயன்பாட்டைக் குறைத்து மதிப்பிடுவது ஆகாது. வேற்று மொழியை மட்டுமல்ல, நமது சொந்த மொழியைச் சரியாகப் புரிந்துகொள்வதற்கே இந்தக் கருவிகள் இன்றியமையாதவை என்பதில் சந்தேகமில்லை. ஆனால் உயிரோட்டமுள்ள ஒரு மொழியின் உயிர்நாடி பண்பாட்டில்தான் இருக்கிறது; மற்றவை அனைத்தும் ரத்தம், நரம்பு மண்டலம் போன்றவையாகத்தான் இருக்க முடியும்.

சில சொற்களை ஆராய்வதன் மூலம் இதை மேலும் தெளிவுபடுத்திக்கொள்ள முயற்சிசெய்யலாம். அன்றாடம் நாம் பல முறை பயன்படுத்தும் ஒரு சொல்லை எடுத்துக்கொள்வோம். *sorry* என்ற சொல்லைப் பார்ப்போம். வருத்தம் என்பது அதன் எளிய பொருள். நாம் செய்யும் சின்னச் சின்னத் தவறுகளுக்கான விளைவுகளின் வீரியத்தைக் குறைப்பதற்காக இதைப் பயன்படுத்துகிறோம். அடுத்த முறை *sorry* சொல்ல வேண்டி வரும்போது 'வருந்துகிறேன்'. அல்லது 'வருத்தப்படறேன்' என்று சொல்லிப் பாருங்கள். செயற்கையாக இருப்பதோடு பாதிக்கப்படுபவர்களைப் பரிகசிப்பதாகவும் இருக்கும். எதிர்பார்த்த விளைவை அது தராது. அதற்குப் பதிலாக 'மன்னித்துக் கொள்ளுங்கள்' என்று சொல்லிப் பாருங்கள். கனமான எதிர்வினையாக அது மாறிவிடும். 'தெரியாமல் இடித்து விட்டதற்குப்போய் மன்னிப்புக் கேட்பதா? அப்படியானால் பெரிய தவறு செய்யும்போது என்ன சொல்வது? *sorry* யே பரவாயில்லை' என்று எண்ணத் தோன்றும். இவை இரண்டுக்கும் பதிலாக, 'தெரியாமப் பட்டுடுச்சி', 'தெரியாம செஞ்சிட்டேன்', 'பாக்கல, தப்பா எடுத்துக்காதீங்க', 'அடடா ... பாக்கலங்க', 'சே ... கவனிக்காம பண்ணிட்டேன் ...' இப்படி எதையாவது

சொல்லிப் பாருங்கள். *Sorry*யின் பயன்பாட்டுக்கு அருகில் வரும். தடுக்கி விழுந்தால் பயன்படுத்தும் ஒரு சாதாரணச் சொல். அதை மொழிபெயர்ப்பதில் எவ்வளவு சிக்கல் பாருங்கள். காரணம் *sorry* என்ற சொல் உருவாகி வளர்ந்த பண்பாட்டுச் சூழல் வேறு; நமது பண்பாட்டுச் சூழல் வேறு.

இன்னொரு சொல்லைப் பார்ப்போம். *Dating. To have a social engagement with persons of opposite sex* என்கிறது அகராதி. ஆணும் பெண்ணும் ஏற்பாடு செய்துகொள்ளும் சந்திப்புகள் என்று கொள்ளலாம். இந்த ஆணும் பெண்ணும் ஏற்கனவே காதலர்களாக இருக்கலாம். அல்லது, காதலர்களாக மாறும் கட்டத்தில் அவர்கள் உறவு இருக்கலாம். இதைத் தமிழில் எப்படி மொழிபெயர்ப்பது? காதல் சந்திப்பு என்று சொல்லாமா? இந்தச் சொற்சேர்க்கை வினோதமாக ஒலிக்கிறது அல்லவா? நீங்கள் வேறு எதாவது முயன்று பாருங்கள். *Dating*இற்கு இணையாகத் தமிழில் வினோதமாக ஒலிக்காத ஒரு சொல்லை அவ்வளவு எளிதில் கண்டறிந்துவிட முடியாது. காரணம், *dating* என்ற சொல் வெறும் சொல் அல்ல. அது அந்தச் செயல் உருவான பண்பாட்டுச் சூழலின் உருவாக்கம். அதனின்றும் மாறுபட்ட பண்பாட்டுச் சூழலில் விளைந்த எந்த மொழியிலும் இது சட்டென்று ஒட்டிக்கொள்ளாது.

தமிழிலிருந்தும் ஓரிரு உதாரணங்களைப் பார்க்கலாம். 'பரிசம் போடுதல்', 'சீர்வரிசை' ஆகிய சொற்களை ஆங்கிலத்தில் மொழிபெயர்த்துவிட முடியாது. காரணம், இந்தச் சொற்கள் பண்பாட்டின் வெளிப்பாடுகள். அடிக்குறிப்புப் போடாமல் ஆங்கிலத்தில் இச்சொற்களைப் புரியவைக்க முடியாது. காரணம், பண்பாடுகளில் காணப்படும் வேறுபாடுகள்.

பண்பாட்டையும் மொழியையும் பிரித்துப் புரிந்துகொள்ளவே முடியாது. எனவே ஒரு மொழியின் பண்பாட்டுக் கூறுகளை ஓரளவேனும் அறிந்து கொள்ளாமல் அதை மொழிபெயர்க்கும் வேலையில் இறங்குவது கண்களைக் கட்டிக்கொண்டு சமைப்பது போன்ற விஷப் பரீட்சையாக முடிந்துவிடக்கூடிய அபாயத்தைக் கொண்டது.

●

சொல் – பொருள் என்ற தட்டையான சூத்திரம் மொழிபெயர்ப்புக்கு உதவாது என்பதே மொழிபெயர்ப்பாளர்கள் முதன்மையாக மனத்தில் இருத்திக்கொள்ள வேண்டிய அம்சம். ஒரு சொல்லுக்கான பொருள், இடம், காலம், சூழல் ஆகியவற்றுக்கேற்ப மாறியபடி இருக்கும் என்பதால் ஒரு சொல் அல்லது சொற்றொடர் ஒரு குறிப்பிட்ட இடத்தில் எந்தப் பொருளைச் சுட்டி நிற்கிறது

என்பதைப் புரிந்துகொள்ளும் முயற்சியில் இறங்கினால்தான் அதைச் சிறப்பாக மொழிபெயர்க்க இயலும். 'பார்த்துப் போ' என்ற தொடரை 'See and go' என்று மொழிபெயர்த்துவிட முடியாது என்பதை நாம் புரிந்துகொள்ளும்போது 'you see' என்ற சொல்லை 'நீ பார்' என்று சொல்லிவிட முடியாது என்பதையும் புரிந்துகொள்ள முடியும்.

●

ஒரே ஒரு பொருள் மட்டுமே கொண்ட சொல் உலகின் எந்த மொழியிலும் இருக்க முடியாது. ஒரு சொல்லின் பொருள்கள் குறித்த திட்டவட்டமான வரையறையையும் யாரும் வகுத்துவிட முடியாது. ஒரு மொழி புழங்கும் பண்பாட்டுச் சூழலில் வாழும் மக்களால் தொடர்ந்து புதுப்பிக்கப்பட்டுவரும் சாத்தியக்கூறுகள் எல்லாச் சொற்களுக்குமே இருக்கின்றன. எனவே, ஒரு சொல்லை அல்லது தொடரை மொழிபெயர்க்கும்போது அந்தச் சொல் அல்லது தொடர் தொழிற்படும் பின்னணியையும் நாம் கணக்கில் எடுத்துக்கொண்டாக வேண்டும். சாலையோரத்தில் நாம் காணும் 'free left' என்ற குறிப்பை 'இலவச இடது' என்றோ 'எஞ்சியிருக்கும் இலவசம்' என்றோ மொழிபெயர்த்துவிட முடியாது என்னும்போது மொழியின் உச்சபட்ச வெளிப்பாடான படைப்புக்கலையின் மொழிப் பயன்பாட்டை எப்படி எளிதாக அணுக முடியும்?

படைப்பு என்பது இல்லாத ஒன்றை உருவாக்குவது. எழுத்துக் கலைஞர் அதற்கு முன் இல்லாத ஒன்றைத் தன் மொழியில் வெளிப்படுத்த முனையும்போது அந்த மொழியின் அதிகபட்ச சாத்தியங்களைப் பயன்படுத்திக்கொள்ள வேண்டியிருக்கிறது. தன் தேவை சார்ந்து அந்தச் சாத்தியங்களின் எல்லைகளை அவர் நெகிழ்த்திக்கொள்ளவும் வேண்டியிருக்கிறது. படைப்புக் கலையின் உச்ச நிலை எனக் கருதப்படும் கவிதை மொழியில் இலக்கண விதிகள் மாறிக் கிடப்பதை நாம் காண முடியும். படைப்பு மொழி என்பது ஆகிவந்த பொருளுக்கு உட்பட்டும் அதற்கு உட்படாமலும் இயங்க முடியும் என்னும் நிலையில் படைப்பு மொழியை மொழிபெயர்ப்பதில் சிக்கல் அதிகரித்துவிடுகிறது. அதற்கேற்ப மொழிபெயர்ப்பவரின் பொறுப்பும் உழைப்பும் பன்மடங்கு அதிகரித்தாக வேண்டியிருக்கிறது. சாதாரண மொழியில் ஒரு சொல்லுக்குப் பல பொருள்கள். படைப்பு மொழியிலோ ஒரு சொல்லுக்குப் பலப் பல பொருள்கள் என்பது மட்டுமல்ல, எதிர்பாராத பொருள்களும் இருக்கக்கூடும் என்பதைத்தான் நாம் முக்கியமாகக் கவனத்தில் கொள்ள வேண்டும்.

இந்த எண்ணற்ற சாத்தியங்கள் ஒரு கலைஞரின் கலைத் தேவைக்கேற்ப மாறுபட்ட இயல்புகள் கொண்டவையாக இருக்கும் என்பது மேலும் முக்கியமானது. லெவ்தல்ஸ்தோயைப் படிக்கும்போது நமக்கு ஏற்படும் மொழி சார்ந்த புரிதல்கள் அதே ரஷ்யப் பண்பாட்டைச் சேர்ந்த ஃபியதோர் தஸ்தயெவ்ஸ்கியைப் படிக்கும்போது உதவாமல் போகலாம். இந்தப் புரிதல்களுமே காப்ரியல் கார்சியா மார்க்கஸின் மொழியை ஊடுருவ உதவாமல் போகலாம். பிரதிகள் ஆங்கிலத்தில் இருந்தாலும் சாமர்செட் மாமின் ஆங்கிலம் வேறு, டி.ஹெச். லாரன்ஸின் ஆங்கிலம் வேறு. ஒவ்வொரு படைப்பாளியும் தான் படைக்கத் தேர்ந்தெடுக்கும் மொழிக்குள் தனது கலைக்கான பிரத்யேக மொழி ஒன்றை உருவாக்கி அதன் உதவியுடன் ஒரு தனி உலகத்தை சிருஷ்டி செய்கிறார். அந்த உலகத்தின் நதிகளும் பள்ளத்தாக்குகளும் மலைகளும் வனங்களும் வேறு வேறு. சந்து பொந்துகளும்தான். எனவே ஒவ்வொரு படைப்பையும் தனித்த ஒரு மொழி மண்டலமாகக் கருதி அதன் கூறுகளைப் புரிந்துகொள்ள முயற்சிசெய்யும்போதுதான் படைப்பு மொழியை மொழிபெயர்க்கும் திறன் நமக்குக் கூடும். ஒவ்வொரு படைப்பாளியும் ஓர் உலகம். ஒவ்வொரு படைப்பும் ஒரு தனி உலகம். சுந்தர ராமசாமியின் 'ஜே.ஜே: சில குறிப்புகள்' நாவலை ஆங்கிலத்தில் மொழிபெயர்த்த ஆ. இரா. வேங்கடாசலபதி, சு.ரா.வின் 'ஒரு புளியமரத்தின் கதை'யை மொழிபெயர்ப்பது மிகவும் கடினம் என்கிறார்[1]. ஒரே எழுத்தாளர். இரு படைப்புகள். இருவேறு உலகங்கள். இரு மொழி மண்டலங்கள். இதுதான் படைப்பை மொழிபெயர்ப்பதில் உள்ள ஆதாரமான சவால்.

ஒரு சொல்லுக்குப் பல பொருள்கள் என்று பார்த்தோம். ஆனால் படைப்பில் ஒரு பொருளுக்கு ஒரு சொல்தான். ஒரு படைப்பாளியின் அந்தரங்க அகராதியில் ஒரு குறிப்பிட்ட பொருளுக்கு இரண்டு சொற்கள் கிடையாது என்பார் மௌனி. கூறினான் என்பது வேறு; சொன்னான் என்பது வேறு என்பது அவரது அணுகுமுறை. அழுத்தமான கூற்றுகளுக்குக் கூறினான் என்றும், அவ்வளவு அழுத்தமற்ற பேச்சுக்குச் சொன்னான் என்றும் போடுவது தன் வழக்கம் என்று அவர் சொல்லியிருப்பதாக சுந்தர ராமசாமி பதிவுசெய்திருக்கிறார்[2].

படைப்பாளி சொல் தேர்வில் இவ்வளவு கவனமாக இருப்பதால், அச்சொல்லை மொழிபெயர்ப்பவரும் மிகவும் கவனமாக இருக்க வேண்டும். படைப்பாளி ஒரு குறிப்பிட்ட சொல்லை எதற்காகப் பயன்படுத்தியிருக்கிறார், கதைப் போக்கில் அந்தச் சொல் பெறும் பொருளில் ஏற்படும் மாறுதல் என்ன என்பதையெல்லாம் ஆராய வேண்டும். மூல மொழியின் ஒவ்வொரு

சொல்லையும் படைப்பின் ஒட்டுமொத்தப் பின்புலத்தில் வைத்துப் பார்த்த பிறகே இலக்கு மொழியில் அதற்கான இணைச் சொல்லை நாம் தேட முடியும். இத்தகைய ஆராய்ச்சிக்கு மொழி அறிவு, மொழிசார் பண்பாடு குறித்த அடிப்படை அறிவு, படைப்பாளி கட்டி எழுப்பும் படைப்புலகம் குறித்த நுண்ணுணர்வு எனப் பல கூறுகளை நாம் வளர்த்துக்கொள்ள வேண்டியிருக்கிறது.

படைப்பை மொழிபெயர்க்கையில் தவிர்க்கக் கூடாத மேலும் ஓரிரு அம்சங்கள் பற்றிக் கோடுகாட்டிவிட்டு இந்தக் குறிப்புகளை முடித்துக்கொள்கிறேன். ஒரு படைப்பின் தொனியை நாம் எந்தக் காரணம் கொண்டும் மாற்றக் கூடாது. சொற்கள், வாக்கியங்கள் ஆகியவை தரும் பொருள்களின் சாத்தியங்களை உள்ளடக்கியும் அவற்றைத் தாண்டியும் படைப்பின் குரலாய் வெளிப்படுவது தொனிப் பொருள். இந்தத் தொனியை விட்டுவிடுவது அல்லது மாற்றிவிடுவது படைப்பின் உயிரைப் போக்குவதற்கு இணையானது. ஒரு படைப்பின் தொனி இறுக்கமானதாக இருந்தால் மொழிபெயர்ப்பிலும் அந்த இறுக்கம் இருக்க வேண்டும். இலகுவாக இருந்தால் இலகுவாக. இலகுவான தொனியில் எழுதப்பட்ட, சிக்கல்கள் அற்ற படைப்புகள் மொழிபெயர்ப்பதற்கு ஒப்பீட்டளவில் எளிதானவை. வெகுஜன ரசனைக்கான படைப்புகள் பெரும்பாலும் இந்த வகையில் இருக்கும். இது போன்ற படைப்புகளில் இலக்கு மொழியில் சுவாரஸ்யத்தைக் கொண்டுவருவதுதான் பெரிய சவாலாக இருக்கும். ஆனால் ஃப்ரான்ஸ் காஃப்கா போன்றோரின் படைப்புகளில் அவற்றின் உள்ளார்ந்த சிக்கல்களை மாற்றுமொழியில் கொண்டுவருவதுதான் பிரச்சினை. மூலமொழியில் சிக்கலான, நீளமான வாக்கியங்கள் இருந்தால் இலக்கு மொழியிலும் பெரும்பாலும் அவற்றைக் கொண்டுவர வேண்டும். மூலப் படைப்பின் சிக்கலைத் தக்கவைத்துக்கொண்டே புரிதலைச் சாத்தியப்படுத்தும் விதத்தில் மொழிபெயர்ப்பதுதான் இங்குள்ள சவால். மொழிபெயர்ப்பாளர் இந்தச் சவாலில் ஏதேனும் ஓர் அம்சத்தில் தோற்றாலும் காஃப்கா விடுவிக்க முடியாத புதிராகவோ வெகுஜன இதழின் எழுத்தாளராகவோ மாறிவிடுவார்.

அடுத்தது, பண்பாட்டை 'மொழிபெயர்ப்பது'. இதில் முக்கியமான விஷயம் என்னவென்றால் பண்பாட்டை மொழிபெயர்க்கக் கூடாது என்பதுதான். தேவைப்பட்டால் அடிக்குறிப்புப் போட்டு விளக்கலாம். வேற்றுமொழிப் படைப்புகள் தவிர்க்க இயலாமல் வேற்றுப் பண்பாட்டை உள்ளடக்கியவை. பண்பாட்டின் கூறுகளை அவற்றின் நேரடிப் பொருளில் மொழி பெயர்ப்பது அல்லது புரியவைப்பதற்காக

அதற்கு இணையாக ஏதேனும் ஒன்றை இங்கே தேடியெடுத்துப் பயன்படுத்துவது ஆகிய இரண்டும் சரியான அணுகுமுறைகள் அல்ல. பண்பாட்டு ரீதியான அன்னியத்தன்மை ஒரு மொழிபெயர்ப்புப் படைப்பில் பிரதிபலிப்பது இயல்பானது மட்டுமின்றித் தவிர்க்கக் கூடாததும் ஆகும். வேற்று மொழியில் ஒரு படைப்பைத் தேடிப் படிக்கும் ஒரு வாசகர் அந்தப் படைப்பின் மொழி மற்றும் பண்பாட்டு நுட்பங்களைப் படைப்பினூடாகப் புரிந்துகொள்ள மெனக்கெடுவது போலவே மொழிபெயர்ப்பின் மூலம் அதைப் படிக்கும் வாசகரும் மெனக்கெட வேண்டும். மிகவும் தேவைப்படும் இடங்களில் அடிக்குறிப்பின் மூலம் விளக்கம் அளிக்கலாமே தவிர, 'ஆப்பிளை வெண்டைக்காயாக மாற்றும்'[3] வேலையில் இறங்கக் கூடாது. பீட்டர்ஸ்பர்க் நகரை ஊட்டியாக மாற்றிவிடக் கூடாது.

இதோடு ஒட்டி வரும் இன்னொரு விஷயம் கொச்சை வழக்குகளை மொழிபெயர்த்தல் தொடர்பானது. மூல மொழியில் முறைசாரா மொழி பயன்படுத்தப்பட்டுள்ள இடங்களை மொழிபெயர்க்கையில் இலக்கு மொழியிலும் முறைசாரா மொழியைப் பயன்படுத்தலாம். ஆனால் இதில் சுதந்திரத்தைவிடத் தடைகளே அதிகம். மூல மொழியில் – உதாரணத்திற்கு ஆங்கிலத்தில் – புழங்கும் கொச்சை வழக்குகள் பற்றி மொழிபெயர்ப்பாளருக்கு எந்த அளவுக்கு ஆழமான அறிவு இருக்கிறது என்பது முக்கியமான கேள்வி. அப்படியே இருந்தாலும் அந்தக் கொச்சையைத் தமிழுக்குக் கொண்டுவருகையில் தமிழில் எந்தக் கொச்சையைப் பயன்படுத்துவது என்பது ஒரு சிக்கல். சாதி, மதம், வர்க்கம், நிலப்பரப்பு, தொழில் எனப் பல காரணிகளால் பல விதமான கொச்சைகள் புழங்கும் தமிழில் எந்தக் கொச்சையை லண்டனில் புழங்கும் ஒரு கொச்சைக்கு இணையாகக் கொள்ள முடியும்?

சில மொழிபெயர்ப்பாளர்கள் பாத்திரங்களின் சமூக பொருளாதாரப் பின்னணியை வைத்து இலக்கு மொழியின் கொச்சையை முடிவுசெய்யத் துணிகிறார்கள். மேல் தட்டில் (அல்லது கீழ்த் தட்டில்) இருப்பவர்கள் அனைவரும் ஒரே விதமாகப் பேசுவதில்லை. ஒரே பொருளாதாரப் பின்னணி இருந்தாலும் சாதியைப் பொறுத்தும் வசிப்பிடத்தைப் பொறுத்தும் பேச்சு மொழிகள் மாறும் ஒரு மொழியில் இது விபரீத முயற்சியாகவே முடியும். உதாரணமாக, நெல்லையில் உள்ள ஒரு பணக்காரச் செட்டியாரும் தஞ்சையில் உள்ள ஒரு பணக்காரப் பிராமணரும் ஒரே கொச்சை மொழியைப் பேசுவதில்லை. விவசாயம்தான் தொழில் என்றாலும் மேல்சாதி விவசாயிகளும் கீழ்ச்சாதி விவசாயிகளும் பேசும் கொச்சை

ஒரே விதமானவையல்ல. எனவே முறைசாரா மொழியைத் தமிழுக்குக் கொண்டுவருகையில் சற்றே நெகிழ்வான மொழியைப் பயன்படுத்துவதோடு நிறுத்திக்கொள்வதே நல்லது.

இலக்கிய மொழிபெயர்ப்பில் நாம் எடுத்துக்கொள்ள வேண்டிய கவனங்களுக்கு அழுத்தம் கொடுத்துப் பேசும்போது இந்தக் கவனங்களின் விபரீதமான பரிமாணங்களையும் சுட்டிக்காட்ட வேண்டியிருக்கிறது. கடினமான சில படைப்புகளை மொழிபெயர்க்கையில் போதிய கவனமோ உழைப்போ மொழியறிவோ இல்லாமல் மொழிபெயர்க்கப்பட்ட பிரதிகள் தமிழில் கொட்டிக்கிடக்கின்றன. அதுபோலவே, சிக்கலான படைப்புகளை மிதமிஞ்சிய பிரக்ஞை காரணமாக மேலும் சிக்கலானவையாக ஆக்கிவைத்த பிரதிகளும் கணிசமாக இருக்கின்றன.

ஆங்கிலம், தமிழ் ஆகிய இரு மொழிகளின் அடிப்படை வேற்றுமைகளைப் புரிந்துகொள்ளாமல் ஆங்கில வாக்கிய அமைப்புகளை அப்படியே தமிழில் ஒற்றியெடுத்துத் தரும் 'தீவிர' மொழிபெயர்ப்பாளர்கள் இருக்கிறார்கள். உதாரணமாக, ஆங்கில மொழியில் செயப்பாட்டுவினையைப் பயன்படுத்துவது இயல்பானது. ஆனால் தமிழில் அரிதாகவே அது பயன்படுத்தப்படும். இதைப் புரிந்துகொள்ளாமல் தமிழிலும் செயப்பாட்டு வினையில் வாக்கியங்களை அடுக்கிக்கொண்டே போவது பொருத்தமானதல்ல. அதுபோலவே எழுவாயை ஒரு வாக்கியத்தில் எங்கே அமைப்பது என்பது. இதில் ஆங்கிலமும் தமிழும் முற்றிலும் வேறான பண்புகளைக் கொண்டிருக்கின்றன. ஆங்கிலப் பாணியைத் தமிழில் அப்படியே பின்பற்றுவது அபத்தமானது. மூல மொழிக்கு விசுவாசமாக இருப்பது என்பது இதுவல்ல. அடர்த்தியான பொருள் தரும் சொற்கள், தொடர்கள், மரபுத் தொடர்கள் ஆகியவற்றை எளிமைப்படுத்துவது தவறு என்பதுபோலவே அவற்றைக் கரடுமுரடான தமிழில் தருவதும் தவறுதான். எளிமைப்படுத்தாமல், நீர்த்துப்போகச் செய்யாமல், புரியும் வண்ணம் இவற்றை மொழிபெயர்ப்பதே சவால். இதற்கான உழைப்பைச் செலுத்தாதவர்கள் அல்லது செலுத்த இயலாதவர்கள் தங்கள் கைபோன போக்கில் மொழிபெயர்த்துவிட்டு, அதற்கு முட்டுக்கொடுப்பதற்காக மனம்போன போக்கில் மொழிபெயர்ப்புக் கருத்தாக்கம் ஒன்றைப் பிரகடனம் செய்துவிட்டுப் பெருமைப்பட்டுக்கொள்கிறார்கள்.

●

இலக்கிய மொழிபெயர்ப்பில் இன்றியமையாத சில அம்சங்களை இப்படித் தொகுத்துக்கொள்ளலாம்:

- ❖ கவனம், உழைப்பு, மொழியறிவு, மொழிசார் பண்பாடு குறித்த அடிப்படைப் புரிதல்.
- ❖ படைப்பின் தொனி, படைப்பு மொழியின் சிக்கல், அடர்த்தி ஆகியவற்றை உள்வாங்குதல்.
- ❖ எளிமைப்படுத்தலோ குழப்பமோ பிழைகளோ இன்றி இவற்றை இலக்கு மொழியில் வெளிப்படுத்துதல்.
- ❖ கொச்சை வழக்குகளை மொழிபெயர்ப்பதில் உள்ள சிக்கல்கள் குறித்த பிரக்ஞையைக் கொண்டிருத்தல்.

மூலப் பிரதியின் மீதான விசுவாசத்தின் எல்லைகள், சுதந்திரத்தின் எல்லைகள், மொழிகளின் அடிப்படை வேறுபாடுகள் குறித்த தெளிவு போன்ற சில அம்சங்களையும் இதில் சேர்த்துக்கொள்ள வேண்டும். இவையெல்லாம் ஓரளவேனும் மொழிபெயர்க்கத் தெரிந்தவர்கள் இலக்கிய மொழிபெயர்ப்பில் ஈடுபடும்போது கவனிக்க வேண்டிய விஷயங்கள். மொழிபெயர்ப்புக்கு ஆதாரமான மொழியறிவோ கூறுணர்வோ இல்லாமல் மொழிபெயர்ப்பில் ஈடுபடுபவர்களைப் பற்றி ஒன்றும் சொல்வதற்கில்லை.

குறிப்புகள்

1. ஆ. இரா. வேங்கடாசலபதி, நேர்காணல், *காலச்சுவடு* இதழ் 50 (2003).
2. 2001இல் பாண்டிச்சேரியில் காலச்சுவடு நடத்திய மௌனி படைப்புகள் குறித்த கருத்தரங்கின் தொடக்க விழாவில் பேசும்போது சுந்தர ராமசாமி இதைக் குறிப்பிட்டார்.
3. 'ஜே.ஜே: சில குறிப்புகள்'.

(குளோபலிங்கோ நிறுவனமும் ஆழி பதிப்பகமும் இணைந்து அக்டோபர் 28, 29 தேதிகளில் சென்னையில் நடத்திய 'தமிழாக்கம் 2006' கருத்தரங்கில் வாசிக்கப்பட்ட கட்டுரையின் விரிவான வடிவம். குளோபலிங்கோ நிறுவனம் கடந்த ஆறு ஆண்டுகளாகத் தொழில்முறை மொழிபெயர்ப்பில் ஈடுபட்டுவருகிறது. கருத்தரங்கைத் தொடர்ந்து மொழிபெயர்ப்புப் பயிலரங்கம் நடைபெற்றது)

_காலச்சுவடு_ 86, பிப்ரவரி 2007

2

அடையாளங்களை அழிக்கும் மொழிபெயர்ப்பு / பின்காலனிய அரசியல்

ந. முருகேச பாண்டியன்

பிற மொழிகளிலிருந்து தமிழாக்கப்படும் இலக்கியப் படைப்புகளைத் தமிழன்னையின் மகுடத்தில் சூட்டப்படும் 'வைரம்' என மகிழ்ந்திடும் நிலை இன்று தமிழில் நிலவுகிறது. மொழிபெயர்ப்புப் படைப்புகள் தமிழுக்கு ஆதாரம், மொழியின் வளத்துக்கு மூல ஊற்று என்பன போன்ற கருத்துக்கள் தொடர்ந்து முன்னிறுத்தப்படுகின்றன. மொழிபெயர்ப்பு என்றாலே மேன்மையானது என்ற பொதுப் புத்தி நிலவும் தமிழ்ச் சூழலில் மொழிபெயர்ப்புப் படைப்புகளைப் பெரிதும் விமர்சனமற்று ஏற்றுப் பரவசமடையும் வாசகர் எண்ணிக்கை பெருகிக்கொண்டிருக்கிறது.

மொழிபெயர்ப்பு என்பது தமிழுக்கு மிகவும் பழைய விஷயம். இரண்டாயிரமாண்டுத் தமிழ் இலக்கிய வரலாற்றை ஆராய்ந்தால் தொடர்ந்து மொழிபெயர்ப்புப் படைப்புகள் ஆதிக்கம் செலுத்திவருவதை அவதானிக்க முடியும். சங்க இலக்கியப் படைப்புகளுக்குப் பிறகு, சிலப்பதிகாரம், மணிமேகலை தவிர பெரும்பாலானவை தழுவல்களே. சமஸ்கிருதம் பண்டிதர் மொழியாகத் தமிழகத்தில் செல்வாக்குச் செலுத்திய இடைக்காலத்தில், தமிழ்ப் படைப்பாளர்கள் சமஸ்கிருதத்தில் எழுதுவது தான் உயர்வானது என்று அம்மொழியில் படைப்பு முயற்சியில் ஈடுபட்டனர். தமிழில் எழுதப்பட்ட பல ஸ்தலபுராணங்களின் ஓலைச்சுவடிகளில் சமஸ்கிருத மூலத்திலிருந்து மொழிபெயர்க்கப்பட்டது என்ற குறிப்பு காணப்படுகிறது. தேடிப்பார்த்தால் அப்படியொரு நூலே சமஸ்கிருதத்தில் இல்லை என்பதுதான் வேடிக்கை¹. தமிழில்

அசலாக எழுதப்பட்டது என்பதைவிட சமஸ்கிருதத்திலிருந்து மொழிபெயர்க்கப்பட்டது என்பது அன்றைய பண்டிதர் மத்தியில் மிகவும் மரியாதைக்குரியதாகக் கருதப்பட்டிருக்க வேண்டும்.

இன்று ஆங்கிலத்தில் எழுதுவதும் பேசுவதும் மேன்மை யானவை, நாகரிகமானவை என்ற கருத்து மேல்தட்டினரான தமிழர்களிடம் ஆதிக்கம் செலுத்துவதைப் போல, அன்றைய காலகட்டத்தில் சமஸ்கிருதம் முக்கிய இடம் வகித்தது. சோழப் பேரரசில் ஆட்சியாளர்களுக்கும் சமஸ்கிருதத்திற்கும் ஏற்பட்ட நெருக்கம், பின்னர் நாயக்கர் ஆட்சியில் தேவபாஷையாக உயர் மதிப்பீடு பெற்றது. ஆட்சியாளர்களின் மொழியைப் போற்றுவது என்பது, பரந்துபட்ட மக்கள் நாளடைவில் கருத்தியல் ரீதியாக அடங்கியொடுங்கிட வழிவகுக்கும். தாய்மொழியைப் புறக்கணித்திடும் நிலை, அடிமை வாழ்க்கையினை இயல்பாக்கிக்கொண்டதன் வெளிப்பாடு.

நாற்பத்தொரு பெண் கவிஞர்கள் உள்பட நூற்றுக் கணக்கில் கவிஞர்கள் கவிதை எழுதிய சங்கக் கவிதை மரபு காலப்போக்கில் சிதைந்துபோனது எப்படி என்பது தான் நம் முன் உள்ள முக்கியமான கேள்வி. தானிய வணிகர், அறுவை மருத்துவர் போன்றவர்களும் கவிதை எழுதிய தமிழ் மரபு துண்டிக்கப்பட்டு, மொழியின் வழியே கவிதை என்பது மேல்தட்டினருக்கு மட்டும் உரியது என்ற நிலை உருவாக்கப்பட்டது. சமய நெறியையும் அறத்தையும் வலியுறுத்துவதன் மூலம், மொழியின் வழியே மூவேந்தரின் அதிகாரத்தினை மக்களிடையே பரப்பிட சமஸ்கிருதம், பாலி, பிராகிருதம் போன்ற மொழிகளிலிருந்து பெயர்க்கப்பட்ட தமிழாக்கங்கள் பெரிதும் பயன்பட்டுள்ளன. அற்புதமான கவிதை வரிகளை எழுதிய கம்பன் மட்டுமா அன்று இருந்திருக்கக்கூடும்? இன்னும் பலர் எழுதியிருக்க வாய்ப்புண்டு. அசலான தமிழ்ப் படைப்புகள் கவனிப்பாரின்றிப் புறக்கணிக்கப்பட்டிருக்கக்கூடும் என்ற சாத்தியக்கூறை நாம் மறுப்பதற்கில்லை.

மகாபாரதம், இராமாயணம், புராணங்கள், பகவத்கீதை, சமய சித்தாந்தங்கள் போன்றவற்றை வாசித்து, விவாதிப்பதுதான் ‘அறிவுலகினரின் கடமை’ என்ற மனோபாவம் 18ஆம் நூற்றாண்டில் பண்டிதரிடையே நிலவியது. மகாவித்துவான் மீனாட்சிசுந்தரம் பிள்ளை வாழ்ந்த காலகட்டத்திலும் (19ஆம் நூற்றாண்டு) அவரது மாணவரான உ.வே.சா. தமிழகம் எங்கும் ஓலைச் சுவடிகளைத் தேடியலைந்தபோதும் சங்க இலக்கியம், ஐம்பெருங் காப்பியங்கள் பற்றிய சொல்லாடல் கருத்துலகில் இல்லை என்பது முக்கியமானது.

ஆனால் மகாபாரதமும் இராமாயணமும் தமிழரின் நடைமுறை வாழ்க்கையில் ஆழமாகப் பரவியிருந்தன. கி.பி. 7ஆம் நூற்றாண்டினைச் சேர்ந்த சின்னமனூர்ச் செப்பேட்டில் சங்க காலப் பாண்டியர் காலத்தில் மகாபாரதம் தமிழாக்கப்பட்டது என்ற குறிப்பு உள்ளது. மகாபாரதக் கதையின் தமிழாக்கத்தினைத் தென்னார்க்காடு மாவட்டத்திலுள்ள திரௌபதி அம்மன் கோவில்களில் கோடைக்காலத்தில் ஒரு மாதம் வாசிப்பது, கதை சொல்வது இன்றும் வழக்கிலுள்ளது. கிராமத்தினர் கதை சொல்லியைச் சுற்றி அமர்ந்து பொறுமையுடன் கதையைக் கேட்கின்றனர். இவ்வழக்கம் பல்லவர் தமிழகத்தை ஆண்டபோது தொடங்கப்பட்டுள்ளது[2]. விராட பருவத்தில் வரும் மாடுபிடிச் சண்டையினை வாசிக்கும்போது, ஊரார்கள் மந்தையில் திரண்டு மாடுபிடிச் சண்டையை நிகழ்த்துகின்றனர். இச்சண்டை கிராமத்து மக்களின் ஆழ்மனதில் புதைந்துள்ள போராட்ட மனப்பான்மையை வெளிப்படுத்துவதாக உள்ளது. மகாபாரதம் புனிதமான பிரதி என்ற புனைவைவிட, அக்கதையில் இடம்பெறும் போர்களும் பங்காளிச் சண்டைகளும் மண்ணுக்காக மோதிக்கொள்ளும் நெருங்கிய உறவினர்களின் போராட்ட மனநிலையும் கிராமத்தினருக்கு முக்கியமானவை. நாட்டினை யார் ஆண்டாலும் ஆளுகின்றவருக்காகப் போர்களத்தில் புகுந்து வீரத்துடன் போராடி உயிரைவிடுதல் 'போர் தர்மம்' எனவும், 'வீரம்' எனவும் பொதுக் கருத்தியலை உருவாக்க இத்தகைய வாசிப்புகள் பெரிதும் பயன்பட்டிருக்கக் கூடும்.

தமிழகத்தில் பக்தி இயக்கக் காலகட்டத்திற்குப் பின்னர், வைதீக சமயம் ஆட்சியாளர்களிடம் நெருக்கமானது. இதனால் வைதீக சமயக் கடவுள்கள் பற்றிய கதைகள், புராணச் செய்திகள் விரிவாகத் தமிழாக்கப்பட்டுள்ளன. இத்தகைய கடவுள்களுக்கும் தமிழ் நிலப் பரப்பில் செல்வாக்குடன் இருந்த கடவுள்களுக்கும் இடையில் குடும்ப உறவு கற்பிக்கப்பட்டது. குறிஞ்சி நிலக் கடவுளான முருகன் ஸ்கந்தனாக்கப்பட்டுச் சிவனுக்கு மகனாக மாற்றப்பட்டார். பாலை நிலக் கடவுளான கொற்றவை சிவனுக்கு மனைவியாக்கப்பட்டுப் பார்வதி என்ற புதிய பெயர் பெற்றார். முருகன் பார்வதிக்கு மகனாக ஆனார். இப்படிப்பட்ட புனைவுகளுக்கு மூலமாக சமஸ்கிருத புராணங்கள் எழுதப்பட்டன. சோழப் பேரரசின் ஆட்சியில் வெளிநாட்டுப் படையெடுப்புகள், உள்நாட்டுப் போர்கள், பிரம்மாண்டமான கோயில்கள் கட்டுதல் போன்றவற்றால் உழவர்கள் கசக்கிப் பிழியப்பட்டனர். அடித்தட்டு மக்கள் தங்களை மடங்களுக்கு அடிமைகளாகவும் கோயில்களுக்குத் தேவரடியாராகவும் விற்றுக்கொள்ளும் அவல நிலை ஏற்பட்டது[3]. சோழமன்னர்களின் சிறப்பினைச் சொல்லும் மெய்க்கீர்த்திகள்

மன்னரின் பூர்வீக வரலாற்றை வைதீக சமயக் கடவுளுடன் தொடர்புபடுத்தின. சாதிய ஏற்றத் தாழ்வுகளும் பொருளாதார வேறுபாடுகளும் மக்களின் வாழ்நிலையில் முரண்பாட்டினை ஏற்படுத்தியபோது, ஆட்சியாளரைக் கடவுளின் அவதாரமாகக் கருதி, அதிகாரத்தினை விமர்சனமற்று ஏற்கும் போக்கினை உருவாக்கிட வாய்மொழி மூலம் பரப்பப்பட்ட புராணக் கதைகளின் மொழிபெயர்ப்புகள் பயன்பட்டுள்ளன.

இராமன் புனிதமான கடவுள் என்ற கருத்தியலை உயர்த்திப் பிடித்த இராமாயணத்தின் மொழிபெயர்ப்பு, கிராமங்கள்தோறும் வாசிக்கப்பட்டது. இன்றளவும் புதுக்கோட்டை மாவட்டத்திலுள்ள கச்சேரிக் கூடங்களில் புரட்டாசி மாதம் முழுக்க இராமாயணம் வாசிக்கப்படுகிறது. இத்தகைய மொழிபெயர்ப்புகள் செவ்வியல் வடிவத்தில் மட்டுமின்றி, நாட்டுப்புறக் கூத்துகளிலும் கிளைக் கதை அளவில் பெரிய அளவில் இடம்பெற்றுள்ளன. சங்க காலத் தமிழரின் தெய்வங்கள் புறக்கணிக்கப்பட்டு, இராமனும் கிருஷ்ணனும் முதன்மைப்படும் நிலை இன்றுவரை நீடித்திருப்பது தற்செயலானதல்ல. வைதீக சமயத்தின் மேலாதிக்கத்தைத் தொடர்ந்து தக்கவைத்துக்கொள்ள இத்தகைய மொழிபெயர்ப்புகள் கணிசமாக உதவியுள்ளன.

கி.பி. 16ஆம் நூற்றாண்டில் தமிழகத்திற்குள் வந்த ஐரோப்பியர், தமிழ் மொழியைக் கற்றதுடன் தமிழுக்கு இலக்கணமும் அகராதிகளும் தயாரித்தனர். தமிழின் முதல் அச்சுப் புத்தகமான கிறிஸ்தவ வேதோபதேசம் *(Flas Sanctorum)*, வைப்புக்கோட்டை என்ற ஊரில் கி.பி. 1577இல் அச்சடிக்கப்பட்டது. இப்புத்தகம் லத்தீன் மொழியினை மூலமாகக்கொண்டது. தமிழகத்திற்கு அச்சு இயந்திரம் கொண்டுவரப்பட்டாலும், அசலான தமிழ்ப் புத்தகங்கள் அச்சடிக்கப்படாத நிலையே இருநூறு ஆண்டுகளுக்கும் மேலாக நிலவியது. தமிழ்ப் புத்தகங்களை அச்சடிக்கும் உரிமை கி.பி. 1835ஆம் ஆண்டுவரை கிழக்கிந்தியக் கம்பெனியிடமும் கிறிஸ்தவச் சமய குருமார்களிடமும் மட்டுமே இருந்தது. பின்னர், தமிழர்கள் தமிழில் புத்தகங்கள் வெளியிட்டாலும் காலனிய அரசு அச்சக உரிமையாளர்களைத் தீவிரமாகக் கண்காணித்தது. தமிழை வாசிக்க அறிந்த தமிழர்கள் எதை வாசிக்க வேண்டும் என்பதைத் தீர்மானிக்கும் சக்தி மிக்கதாக ஆங்கிலேய அரசு விளங்கியது.

காலனிய ஆட்சிக் காலத்தில் தமிழில் அச்சு வடிவம் பெற்ற பெரும்பாலான புத்தகங்கள் கிறிஸ்தவ சமயக் கருத்துக்களின் தழுவல்களே. அவை பொதுப் புத்தி சார்ந்த நிலையில், ஐரோப்பிய நாடுகளின் காலனிய ஆட்சிக்குத் தளம் அமைத்துத் தந்தன. அன்றைய காலகட்டத்தில் ஐரோப்பா எல்லாவற்றுக்கும் முதன்மையாகத் தன்னைக் கருதிக்கொண்டது.

எல்லா இயற்கை வளங்களும் பாரம்பரியமும் மிக்க ஆசிய, ஆப்பிரிக்க நாடுகளைக் காட்டுமிராண்டிகளாகக் கருதியது. காலனிய ஆதிக்கத்திற்குட்பட்ட நாடுகளை அதனுடைய நகலாகக் கருதியது. காலனிய மக்கள் ஐரோப்பியப் பண்பாட்டில் கரைந்துகொண்டு ஐரோப்பியரைப் போல ஆக வேண்டும். ஆனால் அதே நேரத்தில் ஒப்பீட்டளவில் காலனிய மக்கள் தாழ்ந்தவர்கள். மெக்காலே இந்தியாவிற்குக் கொண்டுவந்த கல்வித் திட்டத்தின் நோக்கத்தில் இத்தன்மை உள்ளது.

தமிழகத்தில் காலனியாதிக்கம் செலுத்திவந்த ஐரோப்பியர்களாகச் சமய குருமார்கள் பள்ளிக்கூடங்கள் நடத்தினர். பின்னர் மொழியியலாளராகவும் மானிடவியலாளராகவும் வரலாற்றாசிரியராகவும் மொழிபெயர்ப்பாளராகவும் செயலாற்றினர். இவையாவும் காலனியாதிக்கம் வலுவாகக் காலூன்றிட அடிப்படையான திட்டங்களைத் தொகுத்து விதிப்படுத்தி, தமிழர்கள்மீது திணிப்பதற்கான முயற்சிகள். இம்முயற்சியில் மொழியானது தகவல் தொடர்பில் முக்கிய இடம் வகிப்பதால், மொழிபெயர்ப்பானது கருத்தியல் ரீதியில் ஆதிக்கவாதிகள் சார்பாக அழுத்தமான பாதிப்புகளை ஏற்படுத்தியது. தமிழகத்தில் காலனிய ஆட்சி பரவிட அடிப்படையான காரணிகளில் மொழிபெயர்ப்பு குறிப்பிடத்தக்கதாகும்.

தமிழில் கவிதை வடிவம் மட்டும் செல்வாக்குச் செலுத்திய காலகட்டத்தில், மொழிபெயர்ப்புகள் உரை நடை இலக்கியத்தைத் தமிழுக்கு அறிமுகம் செய்தன. ஜான் பன்யன் எழுதிய 'பில்கிரிம்ஸ் ப்ராகிரஸ்', 1793ஆம் ஆண்டில் 'ஒரு பரதேசி இந்த லோகத்தை விட்டு மறுமைக்கு நடந்தேறினது சொற்பனம்' என்ற பெயரில் தமிழில் வெளியானது. டேனியல் டிஃபோவின் நாவலான 'ராபின்சன் குரூசோ' (1850), ஷேக்ஸ்பியரின் 'வெனீஸ் வர்த்தகன்' (1870) போன்றவை தொடக்ககால மொழிபெயர்ப்புப் படைப்புகளில் சில. பின்னர் ரெய்னால்ட்ஸ், கானன் டாயில் போன்றோர் எழுதிய கொலை, கொள்ளை, துப்பறியும் மர்மக் கதைகள் அதிக அளவில் தமிழாக்கப்பட்டன. இத்தகைய நாவல்களைத் தழுவி வடுவூர் துரைசாமி ஐயங்கார், ஆரணி குப்புச்சாமி முதலியார், ஜே.ஆர். ரெங்கராஜு போன்றோர் மட்டமான தன்மையில் தமிழில் எழுதிக் குவித்தவை ஏராளம். இதனால் தமிழ் வாசகரின் வாசிப்பு மனநிலை மழுங்கடிக்கப்பட்டது; சுயமாகத் தமிழில் நாவல் எழுதுவோரின் முயற்சிகளுக்குப் பெரிய ஆதரவு இல்லாத சூழல் நிலவியது. மேலைநாட்டுப் பொழுதுபோக்கு நாவல்கள் தமிழாக்கப்பட்டதும் அவை பரந்துபட்ட நிலையில் வெகுஜன ஆதரவைப் பெற்றதும் சாதாரண

விஷயங்கள் அல்ல. காலனிய இந்தியாவில் வாழும் பூர்விகக் குடிகளான தமிழர்களின் பாரம்பரிய இலக்கிய ஆளுமையைப் புறக்கணிப்பதுடன் நவீன இலக்கியத்தையும் மலினமாக்குவது என்பது தமிழ் அடையாளத்தினைச் சிதைப்பதாகும்.

மொழிபெயர்ப்புப் படைப்புகள் இலக்கிய ரீதியில் தமிழுக்கு வளம் சேர்த்தது 1950க்குப் பின்னர்தான் என்று சொல்ல முடியும். உலக இலக்கியப் பரப்பினைத் தமிழர் அறிந்துகொள்ள வேண்டுமென்ற லட்சிய நோக்கமுடைய மொழிபெயர்ப்பாளர்களின் தன்னலமற்ற சேவையினால் பிற நாட்டுப் படைப்புகள் நூற்றுக்கணக்கில் தமிழாக்கப்பட்டன. நாட்டின் விடுதலைக்குப் பின்னர் தொடக்கக் கல்விக்குத் தரப்பட்ட முக்கியத்துவம் காரணமாக விளிம்புநிலை மக்களும் பெரிய அளவில் கல்வி கற்றனர். இக்காலகட்டத்தில் அசலான தமிழ்ப் படைப்புகள் அதிக அளவில் தமிழில் வெளியாயின. நவீனத் தமிழ் இலக்கியம் குறித்த விமர்சனமும் மதிப்பிடுதலும் சரியான திசைவழியில் சென்றன. மொழிபெயர்ப்புப் படைப்புகளை மக்கள் விரும்பி வாசித்தனர். எனினும் தமிழ்ப் படைப்புகளின் தனித்துவத்திற்கு முக்கியத்துவம் தரப்பட்டது. எழுத்தாளர்களும் தங்கள் சமகாலத்தில் வெளியான பிறரின் படைப்புகளை ஆவலுடன் வாசித்து விருப்பு வெறுப்பற்ற அபிப்பிராயங்களை முன்வைத்தனர். தனிப்பட்ட ரீதியில் படைப்பாளிகளை மட்டம் தட்டும் போக்கு பெரிய அளவில் இல்லை; படைப்புகளுக்குத்தான் முன்னுரிமை தரப்பட்டது. மொழிபெயர்ப்புப் படைப்புகளிலிருந்து ஊக்கம் பெற்ற தமிழ்ப் படைப்பாளர்கள், தமிழ்ச் சூழலை மையப்படுத்திப் படைப்புகளை எழுதினர். பிற மொழிப் படைப்புகளை வாசித்துத் தன்னுடைய எழுத்துத் திறனைத் தாழ்த்திக்கொள்ளும் போக்கு அன்றைய எழுத்தாளர்களிடம் பெரிய அளவில் இல்லை. காலனிய ஆதிக்கத்திலிருந்து விடுபட்ட மனநிலை அவர்களுக்கு ஊக்கத்தையும் நம்பிக்கையையும் தந்திருக்க வேண்டும்.

1980களின் பிற்பகுதியில் மொழிபெயர்ப்புகள் மீண்டும் ஒரு புதிய சிக்கலுக்குள் மாட்டிக்கொண்டன. கண்ணில் பட்ட மேலை இலக்கியப் படைப்புகளை மனம்போன போக்கில் தமிழாக்கும் போக்கு மெல்ல அறிமுகமானது. கையில் காசிருந்தால் யார் வேண்டுமானாலும் சிறுபத்திரிகை வெளியிடலாம் என்ற நிலை ஏற்பட்டவுடன், அவ்வப்போது சிறுபத்திரிகைகள் தோன்றி மறைந்துகொண்டிருந்தன. இத்தகைய சிறுபத்திரிகை ஆசிரியர்களின் குறுங்குழு வாதத்தினாலும் குழுச் சண்டைகளாலும் விஷய வறட்சியாலும் எதையாவது மொழிபெயர்த்துப் பக்கங்களை நிரப்பும் நிலை ஏற்பட்டது.

போர்த்துகீசிய நாட்டின் ஙீ – ஐ மொழிபெயர்ப்பதன் மூலம் உலக இலக்கியம் அறிந்த மொழிபெயர்ப்பாளர் என்ற பிம்பம் சிறுபத்திரிகை உலகில் ஏற்படும் என்ற நப்பாசை வேறு சிலரைத் தூண்டியது. இத்தகைய சூழலில் ‘மொழிபெயர்ப்பு’ என்பது நவீன மோஸ்தருடன் தொடர்புடையதாக, அறிவுஜீவித்தனமாக மாறியது. பிற நாட்டு இலக்கியப் படைப்புகளிலிருந்து எதை மொழிபெயர்க்க வேண்டும், தமிழுக்கு இது தேவைதானா என்பன போன்ற அடிப்படைக் கேள்விகள் எதுவுமில்லாமல் தான்தோன்றித்தனமாகச் செயல்படும் போக்கு வலுவடைந்தது. எண்பதுகளில் சர்வதேச ரீதியில் இன்னொரு பெரிய மாற்றம் நிகழ்ந்தது. சமூக வாழ்க்கையின் மீது நம்பிக்கை கொள்ளச் சொன்ன மார்க்சியத் தத்துவம் நடைமுறையில் கேள்விக்குள்ளானது. அறிவுலகில் கருத்து ரீதியில் ஏற்பட்ட வெற்றிடத்தை நிரப்பச் சோகை பிடித்த தத்துவங்கள் முயன்றன. கோட்பாட்டாளர்கள் புதிது புதிதாக உருவாக்கிக்கொண்டிருந்த கோட்பாட்டு நெறிகளின் பின் படைப்பாளர்களும் செல்லும் நிலை ஏற்பட்டது. படைப்பை விட விமர்சகன் செல்வாக்கு மிக்கவனாக மாறும் நிலை ஏற்பட்டது. இன்னொரு நிலையில் எல்லாப் படைப்பாளர்களும் விமர்சனம் செய்யும் மனநிலைக்கு உருமாறினர். பின்நவீனத்துவ விமர்சனப் போக்குக் காரணமாகப் படைப்பாளியின் மதிப்பு தனது படைப்பினை மதிப்பீடு செய்வதைவிடச் சக படைப்பாளிகளை நிராகரிக்கும்போது வலுவடைந்தது. இதனால் விமர்சனம் என்பது ஒற்றை வரி அபிப்பிராயங்களாக வடிவெடுத்தது. ஒரு கையில் தன் படைப்புப் பற்றிய கொடியை ஏற்றிக்கொண்டு, மறு கையில் வாளை ஏந்திச் சக படைப்பாளிகளின் கொடிகளைச் சகட்டு மேனிக்கு வெட்டி எறிந்து சுயதிருப்தி அடையும் அற்ப மனநிலை பரவத் தொடங்கியது. இதனால் சுயமோகிகளாகத் தனது படைப்புகளைப் பற்றிப் பலரும் பிரகடனம் வெளியிடத் தொடங்கினர். “தமிழில் ஒரு நாவல் மட்டும் தான் உள்ளது”, “பின்நவீனத்துவம் வலியுறுத்தும் textual pleasure என் நாவலில் மட்டும்தான் உள்ளது”. “பாலிம் செஸ்ட் நாவல் எழுத்துக்கு எனது ஙீ நாவல் மட்டும்தான் எடுத்துக்காட்டு”, “வாழ்வை விசாரிக்கும் கவிதையின் சூட்சும மொழி என்னிலிருந்து பிறக்கிறது” . . . இப்படி முண்டா தட்டும் சொற்கள் தமிழில் பல்கிப் பெருகுகின்றன.

இத்தகைய போக்குகளின் போலித்தனத்தால் குழம்பிய வாசகன் சரியான மதிப்பீட்டிற்கு வரவியலாமல் குழம்ப நேரிடுகிறது. ஒட்டுமொத்தப் படைப்புச் சூழல் சிதிலமடைவதால் நல்ல படைப்பினை அடையாளங்காண்பதில் சிரமம் ஏற்படுகிறது. இதனால் மேலை இலக்கியப் படைப்புகளைக் கூடுதலாக

அறிமுகப்படுத்துவதுடன் அவற்றைப் போற்றிப் பாராட்டும் நிலை பரவலாக ஏற்பட்டது. தொழில்நுட்பம், அறிவியல் துறைகளில் மேலைநாடுகளைச் சார்ந்திருக்கும் நிலை தமிழிலக்கியத்திற்கும் ஏற்படுவதுதான் கொடுமை.

மேலை இலக்கியப் படைப்புகளை விமர்சனமற்று மொழிபெயர்த்து வெளியிடும் போக்கு பெருகியதால் தமிழ்ப் படைப்பாக்கம் ஒருவித நெருக்கடிக்குள் சிக்கிக் கொண்டுள்ளது. அதிலும் லத்தீன் அமெரிக்க இலக்கியத்திற்கு ஈடு இணை எதுவுமில்லை என்ற முழக்கத்துடன் தமிழாக்கப்பட்ட படைப்புகள் தமிழ்ப் படைப்பாளர்களுக்குக் 'கிலி' ஏற்படுத்துகின்றன. மார்க்கஸ், போர்ஹஸ், கால்வினோ போன்ற இலக்கிய ஆளுமைகளின் படைப்புகளுக்குத் தொடர்ந்து அர்ச்சனை செய்திடும் பூசாரிகளின் எண்ணிக்கை பெருகியது. தும்மினால்கூட மார்க்கஸ் எப்படித் தும்முவார் என்பது போன்ற புனைவின் உச்சம் சிலரைப் பிடித்து ஆட்டியது. இன்னும் சிலர் தங்கள் தாயகத்தை லத்தீன் அமெரிக்காவிற்கு மாற்றிக்கொள்ளத் துடித்தனர். பாவம், விமான டிக்கட்டும் விசாவும்தான் கிடைக்கவில்லை. லத்தீன் அமெரிக்க 'உச்சாடனம்' முற்றிய நிலையில் தமிழில் வெளியாகியிருப்பது யாவும் 'குப்பை' என்பதுபோல் பேசவும் எழுதவும் தொடங்கினர். இதில் வேடிக்கை என்னவென்றால், இத்தகையோர் இலக்கிய அந்தஸ்து பெறத் தமிழில் எழுத வேண்டிய துர்பாக்கிய நிலை இருந்ததுதான். இத்தகைய போக்கின் உச்சகட்டமாகச் சிலருக்கு 'இலக்கிய நிஹிலிசம்' என்ற புதிய வகையான நோய் ஏற்பட்டு, அல்லும்பகலும் தமிழ்ப் படைப்புகளை வெறுத்து ஒதுக்கும் அவஸ்தைக்கு உள்ளாயினர்; எனினும் தொடர்ந்து மொழிபெயர்ப்பின் மூலம் பிற மொழிப் படைப்புகளைத் தமிழாக்கிடும் திருப்பணியை மட்டும் நிறுத்தவேயில்லை.

இத்தகைய போக்குகளால் இரண்டாயிரம் ஆண்டுகளாகத் தமிழில் வெளியான படைப்புகளைப் புறக்கணிப்பது இயல்பாக நடந்தேறியது; மேலும் சமகாலத்தில் தமிழில் வெளியாகும் படைப்புகள் பற்றிய தாழ்வான அபிப்பிராயமும் பலருக்கு ஏற்பட்டது. இந்நிலை ஏதோ ஒரு சிலரால் திட்டமிட்டுத் தமிழில் ஏற்படுத்தப்பட்டது அல்ல. பின்காலனிய சூழலில் வளரும் நாடுகளில் மொழியின் வழியே கருத்தியல் ரீதியில் ஆதிக்கம் செலுத்தத் திட்டமிட்டதன் விளைவுதான் இது. ஒரு பண்பாட்டின் மீது இன்னொரு ஆதிக்கப் பண்பாட்டைத் திணிப்பது அல்லது இலக்கிய இடைவெளியில் மாற்றியமைப்பது என்பது இன்றைய மொழிபெயர்ப்புகளின் முக்கியமான பணியாக உள்ளது. இப்போக்குத் தொடரும்போது தமிழ்ப் படைப்புகள் ஒதுக்கப்படும் நிலை ஏற்படும்.

இன்னொரு புறம் இந்திய மொழிகளிலிருந்து நூற்றுக்கணக்கில் இலக்கியப் புத்தகங்கள் தமிழில் வெளியிடப்படுகின்றன. இவற்றில் பல சாதாரண தரத்திலானவை. ஏற்கனவே கணினிமயமான அச்சுத் தொழில் வசதி காரணமாகத் தமிழில் புத்தகங்கள் வெள்ளம்போலப் பெருகிக்கொண்டிருக்கின்றன. இந்நிலையில் சராசரியான புத்தகங்களைத் 'தலையணை' அளவில் தமிழாக்குவது வெட்டி வேலை. இதனால் சராசரி வாசகருக்குக் குழப்பமும் பிரமிப்பும்தான் மிஞ்சும். இவையல்லாமல், தமிழ் வாசகனை மிரட்டுவதுபோலச் செய்யப்படும் *download* சமாச்சாரங்கள் வேறு குவிந்துகொண்டிருக்கின்றன. உங்கள் கணினியில் இணையத் தொடர்பு இருந்தால் போதும், புகுந்து விளையாடலாம். இதனால் ஏதோவொரு கண்காணாத தேசத்தில் வாழும் ஸ்ரீ எழுத்தாளரின் வாழ்க்கை, படைப்புகள் பற்றி இணையத்திலிருந்து தகவல்களை எடுத்து, பிரமிப்புத் தரும் நடையில் தழுவியெழுதுதலும் சுறுசுறுப்பாக நடைபெற்றுக்கொண்டிருக்கிறது. இத்தகைய மொழிபெயர்ப்பாளர்கள் சாதிக்க விரும்புவதுதான் என்ன? அடேயப்பா, ஸ்ரீ எழுத்தாளரின் 19 நாவல்களில் 11½ நாவல்கள் பற்றி மொழிபெயர்ப்பாளர் அபிப்பிராயம் சொல்கிறாரே என்ற வியப்பான பிம்பம் சராசரி வாசகரிடம் ஏற்படும். உலக இலக்கியத் தகவல்களை எல்லாம் தமிழில் மொழிபெயர்ப்பதனால் *down loader* இன் பெயர் பிரபலமடையும். ஆனால் வாசகன் காயடிக்கப்படுவான் என்பதுதான் வேதனையானது.

நவீனத் தமிழ் இலக்கியத்தில் பிறமொழிப் படைப்புகளுக்குச் சவால் விடக்கூடிய அற்புதமான படைப்புகள் வெளியாகியுள்ளன. புதுமைப்பித்தன் தொடங்கி விரியும் சாதனையாளர்களின் பட்டியல் நீளமானது. அப்பட்டியலில் அழகிய நாயகி அம்மாளின் 'கவலை', ஜோ டி குரூஸின் 'ஆழிசூழ் உலகு' போன்ற ஒற்றைப் படைப்புகளுக்கும் இடமுண்டு. தமிழில் சிறுகதைகளில் மட்டும் இன்றைய ஜே.பி. சாணக்யா, உமாமகேஸ்வரி உட்பட முப்பதுக்கும் மேற்பட்டோர் அற்புதப் படைப்புகளைத் தந்துள்ளனர். இத்தகைய படைப்புகளை எல்லாம் உலக மக்களுக்கு அறிமுகம்செய்வது யார்? உலக மொழிகளில் தமிழ்ப் படைப்புகள் பல்கிப் பெருக வேண்டாமா? இருநூறு ஆண்டுகளுக்கு முன் வரிவடிவம் பெற்ற மொழிகளில் வெளியான நவீன இலக்கியப் படைப்புகள் சர்வதேச அங்கீகாரமும் விருதுகளும் பெறும்போது, தமிழ்ப் படைப்புகளுக்கு மட்டும் ஏன் இந்தப் புறக்கணிப்பு?

இரண்டாயிரம் ஆண்டுப் பாரம்பரியமுடைய தமிழர் வாழ்க்கையில் இனக் குழு எச்சங்கள், தொன்மங்கள், பழமரபுக் கதைகள், தொல்குடி மரபுகள் போன்ற பல்வேறு மரபுகள் பொதிந்துள்ளன. இன்றைய நவீனச் சூழலில் தமிழ்

மனோபாவம் எதிர்கொள்ளும் சிக்கல்கள் அளவற்றவை. இத்தகைய பின்புலத்தினைக் கொண்ட நவீனப் படைப்புகள் பற்றிய சொல்லாடலைப் பரந்த அளவில் முன்னெடுக்க வேண்டும். சிறந்த தமிழ்ப் படைப்புகளை உலக மொழிகளில் கொண்டுவர முயல வேண்டும். அப்பொழுதுதான் தமிழ்ப் படைப்பாளர்களின் இலக்கிய மேதைமை உலகெங்கும் பரவும். பிறமொழிப் படைப்புகளைத் தமிழாக்கத் தேர்ந்தெடுக்கும் போது விமர்சன நோக்குடன் தேவையான அளவில் செயற்பட வேண்டும். அளவுக்கதிகமான மொழிபெயர்ப்புகளால் தமிழ் இலக்கியத்தின் சமநிலை குலையும் அபாயம் உள்ளது.

மொழிபெயர்ப்பினைப் பொறுத்தவரையில் அறிவியல், தத்துவம், சமூக அறிவியல், தொழில்நுட்பவியல் புத்தகங்கள்தான் தமிழில் ஆயிரக்கணக்கில் வெளிவர வேண்டிய தேவை உள்ளது. எதையாவது மொழிபெயர்த்துத்தான் ஆக வேண்டும் எனத் துடிக்கும் மொழிபெயர்ப்பாளர்கள், பிற துறைப் புத்தகங்களிலிருந்து தொடங்குவதுதான் நல்லது. அப்பொழுதுதான் தமிழ், நவீன உலகின் சவால்களை எதிர்கொள்ளக்கூடியதாக வளமுடையதாகும்.

மொழிபெயர்ப்பு, பன்னாட்டு உறவுகள், காலனியாதிக்கம் ஆகியன ஒருங்கிணைந்து புதிய காலனியமாக உருவெடுக்கின்றன. இந்நிலையில் மொழிபெயர்ப்பு, காலனியாதிக்கத்தை ஆதரிக்கும் ஒரு செயல்முறையாகவே தொடர்ந்து பங்காற்றுகிறது. அதிகாரம் செலுத்தும் ஆதிக்கவாதிகளின் சிந்தனைகளையும் அவர்களைப் பற்றிய படிமங்களையும் அடிமைப்பட்டவர்களிடம் கொண்டு செல்வதில் இன்றளவும் மொழிபெயர்ப்பு முதன்மையிடம் வகிக்கிறது. இதனால் பின்காலனிய நாடுகளில் ஆதிக்கம் செலுத்தும் ஆங்கிலத்துடன் மோதித் தமிழ் போன்ற மொழிகள் வலுவிழந்துகொண்டிருக்கின்றன. இப்போக்கு தொடர்ந்து நிகழும்போது அசலான தமிழ்ப் படைப்புகள் இரண்டாம் நிலைக்குத் தள்ளப்படும் சூழல் ஏற்படும்; தமிழ் போன்ற மொழிகள் ஓரிரு நூற்றாண்டுகளில் வீட்டு மொழியாக மாறி மெல்ல வழக்கொழிந்துவிடும்.

உலகமயமாக்கலின் விளைவாக மெக்கன்ரோவின் உருளைக் கிழங்கு சிப்ஸ், கோகோ கோலா, ராடோ வாட்ச், பவர் ஷூக்கள் என்று நவீனத் தமிழர் கட்டமைக்கப்பட்டிருப்பதன் இன்னொரு வெளிப்பாடுதான் மொழிபெயர்ப்புப் படைப்புகள் பற்றி இன்று ஏற்பட்டிருக்கும் பரவசங்களும் கொண்டாட்டங்களும். எல்லாவற்றையும் நுகர்பொருளாக்கிக்கொண்டிருக்கும் நுகர்வுப் பண்பாட்டின் அம்சமாக மொழியும் இலக்கியமும் மாற்றப்படுவதை நாம் அனுமதிக்க இயலாது. உலகம் முழுக்க

ஆங்கிலம் மட்டும் போதும் என்ற குரல் நவ காலனியவாதிகளின் சந்தைகளுக்கும் வணிகக் குழுமங்களுக்கும் சார்பாக ஏற்கனவே ஒலிக்கத் தொடங்கிவிட்டது. இப்படியே போனால் இலக்கியத்தில் எதை எழுதுவது, எதை எழுதக் கூடாது என்ற ஆணைகூட அதிகார மையத்திலிருந்து எழும். இலக்கியப் படைப்புகள் சந்தைக்கானதாக மாற்றப்படும் சூழலில் தமிழ் போன்ற தொன்மையான மொழி யின் பன்முகத்தன்மைகள் மறுதலிக்கப்படும். அடையாள மும் முகமும் அற்ற புதிய வகைப்பட்ட தமிழர்கள் உலகமய மாக்கலுக்கு இணங்கிப்போகும் வகையில் எல்லாவித அடை யாளங்களையும் துடைத்தெறிய மொழிபெயர்ப்பையும் பின்காலனிய அரசியல் பயன்படுத்துகிறது என்பதுதான் உண்மை. இதைப் புரிந்துகொள்வதற்கான விழிப்புணர்வையும் நமது தனித்தன்மையைக் காத்துக் கொள்வதற்கான வலிமையையும் வளர்த்தெடுப்பதுதான் இன்று நம் முன் உள்ள சவால்.

சான்றாதாரம்

1. வே. மாதவன், தமிழில் தல புராணங்கள் (இரு தொகுதிகள்), பாவை பதிப்பகம், தஞ்சாவூர்.
2. தி. பூங்குன்றன், மகாபாரதக் கதைப் பாடல்கள் (வெளியிடப்படாத முனைவர் பட்ட ஆய்வேடு), மதுரை காமராசர் பல்கலைக்கழகம், மதுரை 1989.
3. ஆ. சிவசுப்பிரமணியம், தமிழகத்தில் அடிமை முறை, காலச்சுவடு பதிப்பகம், நாகர்கோவில்.

***காலச்சுவடு* 85, ஜனவரி 2007**

எதிர்வினை

மொழிபெயர்ப்புச் செயல்பாட்டின் சமூகக் கடமை

'அடையாளங்களை அழிக்கும் மொழிபெயர்ப்புகள்' கட்டுரை இக்காலச் சூழலில் கவனிப்புக்குரியது. மேற்கத்தியக் கலாச்சாரத்தை எவ்வித கேள்விக்கும் உட்படுத்தாமலே அவற்றை அப்படியே ஏற்றுக்கொள்ளும் மனப்போக்குதான் மொழிபெயர்ப்புகளின் விஷயத்திலும் காணப்படுகிறது. கட்டுரையாளர் குறிப்பிடுவதைப் போல மொழிபெயர்ப்புகளுக்குப் பின் வணிக நோக்கம் மிகுந்து காணப்படுகிறது.

மொழிபெயர்ப்பு மிகவும் கவனமாகக் கையாளப்பட வேண்டிய கடினமான பணி. அது படைப்பாளியின் நோக்கத்தையும், படைக்கப்பட்ட காலத்தின் தேவையையும் கூட்டிக் குறைத்து

வெளிப்படுத்தினால் அது மொழிபெயர்ப்பின் முக்கியத்துவத்தை இழந்துவிடுகிறது. இன்றைய மொழிபெயர்ப்புகள் இத்தகைய கவனத்தைப் பெற்றிருக்கின்றனவா என்பது ஐயத்திற்குரியதே!

மொழிபெயர்ப்பு என்பது வாழும் சூழலின் நியாயமான தேவைகளை ஓரளவாவது பூர்த்தி செய்வதற்குத் துணைபுரிவனவாக இருக்கவேண்டும். அவற்றால் புதிய சிந்தனைகளை, உந்துதல்களைப் பெறுவதாகவும் இருக்கவேண்டும். மாக்சிம் கார்க்கியின் எழுத்துகள் (தாய் உட்பட) சேவின் வாழ்க்கை வரலாறு போன்ற மொழிபெயர்ப்புகள் இன்றைக்கும் மூன்றாம் உலக நாடுகளில் பெரும் தாக்கத்தை ஏற்படுத்திவருவதைப் போன்று இருக்க வேண்டும். இலக்கியங்களுக்குரிய சமூகக் கடமைகளை இவற்றின் மூலம் புரிந்துகொள்ள முடிகிறது.

மொழிபெயர்ப்புகளால் நிகழ்ந்த அரசியல் தாக்கத்தைத் தமிழக அனுபவத்திலிருந்துகூடக் காண்பிக்க முடியும். அறுபது, எழுபது, எண்பதுகளில் வட மாநிலங்களில் தலித்துகளின் மத்தியில் எழுச்சி ஏற்படக் காரணமாய் அமைந்த தலித் இலக்கியங்கள் தொண்ணூறுகளில் தமிழகத்தில் மொழிபெயர்க்கப்பட்டுப் பரவலாக்கப்பட்டதை அடுத்து ஏற்பட்ட தலித் எழுச்சியை யாரும் மறுக்கவியலாது. குறிப்பாக அம்பேத்கரின் எழுத்துகள் தலித்துகளுக்கான அரசியல் புலத்தை எல்லாத் தளங்களிலும் உருவாக்கியது. இது தற்போது தலித்தியம் பேசும் போலி ஆசாமிகளுக்கு வருவாயைப் பெருக்கிக்கொள்வதற்கான முதலீடாய் இருப்பதும், இவர்களில் தலித்துகளும் தலித்தல்லாதவர்களும் அடக்கம் என்பதும் வேறு விஷயம். எனவே மொழிபெயர்ப்புக்கு ஒரு சமூகக் கடமை இருக்கிறது என்ற உண்மையை மறந்த நிலையில்தான் மொழிபெயர்ப்புகள் நிகழ்ந்துகொண்டிருக்கின்றன.

இது மட்டுமின்றி சாதி, மத வேற்றுமையுணர்வுகள் நவீன வடிவங்களில் இறுக்கம் பெற்றிருக்கும் இக்காலச் சூழலில் அவற்றை மொழிபெயர்ப்பில் வெளிப்படுத்துவதற்கான வாய்ப்புகளுக்கும் இடமிருக்கிறது (பா.ஜ.க. ஆட்சிக் காலத்தில் பாடத்திட்டங்களிலும் இந்திய வரலாற்றை மறுவரைவு செய்வதற்கு மேற்கொள்ளப்பட்ட முயற்சிகளுக்குப் பின்னாலிருந்த நோக்கத்தை இங்கே உதாரணமாய்க் கொள்ளலாம்).

ம. அரி

கீழ் மருவத்தூர்

***காலச்சுவடு* 86, பிப்ரவரி 2007**

3

தமிழில் பிறமொழிப் படைப்புகள்:
சில பார்வைகள்

ந. முருகேச பாண்டியன்

பொதுவாகச் சிறுபத்திரிகைகளைப் புரட்டினால், ஏதோ ஓர் அயல் தேசத்துச் சிறுகதையை நிச்சயம் பார்க்கலாம். சில பத்திரிகைகளில் ஒரு வெளிநாட்டு எழுத்தாளரின் சிறுகதை, கவிதைகள், கட்டுரை, பேட்டி எல்லாம் தொகுப்பாக வெளியாகின்றன. 'புது எழுத்து' மொழிபெயர்ப்புக்கெனத் தனி அனுபந்தம் வெளியிடுகிறது. 'திசை எட்டும்', 'உதயம்' போன்றவை பிறமொழிப் படைப்புகளை மட்டும் தாங்கி வருகின்றன. சிறுபத்திரிகைகளை வாசிக்கையில், தமிழில் சிறுகதைகளுக்குப் 'பஞ்சம்' வந்துவிட்டதோ எனத் தோன்றுகிறது. அசலாகவும் உயர்ந்த தரத்திலும் சிறுகதைகளை எழுதிக் குவிக்கும் எழுத்தாளர்களின் பட்டாளம் தமிழில் இருக்கையில், வலிந்து வெளிநாட்டுச் சிறுகதைகளுக்கு முக்கியத்துவம் தருவது எரிச்சலைத் தருகிறது. மொழிபெயர்ப்புக் கதையை வெளியிடுவதுதான் சிறுபத்திரிகைக்கு 'மோஸ்தர்' என்ற பிரமை பலரிடமும் உள்ளது.

பிறமொழிப் படைப்பு என்ற முத்திரை இருப்பின் அது மேலான தரமுடையதாகிவிடுமா? நவீன இலக்கியத்தில் தமிழை விட வளங்குன்றிய மொழியிலிருந்து தமிழுக்குப் படைப்புகளைக் கொண்டுவருவதன் தேவை என்ன? பிறமொழிப் படைப்புகள் மூலமொழியில் ஏற்படுத்திய பதிவுகள் என்ன? அவற்றின் இடம், சிறப்பு யாவை என்பன பற்றிய புரிதல்கள் இல்லாமல் கையில் கிடைப்பதை மொழிபெயர்க்கத் தொடங்குவது ஆரோக்கியமானது அல்ல.

○

தமிழில் மொழிபெயர்ப்பு என்பது, ஏதோ சில அறிஞர்களின் 'நல்முயற்சி' காரணமாக நடைபெறுகிறது என்பது போலத் தோற்றம் உள்ளது. ஆனால் உண்மை அதுவல்ல. தமிழில் இதுவரை வெளியாகியுள்ள மொழிபெயர்ப்பு நூல்களின் அட்டவணையை ஆராய்ந்தால், நூல் தேர்வில் பருண்மையான அரசியல் பொதிந்திருப்பதைக் கண்டறிய முடியும். மொழிபெயர்ப்பு நூல் வெளியீட்டில், மொழிபெயர்ப்பாளர் – பதிப்பாளர் – வாசகர் ஆகிய மூன்று நிலைகளில், வாசகர் எதையும் தீர்மானிப்பதில்லை. மொழிபெயர்ப்புப் புத்தகங்களுக்கெனத் தனிப்பட்ட சந்தையை உருவாக்குதலும், பின்னர்ச் சந்தையின் ஏற்ற இறக்கத்திற்கேற்பப் புத்தகங்களை வெளியிடுதலும் பதிப்பகத்தினர் சம்பந்தப்பட்ட வேலை. பதிப்பகத்தினரின் புத்தகத் தேர்வு என்பது நடப்பு அரசியலுடனும் அதிகாரத்துடனும் தொடர்புடையது. விதிவிலக்காக அதிகாரத்திற்கெதிரான புத்தகங்களும் மொழிபெயர்ப்பு வடிவில் வாசகர்களைச் சென்றடைகின்றன. பொதுநிலையில் எந்த மேலைநாட்டுப் படைப்பாளியின் புத்தகங்களைத் தமிழர்கள் வாசிக்க வேண்டும் என்பதில் பல்வேறு காரணிகள் சூட்சுமமாகச் செயல்படுகின்றன.

தமிழில் வெளியாகியுள்ள மொழிபெயர்ப்புப் படைப்புகள் குறிப்பிட்ட அரசியல், பொருளியல் மேலாதிக்கத்தின் வெளிப்பாடாகவே உள்ளன. சங்க காலத்திற்குப் பிந்திய காப்பியக் காலகட்டத்தில் சிலப்பதிகாரம், மணிமேகலை தவிர பிற காப்பியங்கள் எல்லாம் பாலி, பிராகிருதம், சமஸ்கிருதம் ஆகிய மொழிகளிலிருந்து தமிழுக்கு வந்தவை. அன்று பௌத்த, ஜைன சமயங்கள் தமிழகத்தில் பெற்றிருந்த செல்வாக்கு, வைதீக இந்து சமயத்தின் பரவலான ஏற்பு ஆகியவற்றின் காரணமாகப் பிறமொழிப் படைப்புகளைத் தமிழாக்குவதே மேன்மையானது என்ற எண்ணம் கி.பி. இரண்டாம் நூற்றாண்டிலேயே வலுப்பெற்றுவிட்டது. பன்னிரு திருமுறைகள், நாலாயிர திவ்விய பிரபந்தம், பெரிய புராணம் தவிர்த்த பிற படைப்புகள் (பதினெட்டு புராணங்கள், கம்பராமாயணம், நளவெண்பா, நைடதம் . . .) தழுவல்களே. அவற்றை வாசிப்பதும் அவை குறித்துப் பேசுவதும்தான் 'இலக்கிய அனுபவம்' என்ற கருத்து, இருபதாம் நூற்றாண்டின் முற்பகுதியிலும் நிலவியது. சங்க இலக்கியம், சிலப்பதிகாரம், மணிமேகலை ஆகியவை வாசிக்கப்பட வேண்டியதில்லை என்று ஒதுக்கும் போக்கு அன்று வலுவாக இருந்தது. ஐரோப்பியரின் தமிழக நுழைவிற்குப் பின்னர்,

மேற்கத்திய இலக்கியப் படைப்புகள் தமிழ் வடிவம் பெற்றன. ஆங்கிலேயரின் காலனியாதிக்கத்திற்குட்பட்டிருந்த தமிழகத்தில் பத்தொன்பதாம் நூற்றாண்டின் நடுவில் ஆங்கிலப் படைப்புகள் தமிழாக்கம் பெற்றன. மொழிபெயர்ப்பு நூல்கள் வரலாற்றில் தமிழகத்தை ஆண்ட பிற மொழி பேசும் ஆட்சியாளர்களுடைய தாய்மொழிப் படைப்புகள் தொடர்ந்து தமிழாக்கம் பெற்றிருப்பது ஆழ்ந்த பரிசீலனைக்குரியது.

நவீன இலக்கியத்தைப் பொறுத்தவரையில், ஆங்கிலத்தில் ஜான் பனியன் எழுதிய 'தி பில்கிரிம்ஸ் புராகிரஸ்' என்ற நூல் 1793இல் 'ஒரு பரதேசி இந்த லோகத்தைவிட்டு மறுமைக்கு நடந்தேறினது சொற்பனம்' என்ற தலைப்பில் தமிழில் வெளி வந்துள்ளது. டேனியல் டிபோ எழுதிய 'ராபின்சன் குரூசோ' நாவல் 1850இல் அதே தலைப்பிலும், ஷேக்ஸ்பியரின் 'தி மெர்ச்சண்ட் ஆப் வெனிஸ்', 1870இல் 'வெனிஸ் வர்த்தகன்' என்ற பெயரிலும் தமிழில் வெளியாகியுள்ளன. இவை தொடக்க கால மொழிபெயர்ப்பு நூல்களுக்குச் சில சான்றுகள். இத்தகைய மொழிபெயர்ப்பு நூல்களின் வெளியீட்டிற்குப் பின்னரே, தமிழில் நவீன இலக்கியம் தொடங்குகிறது. 1876இல் வெளியான மாயூரம் வேதநாயகம் பிள்ளையின் 'பிரதாப முதலியார் சரித்திரம்' நாவலின் வெளியீட்டிற்கு மொழிபெயர்ப்புப் படைப்புகளின் செல்வாக்கே காரணம்.

நவீன இலக்கியம், வடிவம் மற்றும் கருத்து ரீதியில் காலனித்துவம் ஏற்படுத்திய பாதிப்பிலிருந்து விடுபடாத நிலையே இன்றுவரை உள்ளது. ஆங்கிலேய ஏகாதிபத்தியம் முடிந்த பிறகு பொருளியல் ரீதியில் பல்வேறு ஏகாதிபத்தியங்களின் நவீன காலனியாக இந்தியா மாறிவிட்டது. இதனால்தான் பல்வேறு பண்பாடுகளின் தாக்கம், கலவையாக நம்மைப் பாதித்துக்கொண்டிருக்கிறது. மேலைநாட்டுப் பொருள்களின் தரம் உயர்வானது; மேலைநாடுகள் மேட்டிமையானவை; சுத்தமானவை போன்ற கருத்தியல்களின் நீட்சியாகவே, மொழிபெயர்ப்பு நூல்கள் பற்றிய பார்வையும் வடிவமைக்கப்பட்டுள்ளது. இத்தகைய காலனிய மனப்பான்மை நுணுக்கமான முறையில் சிறுபத்திரிகை உலகிற்குள் புகுந்துள்ளதன் வெளிப்பாடுதான் மொழிபெயர்ப்பு நூல்கள் மீதான கொண்டாட்டம், தமிழ்ப் படைப்புகள் இரண்டாம் தரமானவை என்ற அலட்சிய மனோபாவம்.

இலக்கிய நோக்கில் மொழிபெயர்ப்பின் இன்னொரு பக்கம் முக்கியமானது. அது பெறுமொழியின் வளர்ச்சிக்கு வளம் சேர்க்கின்றது; கருத்தியல் வளர்ச்சியில் அழுத்தமான தடயங்களைப் பதிக்கிறது. பரந்துபட்ட நிலையில், உலக மொழிகளுடன் தொடர்புகொள்ள உதவுகின்றது.

இலக்கிய மொழிபெயர்ப்பு படைப்பாளி – வாசகன் ஆகிய இருவருடைய பிரக்ஞையிலும் நுணுக்கமான மாற்றங்களைத் தோற்றுவிக்கிறது. படைப்பாளி சுயமாகப் படைப்பு முயற்சியில் ஈடுபடாத காலகட்டத்தில் மொழிபெயர்ப்பில் ஈடுபட வேண்டியது அவசியம். மொழிபெயர்ப்புக்காகப் பிற மொழிப் படைப்பை நுட்பமாக வாசிக்கும் படைப்பாளியின் தன்முனைப்பு அகன்று வாசகனாக மாறும் விந்தை நிகழ்கிறது. சொற்கள் மீதான ஆர்வம், சொல் தேர்வு, தொடரமைப்பு போன்ற எழுத்துத் தொழில்நுட்பத்தில் படைப்பாளியின் படைப்பு மொழி வளமடைகிறது. மொழிபெயர்ப்பு என்பது ஒருவகையில் புதிய படைப்பை எழுதுவது போன்றது. எனவே மொழிபெயர்ப்பு மூலம் மொழிப் பயன்பாட்டில் அதிகபட்ச சாத்தியங்களைக் கண்டறியும் படைப்பாளி, சுயமான படைப்பாக்கத்தில் உச்ச நிலையை அடைகிறான். தொடர்ந்து படைப்பு முயற்சியில் ஈடுபட்டிருக்கும் படைப்பாளி, ஒரே மாதிரியான போக்கினை மாற்றியமைக்கவும் புதிய தளங்களைக் கண்டறிந்திடவும் மொழிபெயர்ப்பு கிரியா ஊக்கியாகச் செயல்படுகிறது.

இரண்டாம் உலகப் போருக்குப் பின்னர் ஐரோப்பிய இலக்கியத்தில் செல்வாக்குச் செலுத்திய நம்பிக்கை வறட்சி, கடவுளின் மரணம், வாழ்தல் குறித்த அவநம்பிக்கை போன்ற கருத்தியல்கள் மொழிபெயர்ப்புகள் வழியாகத் தமிழில் இடம்பெற்று, படைப்பாக்கத்தில் புதிய போக்கினை ஏற்படுத்தின. அறுபதுகளில் சிறுபத்திரிகைகளில் வெளியான மேலை நாட்டுப் படைப்பாளர்களின் ஆக்கங்கள், இளம் படைப்பாளர்களிடம் செல்வாக்குப் பெற்றன. அவை போன்று தமிழிலும் படைப்புகள் வெளிவரலாயின. இத்தகைய போக்கு இன்றுவரை தொடர்கிறது. அமைப்பியல், பின்நவீனத்துவம், மாந்திரிக யதார்த்தவாதம் போன்ற கோட்பாடுகளின் அடிப்படையிலான படைப்புகள் எண்பது களிலிருந்து மொழிபெயர்க்கப்பட்டு வெளியிடப்படுகின்றன. லத்தீன் அமெரிக்க நாடுகளில் செல்வாக்குப் பெற்றுள்ள மார்க்வெஸ், போர்ஹெஸ் போன்றோரின் ஆக்கங்கள் சிறுபத்திரிகைகளில்

தொடர்ந்து வெளியாவதன் விளைவாக கதையினை அ-நேர்க்கோட்டில் விவரிக்கும் புதிய வகைப்பட்ட எழுத்துமுறை செல்வாக்குப் பெற்றது. மரபுவழிப்பட்ட கதை சொல்லிகளும் புதிய எழுத்து முறையினைப் பின்பற்றத் தொடங்கியுள்ளனர்.

இன்றைய தமிழ்ச் சூழலில் 'மொழிபெயர்ப்பு' இலக்கியத்தின் நம்பகத்தன்மை குறித்து ஆழமான கேள்விகள் தோன்ற வேண்டும். கேள்விகளுக்கு அப்பாற்பட்டது என்பது போன்ற பாமரத்தனமான அணுகுமுறை கைவிடப்பட வேண்டும். மொழிபெயர்ப்பாளர் தனது மொழிபெயர்ப்பு முயற்சியில் எத்தகைய அணுகுமுறையைக் கையாண்டார், என்ன என்ன சிக்கல்களை எதிர்கொண்டார் என்பது பற்றிய குறிப்புகளைத் தருவதில்லை. தான்தோன்றித்தனமாக மொழிபெயர்ப்பது, இலக்கிய வளர்ச்சிக்குக் குந்தகம் விளைவிப்பதாகும்.

மூலப் படைப்புக்கு விசுவாசமாகவும் நேர்மையாகவும் முழுமையாகவும் மொழிபெயர்க்கப்பட்ட தமிழ்ப் பிரதிகள் குறித்து ஆராய வேண்டிய தேவை தற்சமயம் ஏற்பட்டுள்ளது. மூலப் படைப்பு, படைப்பாளர் பற்றிய விரிவான குறிப்புகள் தமிழ்ப் பிரதியில் இடம்பெற வேண்டியது அவசியம். சுருங்கக் கூறின், மூலப்படைப்புக்கு விசுவாசமாக ஒழுங்குடன் மொழிபெயர்க்கப்படும் போக்கு பின்பற்றப்படும்போது, உலக இலக்கியத்தின் 'உன்னதங்கள்' தமிழில் முறையாக வருவதற்கான சூழல் அமையும்.

காலச்சுவடு 51, ஜனவரி - பிப்ரவரி 2004

4

பாரதி, புதுமைப்பித்தன், சுந்தர ராமசாமி ஆகியோரின் மொழிபெயர்ப்புப் பணிகள்

ஜி. குப்புசாமி

இருபதாம் நூற்றாண்டின் முதல் இரு பத்தாண்டு களில் மகாகவி பாரதியாரின் மூலம் வேர்விடத்தொடங்கிய நவீன இலக்கிய மறுமலர்ச்சி அடுத்த இரு பத்தாண்டுகளில் புதுமைப்பித்தன், மௌனி, கு.ப.ரா., க.நா.சு. போன்றோரால் தீவிரமடைந்து *மணிக்கொடி* காலமாகப் பரிணமித்து வளர்ந்திருக்கிறது. தமிழில் இலக்கிய மொழிபெயர்ப்பு என்பதைப் பற்றித் தீர்க்கமான பார்வையின்றி, குழப்பமான, மேம்போக்கான கருத்தாக்கங்களே நிலவிவந்த காலகட்டத்தில் மொழிபெயர்ப்பைப் பற்றித் தெளிவான, இலக்கியப் பிரக்ஞை கொண்ட பார்வையை முன்வைத்தவர் எனப் புதுமைப்பித்தனைத்தான் கூற வேண்டும். அவர் தொடங்கிவைத்த இவ்விவாதத்தின் பலனாக மொழிபெயர்ப்பு மார்க்கத்தின் மீது கவிந்திருந்த மேகமூட்டங்கள் கலைந்து நவீன மொழிபெயர்ப்பு ஓர் இயலாகப் படைப்பிலக்கியத்திற்கு இணையான ஒரு ஸ்திதியைத் தற்போது அடைந்திருக்கிறது. ஆனால் இத்தகைய கோட்பாடு, விவாதங்கள் தொடங்குவதற்கு முப்பதாண்டுகள் முன்னதாகவே பரிபூரண இலக்கியப் பிரக்ஞையோடு பாரதி மொழிபெயர்ப்பை அணுகியிருப்பது அந்த அதிகலைஞனின் மற்றொரு ஆச்சரிய பரிமாணம்.

இலக்கிய மொழிபெயர்ப்பு ஒரு கலையாக வளர்ச்சியுற்ற பிறகு தூய மொழிபெயர்ப்பாய்வு என்றும், பயன்முறை மொழிபெயர்ப்பாய்வு என்றும் ஜேம்ஸ் எஸ். ஹோம்ஸால் வகைப்படுத்தப்பட்டு, இன்று பல்வேறு மொழிபெயர்ப்புக் கோட்பாடுகள் கிளைத்திருக்கின்றன. அத்தகைய பகுப்பாய்வுக்குள் செல்லாமல் மூலப்படைப்பிற்கும் படைப்பாளிக்கும் அப்படைப்பு உருவான கலாச்சாரத்திற்கும் மொழிபெயர்க்கப்படும் பிரதி விசுவாசமாக இருத்தல் என்ற அடிப்படையளவில் எளிமைப்படுத்தி பாரதி, புதுமைப்பித்தன், சுந்தர ராமசாமி

ஆகியோரின் மொழிபெயர்ப்புகளை இங்கு விவாதிக்கலாம் எனக் கருதுகிறேன்.

தேசியக் கவிஞர் என்னும் ஒற்றைப் பரிமாணத்திலேயே பெரும்பாலும் தரிசிக்கப்படும் பாரதியின் மொழிபெயர்ப்புகள் இலக்கியரீதியாகப் போதிய கவனம் பெறப்பட்டவையோ ஆய்விற்குட்பட்டவையோ அல்ல. ஒரு கலைஞனை *holy cow* ஆக ஆக்கி, அவனைப் பற்றிய அதிபிம்பங்களை மட்டுமே தரிசித்துக் கொண்டிருப்பது அவனை மறைமுகமாகப் புறக்கணிப்பதுதான். பாரதி கணிசமான அளவில் மொழிபெயர்ப்புகள் செய் திருக்கிறாரா என்பது இப்போது உருவாகும் கேள்வி. பத்துக் கவிதைகளையும், தாகூரின் எட்டுச் சிறுகதைகளையும் (அவற்றில் ஒன்று குறுநாவல்) பகவத்கீதை மற்றும் பதஞ்சலி யோக சூத்திரத்தையும் அவரது இலக்கிய மொழிபெயர்ப்புகளாகச் சேர்க்கலாம். ஒரு பத்திரிகையாளராக, தாதாபாய் நௌரோஜி, திலகர், விபின் சந்திரபால், ஜகதீச சந்திரபோஸ் ஆகியோரது சொற்பொழிவுகளையும், காங்கிரஸ் மகாசபையின் சரித்திரத்தை யும், பற்பல செய்திக் கட்டுரைகளையும் மொழிபெயர்த்திருப்பதை அவற்றின் செய்தி மதிப்பிற்காகக் கணக்கில் கொள்ளாமல் அவரது இலக்கிய மொழிபெயர்ப்புகளைப் பற்றி மட்டும் இங்கே பேசலாம்.

தெளிவுறவே அறிந்திடுதல், தெளிவுதர
மொழிந்திடுதல், சிந்திப் பார்க்கே
களி வளர உள்ளத்தில் ஆனந்தக்
கனவு பல காட்டல், கண்ணீர்த்
துளி வர உள்ளுருக்குதல் ...

ஆகியவை வேண்டுமென வாணியிடம் பாரதி வேண்டுவது அவரது பகவத் கீதை மொழிபெயர்ப்பில் சித்தி ஆகியிருக்கும். அவரது பகவத் கீதையை ஆன்மிகத் தேவையேதுமின்றி வெறும் வாசிப்பு ரசனைக்காக மட்டுமே பயில்வது ஒரு மகத்தான அனுபவம்.

பகவத் கீதையின் சுலோகங்கள், மிகக் கச்சிதமான வாக்கிய அமைப்புகளில் அவரது உரைநடைகளில் வழக்கமாகக் காணப்படும் சமஸ்கிருத வார்த்தைகள் கூட மிக மிகக் குறைவாக, தெளிவான நடையில் மொழிபெயர்க்கப்பட்டுள்ளன. தமிழில் பாரதியின் பகவத் கீதை அளவிற்கு முழுமையான, அதே நேரத்தில் ரத்தினச் சுருக்கமான மொழிபெயர்ப்பு வேறெதுவும் கிடையாது. மொழிபெயர்ப்பின் நடுவில் எந்த விளக்கவுரையையோ வியாக்கியானத்தையோ கொண்டுவராமல் ஒரு நீளமான முன்னுரையில் பட்டினத்தார், தாயுமானவர், திருநாவுக்கரசர் ஆகியோர் மேற்கோள்களோடு பகவத் கீதையின் சாராம்சம், அது முன்வைக்கும் தத்துவம், வேதம் – உபநிடதங்களுக்கிடையேயுள்ள

வேறுபாடுகள், வேதங்கள் மிக மிகப் பழைய சமஸ்கிருத மொழியிலும், காலத்தால் பின் தங்கிய உபநிடதங்கள் பிற்காலத்திய சமஸ்கிருதத்தில் இயற்றப்பட்டிருப்பது குறித்த விளக்கங்கள், கீதை குறித்த மேம்போக்கான தப்பபிப்பிராயங்கள் போன்றவற்றை விளக்குகிறார்.

அவரது மொழிபெயர்ப்புகளில் முதலிடம் பெற வேண்டியது அதன் மொழி அந்தஸ்திற்காக, பகவத் கீதை மொழிபெயர்ப்பேயாகும்.

'எதனையெதனை உயர்ந்தோன் செய்கிறானோ, அதையே மற்ற மனிதர் பின்பற்றுகிறார்கள். அவன் எதை பிரமாண மாக்குகிறானோ அதையே உலகத்தார் தொடருகிறார்கள் . . . பார்த்தா, மூன்றுலகத்தில் எனக்கு யாதொரு கடமையுமில்லை, நான் பெற்றிராத பேறுமில்லை. எனினும் நான் தொழிலிலே இயங்குகிறேன் . . . பார்த்தா, அறிவில்லாதோர் செய்கையில் பற்றுடையோராய் எப்படித் தொழில்செய்கிறார்களோ அப்படியே அறிவுடையோன் பற்றை நீக்கி உலக நன்மையை நாடித் தொழில்செய்ய வேண்டும்.'

பகவத் கீதைக்கு அடுத்தபடியாகக் குறிப்பிடத்தகுந்த மொழிபெயர்ப்பு தாகூரின் எட்டுக் கதைகளின் தமிழாக்கம். பாரதி தேர்ந்தெடுத்த இக்கதைகளில் 'மானபங்கம்', 'நள்ளிரவிலே', 'ஸமாப்தி' ஆகிய கதைகள் மிக அற்புதமானவை. சௌந்தர்யங்களில் மனமுருகிப் பாரதி புனைந்திருக்கும் பல கவிதைகளைக் கண்ணன் பாட்டிலும் குயில் பாட்டிலும் கண்டிருப்போம். மானபங்கம் என்னும் தாகூரின் இந்தக் கதையைப் பாரதி மொழிபெயர்க்கையில், யௌவனத்தின் சோபை ததும்பும் வர்ணனைகள் அற்புதமான வரிகளைச் சமைக்கின்றன. இக்கதையின் முதல் ஐந்து பத்திகள் நமக்கு ஏற்படுத்தும் மனவெழுச்சியும் களி வளர உள்ளத்தில் ஆனந்தக் கனவு பல காட்டலும் கண்ணீர் வர உள்ளுருக்குதலும் வங்க மொழி வாசகனுக்குத் தாகூரின் மூலத்தை வாசிக்கையில் ஏற்பட்டிருக்குமா என்பது சந்தேகம்தான். இதே கதையில் கணவன் மனைவியை அடித்து, கட்டாயப்படுத்தி அவளது நகைகளை அபகரித்துக்கொண்டுசெல்லும் கொந்தளிப்பான கட்டத்தில் பாரதியின் மொழி லாவகம் பிரமிப்பேற்படுத்துகிறது.

'வீட்டில் யாரும் துயில் கலையவில்லை. நிலா அமைதி யாக வீசிற்று. இரவின் மோனம் குலையவில்லை. இத்தனை சாந்திக்கிடையேகூட மனிதர் திரும்ப சொஸ்தமாக இடமில்லாத படி நெஞ்சுடைந்து போதல் ஸாத்யமாகிறது.'

தாகூரின் மூன்று சிறுகதைகளை இணைத்து சத்யஜித் ரே இயக்கிய 'தீன் கன்யா'வில் இடம்பெறும் கதையான 'ஸமாப்தி'யை பாரதியின் மொழிபெயர்ப்பில் வாசிக்கும்போது, ஒவ்வொரு

வரியிலும் அந்த அற்புதமான திரைப்படத்தின் ஒவ்வொரு காட்சியும் அதே வேகத்தில், அதே அழுத்தத்தில், அதே உணர்ச்சி நுட்பத்தோடு நம்முன் விரிகின்றன. சத்யஜித் ரேயின் 'ம்ருண்மயி'யும் பாரதியின் 'ம்ருண்மயி'யும் ஒரே ஜாடையில், ஒரே விதமான மருட்சி கண்களில் தெரிய, ஒரே மாதிரியான துள்ளல் நடையில் ஒன்றுபோலவே தெரிகின்றனர். 'தீன்கன்யா'வைப் பார்த்தவர்களுக்கு இக்கதையைப் படிக்கும்போது அதன் திரைக்கதைப் பிரதியை வாசிக்கும் உணர்வுதான் ஏற்படும்.

பாரதியின் மற்றொரு பிரபலமான மொழிபெயர்ப்பான பக்கிம் சந்திர சட்டர்ஜியின் 'வந்தே மாதரம்' இருமுறை தமிழாக்கப்பட்டிருக்கிறது. முதலாவதாகச் செய்த 'இனிய நீர் பெருக்கினை இன் கனி வளத்தினை' என்ற கவிதை மிகச் சிறப்பானது.

வெண்ணிலாக் கதிர் மகிழ விரித்திடுமிரவினை!
மலர்மணிப் பூத்திகழ் மரன் பல செறிந்தனை!

எனச் செறிவான மொழியில் இயற்றப்பட்ட பாடலை மீண்டும் ஒருமுறை 'நளிர்மணிநீரும் நயம்படு கனிகளும்' என்று மொழிபெயர்த்திருப்பதற்கு அவர் கூறும் காரணம் கவனிக்கத்தக்கது. 'வந்தே மாதரம்' பாடல் பக்கிம் சந்திரரின் 'ஆனந்த மடம்' நாவலில் சாமியார்கள் பாடும் வழிநடைப் பாடலாக இடம்பெறுகிறது. முதலில் செய்யப்பட்ட மொழிபெயர்ப்பு முழுவதும் அகவலாக மொழிபெயர்த்தது பாடுவதற்கு நயப்படாததால் இப்போது பல சந்தங்கள் தழுவி மொழிபெயர்த்திருப்பதாக இரண்டாம் பாடலுக்கு முன் விளக்கமளிக்கிறார்.

'பதஞ்சலி யோக சூத்திர'த்தைப் பாரதி மொழி பெயர்க்கையில் மூலத்தின் சூத்திர வரிகள் நேரடியாக மொழிபெயர்க்கப்படுகின்றன. இதற்கான பொருள் விளக்கம், சூத்திரத்தை விரித்துச் சொல்வது மட்டுமின்றி வேறுபல மொழிபெயர்ப்புகளை, சாத்திரங்களை, கூற்றுகளை மறுக்கவும் உடன்படவும் செய்யும் விவாதமாக மாறுவது புதிய அணுகுமுறை.

பாரதிக்குத் தேச சுதந்திரப் போராட்டமும் சமூக விடுதலையை ஏற்படுத்தும் போராட்டமும் ஒன்றாகவே கலந்திருந்ததனால்தான் இந்து மதவெழுச்சியை ஆங்கிலேயே ஆதிக்க சக்திக்கு எதிர்ப்பாக மாற்ற பகவத் கீதையையும் பதஞ் சலி யோக சூத்திரத்தையும் தமிழில் கொண்டுவந்திருக்கிறார் எனலாம். அவர் மொழிபெயர்க்கத் தேர்ந்தெடுத்த அயல் மொழிக் கவிதைகளைக் கவனிக்கும்போதும் இதே முனைப்புதான் வெளிப்படுகிறது. லாங்ஃபெலோவின் 'மேலோர் புகழ்', பைரனின் 'சுதந்திரம்', அரவிந்தரின் 'கடல்', ஃபுளோரா ஆண் ஸ்டீலின்

‘கலியுக முடிவு’, மாட்ரால் ஸ்டன்ஷர் மனின் ‘இந்தியாவின் அழைப்பு’, தாகூரின் ‘நாட்டுக் கல்வி’, ஜான் ஸ்கர்ரின் ‘கற்பனையூர்’, சியூசீனின் ‘பெண் விடுதலை’ ஆகிய பாரதி மொழிபெயர்த்த இதர கவிதைகளுக்கிடையே சமூக விடுதலை என்ற பொதுச்சரடுதான் காணப்படுகிறது.

2

நவீனத் தமிழ் இலக்கியத்தின் முன்னோடியாகக் கருதப்படும் புதுமைப்பித்தன், அவரது சிறுகதைகளுக்காகவும் கட்டுரைகள், இலக்கிய விமர்சனங்கள், விவாதங்களுக்காகவும் அறியப்பட்டிருக்குமளவிற்கு அவரது மொழிபெயர்ப்புகளுக்காகக் கவனம் பெற்றிராதிருப்பதற்கான காரணங்களை ஆராய வேண்டிய கட்டத்தில் நாம் இருக்கிறோம். பக்க அளவில் எடுத்துக்கொண்டால் தன் சொந்தக் கதைகளைவிடச் சற்றுக் கூடுதலாகவே புதுமைப்பித்தன் மொழிபெயர்ப்புகளும் செய்திருப்பது தீவிர வாசகர்கள் பலருக்கும் வியப்பளிப்பதாக இருக்கக்கூடும். தான் மொழிபெயர்த்த நூல்களுக்கு எழுதிய முன்னுரைகளிலும் மொழிபெயர்த்த கதைகளுக்கு எழுதிய அறிமுகக் குறிப்புகளிலும் தழுவலா, மொழிபெயர்ப்பா என்பது பற்றி மணிக்கொடி இதழில் நடைபெற்ற விவாதத்திலும் மொழிபெயர்ப்பு இலக்கியம் பற்றிய தீவிரமான, நவீனப் பார்வையைப் புதுமைப்பித்தன் முன்வைத்திருக்கிறார்.

மேதாவிலாசமும் அந்தரங்க சுத்தியும் சுதந்திரமும் கொண்ட அசலான கலைஞனாக இருந்தபோதிலும், தனது படைப்புகளில் உருவ அமைதியைக் கொண்டு வருவதில் போதிய சிரத்தை எடுத்துக்கொள்ளாதவர் என்று அவர்மீது ஒரு விமரிசனம் இருந்துவருகிறது. ‘தன்னுள்ளிருந்து கலையின் புயலைப் பரப்பி, அப்புயல் இட்டுச்சென்ற திசைகளிலெல்லாம் சுழன்ற ஒரு அசுரத்தன்மைக்கு ஆளான கலைஞன்’ என்று புதுமைப்பித்தனை வருணிக்கும் சுந்தர ராமசாமி, கதையைக் கடைசிவரை நடத்திக்கொண்டு செல்வதில் பொறுமையில்லாதவராகவும் மிகுந்த ஈடுபாட்டுடன் ஆரம்பித்த பல கதைகளில் களத்தை விஸ்தாரமாக அமைத்து, பாத்திரங்களை ஒருவர்பின் ஒருவராக எழுப்பி, பெரும் போக்காக நகர்த்தும் சிரத்தை பின்பகுதியில் சலிப்படைந்து, அதுவரையிலும் கவனமாய் இழைத்துக் கொண்டுவந்த இழைகளையெல்லாம் அவசர அவசரமாக இழை நுனிகளில் பட்பட்டென்று முடிச்சுப் போட்டு முற்றுப்புள்ளி குத்திவிடுவதைப் புதுமைப்பித்தனின் பீறிட்டுப் பிரவகிக்கும் மேதமை நிகழ்த்தி விடுகிற அமைதிக்குலைவுகளாகக் காண்கிறார். இத்தகைய விமர்சனங்களுக்கும் விரக்திக்கும் மனக்கசப்பிற்கும் ஆளான கலைஞர் என்ற பெயரை அவர்

பெற்றிருந்தது புதுமைப்பித்தன் தனது மொழிபெயர்ப்புகளிலும் அத்தகைய அவசரமும் அசிரத்தையான கையாளலைத் தான் பயன்படுத்தியிருக்க வேண்டுமென்று எவ்விதமான ஆய்வோ ஒப்புநோக்கலோ இன்றி உண்டாகியிருந்த ஓர் அபிப்பிராயம் ஆகியவையே அவரது மொழிபெயர்ப்புகள்மீது போதிய கவனக்குவிப்பு இல்லாதிருந்ததற்குக் காரணிகளாக இருந்திருக்க வேண்டும். ஆனால் அவருடைய மொழிபெயர்ப்புகள் அனைத்தும் கதைக் குறிப்புகள், முன்னுரைகளோடு ஆ. இரா. வேங்கடாசலபதியால் தற்போது தொகுக்கப்பட்டிருப்பதை மறுவாசிப்பு செய்கையில், நவீனத் தமிழ் இலக்கியத்திற்கு மட்டுமல்ல நவீனத் தமிழ் மொழிபெயர்ப்பியலுக்கும் புதுமைப்பித்தன்தான் முன்னோடி என்பது தெளிவாகிறது.

இருபதாம் நூற்றாண்டின் தொடக்கம்வரை பிறமொழி ஆசிரியர்களின் கருவை, கருத்தை, கதையை, கதைமாந்தரை உள்வாங்கிக்கொண்டு மூல ஆசிரியர் பெயர் சுட்டியோ சுட்டாமலோதான் மொழிபெயர்ப்பு செய்யப்பட்டு வந்திருக்கிறது. 1930களில் மொழிபெயர்ப்பு பற்றிய நவீனப் பார்வையும் அணுகுமுறையும் தமிழ் இலக்கிய உலகில் காலூன்றத்தொடங்கின. இந்தத் தருணத்தில்தான் அதுவரையிலான மொழி பெயர்ப்புகள் தழுவல்கள் என்றும் மூலத்திற்குத் துரோகம் செய்வன எனவும் இனங்காணப்பட்டன. நவீன இலக்கிய மொழிபெயர்ப்பு என்பதற்கு அதன் இன்றைய பொருளில் முன்னோடிகள் எனப் பாரதி, வ. வே. சு. ஐயர், மகேச குமார சர்மா, புதுமைப்பித்தன் ஆகியோர்தான் என வேங்கடாசலபதி தனது ஆய்வில் நிறுவுகிறார்.

'அமைப்பு லாவண்யங்களிலும், கையாளப்படும் அசாதாரண, வார்த்தைக்கு மீறிய அதீத விஷயங்களிலும் சிகரங்கள் எனச் சொல்லப்படும் கதைகளையும் தமிழ்நாட்டு வாசகர்களின் விருப்பு வெறுப்புகளை மதித்துக் கூடுமானவரை ஓரளவு கதைச்சத்து இருக்கக் கூடிய, ஆனால் அமைப்பு விசேஷங்களுடன் பொருந்திய கதைகளையும் தேர்ந்தெடுத்துத் தருவதே என் நோக்கம்' என்று உலகத்துச் சிறுதைகள் தொகுப்பின் முன்னுரையில் கூறும் புதுமைப்பித்தன் தேர்ந்தெடுத்த கதைகளைப் பார்க்கும்போது அவரது பரந்த வாசிப்பும் அவர் வரித்துக்கொண்டிருந்த புனைபெயருக்குத் தகுந்தாற்போலப் புதுவிதமான கதைகளை அறிமுகப்படுத்தும் ஆர்வமும் வெளிப்படுகின்றன. அத்தகைய புதுவிதமான கதைகளிலும் அன்றைய நவீன இலக்கிய உலகை உதாரணப்படுத்தும் நுட்பமான கலையம்சங்கள் கொண்ட கதைகளைத்தான் அவர் பொறுக்கியெடுத்திருக்கிறார்.

புதுமைப்பித்தன் மொழிபெயர்த்த கதைகளில் அவரது வாழ்நாளில் நூலாக்கம் பெற்ற தொகுப்புகள் உலகத்துச் சிறுகதைகள், பிரேத மனிதன், உயிர் ஆசை (அமெரிக்கக் கதைகள்)

மணியோசை (ஜப்பானியக் கதைகள்), உலக அரங்கு என்ற நாடகக் கதைகள் ஆகியவையாகும். அவரது மறைவிற்குப்பின் பளிங்குச் சிலை (ருஷ்யக் கதைகள்), தெய்வம் கொடுத்த வரம், முதலும் முடிவும், பலிபீடம் போன்றவை வெளிவருகின்றன.

அச்சில் வெளிவந்த புதுமைப்பித்தனின் முதல் நூல் உலகத்துச் சிறுகதைகளே. இத்தொகுப்பில் இடம்பெற்றுள்ள ஷெஹர் ஜாதி – கதைசொல்லி, அராபிய இரவுகளின் பின்னீட்சியாக ஹென்றி டிரெக்னியரால் புனையப்பட்ட கதை. தன் உயிரைக் காப்பாற்றிக்கொள்ள கர்ணாமிர்தமாகக் கதைகள் பொழிந்துவந்தவளுக்கு மரணபயம் நீங்கி, கணவனும் இறந்த பிற்பாடு, அவளுடைய சிருஷ்டி மனத்தில் கவிகிற வெறுமையை, விரக்தியை, காதலுக்கு ஏங்கும் தவிப்பை மிக அற்புதமாகச் சித்தரிக்கும் இக்கதையைப் புதுமைப்பித்தன் மொழிபெயர்க்கப் பயன்படுத்தியிருக்கும் நடை கவனிக்கத்தக்கது. மிகச் சிறந்த மொழிபெயர்ப்பாளன் என்பவனுக்குப் பலவிதமான நடைகளையும் பல்வேறு விதமான தொனி வேறுபாடுகளையும் படம்பிடித்துக் காட்டும் வளமையும் கைக்கொண்டிருக்க வேண்டுமென்பதற்கு உதாரணமாக இக்கதையின் மொழிபெயர்ப்பில் புதுமைப்பித்தன் தெரிகிறார். இக்கதையில் பயன்படுத்தப்படும் நடையும் கதையின் அடிநாதக் குரலும் புதுமைப்பித்தனின் 'சிற்பியின் நரகம்' சிறுகதைக்கு நெருக்கமாக இருப்பதை உணரலாம். இதில் சுவாரசிய மூட்டும் தகவல் என்னவென்றால் 'சிற்பியின் நரகம்' வெளிவந்தது ஆகஸ்ட் *1935*இல். 'ஷெஹர் ஜாதி' வெளிவந்தது நவம்பர் *1935*இல். படைப்பு மனம் உருவாக்கும் கதைகளின் உணர்வுத் தளம் மட்டுமல்ல அது தேர்ந்தெடுத்து வாசிப்பதும் தன் மொழியில் பெயர்த்துக் கொள்வதும்கூட அதே அலைவரிசையில் இயங்கும் படைப்புகளாகத்தான் இருக்கின்றன. 'இலக்கியப் பிரதி தனது மேற்பரப்புப் பிரதியுடன் உட்பிரதி ஒன்றையும் கொண்டிருக்கும். மொழிபெயர்க்கையில் இந்த உட்பிரதி தானாகக் கொண்டுவரப்பட்டுவிடுமா?' என்று வினவுகிறார் அய்யப்பப் பணிக்கர். அதனைக் கொண்டுவருவது தான் சவால். மொழிபெயர்ப்பின் பலமும் பலவீனமும் இங்கேதான் மையங்கொண்டுள்ளன. இதனை எதிர்கொண்டுவிட்டாலே பிரதான சவால் இல்லாது போய் விடும். இரண்டு கதைகளிலும், இருவேறு கலைஞர்கள்; கலைப்படைப்பு நிறைவடைந்ததும் சூழ்கிற வெறுமை. இரண்டிலும் கலையின் பூரணத்துவம் சூனியத்திலா முடிகிறது என்கிற ஒரே விதமான கேள்வி.

தற்போது மறுவாசிப்பு கோருகிற மற்றோர் அற்புதமான சிறுகதை எலியா எஹ்ரன்பர்க்கின் ஓம் சாந்தி! சாந்தி! (புதுமைப்பித்தன் மொழிபெயர்த்த கதைகளின் தலைப்புகளிலும் வசனங்களிலும் சிற்சில முறை இவ்வாறான

இந்திய, தமிழக, வட்டாரக் கலாச்சாரப் பாதிப்புகள் மயங்கிக் காணப்படுவது ஒரு சில்லரை இடறல்தான்) பாழ்வெளியான ஒரு பிரதேசத்தைக் கைப்பற்ற நடக்கும் ஒரு வியர்த்தமான யுத்தத்தின் மத்தியில் எதிரிகள் இருவர் ஒருவருக்கொருவர் நேருக்கு நேர் சந்தித்துக்கொள்கின்றனர். களைப்பில் ஸ்தம்பித்து, ஒருவரையொருவர் தாக்கவும் திராணி யின்றி வெறித்துக்கொண்டு நிற்கின்றனர். பின் ஒருவன் தன்னிடம் இருந்த புகைக்குழலை எதிரிக்குத் தருகிறான். இருவரும் மாறி மாறிப் புகைத்து, ஆசுவாசப்படுத்திக்கொண்டு, பின் ஒருவரையொருவர் தாக்கிக்கொண்டு மடிந்து போகின்றனர். அவர்கள் மடிந்து, மக்காகி, பலகாலம் கழித்து மனித சூன்யப் பிரதேசமாக வெறிச்சோடிப் போயிருக்கும் அப்பகுதியில் ஒன்றோடொன்று கலந்து பிணைந்திருக்கும் எலும்புக் கூடுகளுக்கும் அருகே விழுந்துகிடக்கும் புகைக்குழலுக்கும் மத்தியில் கதை தொடர்ந்து செல்கிறது. வெகு நுணுக்கமான இக்கதையை இவ்வளவு துல்லியமாக மொழிபெயர்த்திருக்க ஒரு மகத்தான கலைஞனால்தான் இயன்றிருக்கும்.

இக்கதையைப் போலவே 'ரோஜர் மால்வினின் ஈமச்சடங்கு' என்ற நாதனியேல் ஹாதார்ண்ணின் கதையிலும் மிகப் பெரிய சவாலைப் புதுமைப்பித்தன் வெற்றிகரமாக எதிர்கொண்டிருக்கிறார். துரோகம் செய்த குற்றவுணர்வில் பல வருடங்களாக இரத்தச் சுமையைத் தாங்கிக்கொண்டிருந்த ஒருவன் தன்னையறியாமல் தனக்கு விதித்துக்கொள்ளும் தண்டனையால் தன் வாழ்க்கையின் சிலுவையை இறக்கி வைக்கிறான். இக்கதையை உணர்ச்சி விலகிய வறட்டுத் தொனியில், வெக்கையும் வியர்வையும் பிசுபிசுக்கும் வாசிப்பனுபவத்தைத் தன் நடையில் புதுமைப்பித்தன் ஏற்படுத்திவிடுகிறார்.

புதுமைப்பித்தனின் மொழியாளுமையும் நடையின் பலமும் அழுத்தமும் தெள்ளெனத் தெரிவது 'பலிபீட'த்தை வாசிக்கும்போதுதான், அலெக்ஸாண்டர் குப்ரின்னின் 'Yama the pit' நாவலின் முதல் ஒன்பது இயல்களை மட்டுமே புதுமைப்பித்தன் மொழிபெயர்க்க, அவர் மறைவுக்குப் பின் இந்நாவலின் முதல் பாகத்தின் எஞ்சிய நான்கு இயல்களைக் க. நா. சு மொழிபெயர்த்து நிறைவுசெய்திருக்கிறார். முதல் ஒன்பது இயல்களிலிருந்த காத்திரமும் ஆழமும் எஞ்சிய பகுதிகளில் நீர்த்துப்போயிருப்பது புதுமைப்பித்தனின் மேதமைக்குச் சான்று.

தமது மொழிபெயர்ப்புகளிலும் பல சோதனை முயற்சிகளை உட்படுத்திப் பார்த்த புதுமைப்பித்தன் ஐந்து மேலைநாட்டு நாடகங்களைக் கதைவடிவில் எழுதி அவை உலக அரங்கு என்னும் தொகுப்பில் வெளிவந்தன. நாடகங்களைக் கதையாக அமைத்திருப்பது பொருந்திவருகிறதா என்பதைத் தெரிந்துகொள்ள

விரும்புகிறேன். பிறநாட்டு இலக்கியப் பரிச்சயத்திற்கு அந்த முறை சிறந்ததா என்பதுதான் எனக்குத் தெரியவேண்டும், என்று இத்தொகுப்பினை வெளிக்கொண்டு வர முயன்று கொண்டிருந்த மீ. ப. சோமுவுக்கு எழுதிய கடிதத்தில் குறிப்பிட்டிருக்கிறார். இந்த ஐந்து நாடகக் கதைகளில் மூன்று ஷேக்ஸ்பியருடையவை. மற்ற இரண்டும் மோலியரும் இப்ஸனும் எழுதியவை. கடுமையான பணநெருக்கடியில் இருந்த புதுமைப்பித்தன் உடனடியான வெளியீட்டுக்காக இவற்றை அவசரத்தில் எழுதித் தள்ளியிருப்பது அவருடைய அக்காலத்திய கடிதங்களிலிருந்து தெரிகிறது.

புதுமைப்பித்தனை முன்வைத்து நடத்தப்பட்ட மற்றொரு பெரிய விவாதம் தழுவல்கள் குறித்தது. 'மொப்பஸான் கதையின் தழுவல்' என்ற விளக்கக் குறிப்பைத் துணைத் தலைப்பாகச் சேர்த்துத் 'தமிழ் படித்த பெண்டாட்டி' என்ற கதையைப் புதுமைப்பித்தன் வெளியிட்டுள்ளார். இந்த ஒரு கதையைத் தவிர வேறெந்தத் தழுவல் கதையையும் புதுமைப்பித்தன் என்னும் பெயரில் எழுதி வெளியிடவில்லை. மேலும் அவரது வாழ்நாளில் அவர் செய்திருந்த தழுவல் கதைகள் எதுவும் நூலாக்கமும் பெறவில்லை. அவர் எழுத்துலகில் நுழைந்த முதலிரண்டு ஆண்டுகளில் மட்டுமே இத்தகைய தழுவல் கதைகள் சிலவற்றை எழுதியிருப்பதைத் தழுவல்கள் பிரதானமாக நிகழ்ந்துவந்த காலகட்டத்தில் பொதுத்தன்மைக்கு ஆளாகிச் செய்த காரியமாகத்தான் கருத இடமிருக்கிறது. தழுவலா மொழிபெயர்ப்பா என்ற விவாதத்தை 1937இல் தொடங்கிவைத்துத் தழுவியெழுதுதலை மிகத் தீர்க்கமாக எதிர்த்த அவர் 'புதுமைப்பித்தன்' என்ற பெயரில் அல்லாது வேறு பெயர்களில் இக்கதைகளை வெளியிட்டதை வைத்துப் பார்க்கையில், தன் படைப்பியக்கத்தில் கதையைக் கையாளும் வெவ்வேறு உத்திகளுக்கான பயிற்சியாகவே இத்தகு தழுவல்களை முயன்று பார்த்திருக்க வேண்டுமென்றும் தோன்றுகிறது.

○

சாதாரண மனிதனுக்குப் பிறநாட்டு நாகரிகச் சம்பிரதாயங்கள்மீது உள்ள சந்தேகத்துடனும் பயத்துடனும் கலந்த வெறுப்பைப் போக்கி, மற்றவர்கள் இலக்கியங்களை அனுதாபத்துடன் அளவளாவ வைக்கும் நோக்கத்தில் மட்டுமே மொழி பெயர்ப்பதாகக் கூறும் புதுமைப்பித்தன், அயல்மொழி ஆள் பெயர்கள், புறச் சின்னங்கள், பழக்கவழக்கங்கள் போன்றவற்றை அப்படியே மொழிபெயர்ப்பிலும் கொண்டு வருகிறார். பல சமயங்களில் வாக்கியத்தின் போக்கிலோ அடைப்புக்குள்ளோ அடிக்குறிப்புகளிலோ விளக்கியும் சொல்கிறார். மொழிபெயர்க்கப்படும் கதையின் கலாச்சாரத்திற்கு மொழிபெயர்ப்புப் பிரதி விசுவாசமாக இருக்க வேண்டிய

அதே நேரத்தில் வாசிப்பவனுக்கும் விலகலைக் கொண்டு வந்துவிடக்கூடாதென்ற கவனத்தில் இவ்விரு நிலைகளுக்கு மிடையே சில வேளைகளில் அவர் சமன்செய்ய நேர்கிறது.

'மகளுக்கு மணம் செய்துவைத்தார்கள்' என்னும் ஜப்பானியக் கதையில் அமாதராஸு என்ற பெண் தெய்வமாக வழிபடப்படும் சூரியக் கடவுளின் கோவிலைச் சூரிய தேவியின் மகாலயம் என்று மொழி பெயர்த்து அதற்கான பாடபேத விளக்கத்தையும் அடிக்குறிப்பில் வெளியிடுகிறார். 'எமனை ஏமாற்ற' என்ற மற்றொரு ஜப்பானியக் கதையில் எம்மோ தாவோ என்ற மரண தெய்வத்தை எமதர்மன் எனப் பெயர்த்திருக்கிறார். 'பலிபீடம்' நாவலில் பல வசனங்கள் தமிழக வட்டார வழக்கிலும் ஓரிடத்தில் "அவாளவாளுக்கு எது பிரியமோ அதுபடி..." என்றும் காணப்படுவதைப் பார்க்கிறோம்.

இத்தகைய சிற்சிறு சறுக்கல்களை அதனதற்குரிய விமர்சன மதிப்பில் நிறுத்திவிட்டு அவர் மொழிபெயர்த்த சுமார் எழுபது கதைகளில் உருவ அமைதி கூடிப்பெற்ற நுட்பமான கலையம்சங்கள் நிறைந்த, அழுத்தமான கதைகளாக 'இஷ்ட சித்தி', 'ஓம் சாந்தி! சாந்தி!', 'நாடகக்காரி', 'ரோஜர் பால்வினின் ஈமச் சடங்கு', 'சிரித்த முகக்காரன்', 'ஷெஹர் ஜாதி', 'முதலும் முடிவும்', 'மிளிஸ்', 'உயிர் ஆசை' போன்ற கதைகளைக் கூற முடியும். புதுமைப்பித்தன் என்று நாமெல்லோரும் அறிந்திருக்கும் கலைஞனின் ஆன்மா சிறிதளவேனும் பிரதிபலிக்கக்கூடிய கதைகளையே தெரிவுசெய்து வந்திருக்கிறார் என்பது 'சிரித்த முகக்காரன்', 'இஷ்ட சித்தி' போன்ற கதைகளை வாசிக்கும்போது புலப்படும்.

'சிரித்த முகக்காரன்' கதையில் காணப்படும் இந்தப் பத்தியைத் தனியாக வாசித்தால் அது புதுமைப்பித்தனின் ஏதோவொரு சிறுகதையில் இடம்பெற்றிருக்கக்கூடிய வரிகளாகவே தோன்றும்.

'ஒவ்வொரு சிறு பேச்சும் ஒவ்வொரு சிறு வம்பும் சிரிப்பைத் தூண்டும் விஷயமும் உலகத்தின் சோகத்திலேதான் பிறக்கிறது, அதுதான் உண்மை. மனிதர்கள் பரஸ்பரம் சந்தித்துக்கொள்ளுவது குதூகலமோ துக்கமோ எதுவானாலும் உலகத்தின் சோகத்திலும் சத்தியத்திலும் பிறக்கிறது.'

3

சுந்தர ராமசாமியின் எழுத்தியக்கம் புதுமைப்பித்தன் மறைந்து பத்தாண்டுகள் கழித்தே ஆரம்பித்ததென்றாலும் நவீனத்துவ மறுமலர்ச்சியின் வேகம் ஏறக்குறைய ஐம்பதாண்டுகளை இவ்விடைப்பட்ட காலத்தில் கடந்துவந்திருக்கிறது. தவழ்கிற நிலையிலிருந்த பல கருத்தாக்கங்களும் கோட்பாடுகளும் காலூன்றி அடுத்த தலைமுறையின் பாதைகள் பாவப்பட்டுவிட்டன.

இடதுசாரிச் சிந்தனைப் படைப்பு விமர்சனத்துறைகளில் பெரும் தாக்கத்தை உண்டாக்கியிருந்தது.

'புதுமைப்பித்தனின் காலம் கலை மண்டிக்கிடந்த காலம் அல்ல. தமிழ் இலக்கியம் அவருக்கு எந்தச் சவாலையும் விடக்கூடிய நிலையில் இல்லை. தன்னிடம் உள்ளதைத் தான் அடைந்துவிட வேண்டும் என்று அவரை ஏங்கவைக்கும் சூழ்நிலை அன்று இல்லை' என்று புதுமைப்பித்தனின் காலத்தை வர்ணிக்கும் சுந்தர ராமசாமிக்கு, அவர் இயங்கத்தொடங்கிய காலம் ஓரளவுக்குச் சாதகமாகவே இருந்ததென்று கூற வேண்டும். ஒரு தேசம் சுதந்திரம் பெற்று சுயராஜ்யத்தை அடைந்துவிட்டபின் அதன் சமூகத்தில் நிலவும் மதிப்பீடுகளும் பெரும் மாறுதல்களுக்குட்படுகின்றன. புதுமைப்பித்தனுக்கும் அவரது சமகால எழுத்தாளர்களுக்கும் இருந்த சவால்களின் முகம் சுந்தர ராமசாமியின் காலத்தில் மாறியிருந்தமை அவரது படைப்புகளிலேயே புலப்படும்.

சுந்தர ராமசாமிக்கு வாய்க்கப்பெற்ற தமிழும் மலையாளமும் கலந்த சூழலும் தமிழைவிடச் சில பாய்ச்சல்களேனும் முன்னால் சென்றுகொண்டிருந்த சமகால மலையாள இலக்கியப் பரிச்சயமும் தமிழில் சில எட்டுகளை முன்னால் வைத்துச் சென்றுவிட அனுகூலம் செய்திருக்கின்றன. முக்கியமாகத் தகழி சிவசங்கரப் பிள்ளை, கேசவதேவ், பொன்குன்னம் வர்க்கி, வைக்கம் முகம்மது பஷீர், சி.ஜே. தாமஸ், எம். கோவிந்தன் ஆகியோரிடம் ஏற்பட்டிருந்த வாசக உறவும் அவருக்குரிய அஸ்திவாரத்தை வலுப்படுத்தியிருக்கிறது. அக்காலகட்டத்தில் சு.ரா.வின் மனவுலகிற்கு நெருக்கமாக இருந்த தகழியின் 'தோட்டியின் மக'னை அவர் மொழிபெயர்த்ததும் இயல்பான காரியமாகவே படுகிறது. தமிழை முறையாகக் கற்று இரண்டு மூன்றாண்டுகளுக்குள் செய்தது அதிகப் பிரசங்கித்தனமான முயற்சி என்று அவர் கூறினாலும் அப்படிப்பட்ட அறிகுறி ஏதும் தென்படாத தமிழில் அற்புதமாக மொழிபெயர்க்கப்பட்ட பத்து நாவல்களில் ஒன்று என அதனைத் தயக்கமின்றிக் கூறிவிடலாம். தகழியிடம் பொதுவாகக் காணப்படும் சிக்கல்களில் ஒன்று சில படைப்புகளை மார்க்ஸிய சித்தாந்தப்படுத்தி விடுதல். அது இந்நாவலிலும் நிகழ்ந்துவிடுகிறதென்றாலும் ஐம்பதுகளின் தொடக்கத்தில் தமிழுக்கு இத்தகையதொரு நாவலைக் கொண்டுவர வேண்டிய சமூக, கலாச்சார அவசியம் இருந்தது. அத்தகைய அக்கறை சுந்தர ராமசாமியின் மொழிபெயர்ப்புப் பணிகளில் கடைசிவரை காணப்பட்டதை அவரது கவிதைகளின் தேர்ந்தெடுப்புகளில் காணலாம்.

சுந்தர ராமசாமி இரண்டே இரண்டு நாவல்களைத்தான் மொழிபெயர்த்திருக்கிறார். ஐம்பத்திமூன்று ஆண்டுகளில் அவர் எழுதிய நாவல்களே மூன்று என்பதால் இவ்விஷயத்தைப்

பொறுத்துக்கொள்ளலாம். மொழிபெயர்த்த மற்றொரு நாவலும் தகழியினுடையது. 'செம்மீன்' தகழியின் மிக உன்னதமான படைப்பு. இது பெண்மையைப் பற்றிய கதை. இந்தப் பெண்மை, ஒரு ஆணின் பார்வை வெளிப்படுத்தும் உண்மை. பெண்ணிற்கும் கடலுக்கும் இடையிலுள்ள உறவு சூட்சுமமிக்கதாயிருக்கிறது. கடலுக்குச் சென்ற கணவன் திரும்புவது மனைவியின் தவத்தை, அவள் தூய்மையைப் பொறுத்தே அமைகிறது. கடல், தாய்மை யுணர்வோடு உயிர்கொடுக்கும் சக்தியாக இருக்கும் அதேவேளையில் சமுதாய, கலாச்சாரக் காவல் சக்தியாகவும் விளங்குகிறது. ஒழுக்கக்கேடுகள் சகித்துக் கொள்ளப்படுவதில்லை. ஊனைப் பிளந்து, கடல் ரத்தபலி கொண்டுவிடுகிறது.

படைப்பாளியின் மொழி கருத்தம்மாவின் உணர்ச்சிகளை, அவளது ஒழுக்க வேலிகளை, கணவன் பழனியின் அன்பை, அவளால் மறக்கவே முடியாத பரீக்குட்டியை அத்தனை வலிகளோடும் இன்பங்களோடும் நுணுக்கமாகச் சித்திரித்துப் போகிறது. பெண்ணிடம் எழும் உடல் சார்ந்த விழிப்புணர்வை, பாலுணர்வுகளை இந்தியப் பண்பாட்டுப் பின்புலத்தின் இறுகிய நெறிமுறைகளுக்கிடையே பதிவுசெய்வது சிக்கலாகவே இருந்துவருகிறது. மனிதநேயமிக்கதொரு கலைஞன் அதனைக் கலாபூர்வமாக வடித்துக்காட்டும்போது, வாசகனுக்குப் புதிய பரிமாணங்கள் கிடைக்கின்றன. உடல் சார்ந்த வேட்கை அதன் மிருகக் கூறுகளோடு கருத்தம்மாவைப் பீடிக்கும்போதும் அவளுக்கும் அவளுடைய அம்மா சக்கிக்கும் நெறிகள் சார்ந்த உராய்வு அதிகரிக்கும்போதும், நாவல் அதன் பெண்மைச் சூழலிலிருந்து பண்பாட்டுத் தளங்களிலிருந்து வேறொரு வாசலைத் திறந்துகொள்கிறது. பாத்திரங்களின் இத்தகைய சுயதேடல்களின் உள்நோக்கிய பார்வைகளுக்குள், மொழிபெயர்ப்பாளனின் மொழி ஊன்றிக்கொள்ள வேண்டியிருக்கிறது. மூலப்படைப்பைப் போலவே ஒவ்வொரு வரிகளுக்கிடையிலும் தனது கூர்மை யையும் எடையையும் மாற்றிக்கொண்டேயிருக்கும் உணர்ச்சி களுக்கேற்றவாறு அந்த மொழியும் உருமாற வேண்டும். சுந்தர ராமசாமியின் மொழி, 'செம்மீ'னின் ஒவ்வொரு பாத்திரங் களுக்குள்ளும் சுருங்கி, விரிந்து, எழும்பி, தயங்கி, மருண்டு, கிளர்ந்து மிகத் துல்லியமாகச் சித்திரித்து வருகையில் படைப்பிற்கும் மொழிபெயர்ப்புக்கும் இடையே இருக்கும் இடைவெளிகள் அழிந்துபோகின்றன.

இதே நாவலை இந்தியில் பாரதி வித்யார்த்தியும் ஆங்கிலத்தில் நாராயண மேனனும் மொழிபெயர்க்கும் போது நாவலின் எண்ணற்ற உணர்வடுக்குகளுக்குள் அவர்களது மொழி உட்புகாமல் வெளியிலேயே தங்கி விடுகிற தோல்வியை ராஜி நரசிம்மன் ஆதாரங்களுடன் விளக்குகிறார்.

ஆங்கிலத்தில் மொழிபெயர்த்த நாராயண மேனன் இந்நாவலை முழுமையாக உள்வாங்கிக்கொண்டு மொழிபெயர்த்திருக்கிறார். ஆனால் கருத்தம்மா என்னும் மலையாளத்து மீனவப் பெண்ணின் மென்மையான மனத்தையும் குழப்பமான உணர்ச்சிகளையும் ஆங்கிலம் போன்ற ஒரு கிறித்துவக் கலாச்சாரப் பின்னணி கொண்ட, சென்டிமென்ட்டுக்கு இடமளிக்காத, தெளிவான, பட்டவர்த்தனமான மொழியால் அதே நுணுக்கத்துடன் பெயர்த்தெடுக்க முடியாமற்போகிறது. தமிழ்நடை அற்புதமாகக் கொண்டுவருகிற குழைவு இலேசாகக்கூட ஆங்கிலத்தின் நேரடியான, சிடுக்குகளற்ற வர்ணிப்புகளில் தென்படுவதில்லை. இதை மொழிபெயர்ப்பாளரின் திறமைக்குறைவெனக் கொள்ள முடியாது. ஆங்கிலம் சுமந்துகொண்டிருக்கும் மேற்கத்திய, கிறித்துவக் கலாச்சார சரித்திரச் சுமை இறக்கிவைக்கக் கூடியதல்ல. அம்மொழியில் கீழை உணர்வுகளை எவ்வளவு இலகுவாக அளக்க முற்பட்டாலும், ஒரு குறிப்பிட்ட தூரம் தாண்டிய பிறகு ஒன்று வழமையான சொற்றொடர்களில் சிக்கிக்கொள்ள நேரும் அல்லது இணையான, ஆனால் அந்நியமான தளத்திற்குக் கொண்டு சென்றுவிடும்.

பாரதி வித்யார்த்தியின் இந்தி மொழிபெயர்ப்புக்கு வேறுவகையான சிக்கல் இருப்பதாக ராஜி நரசிம்மன் எழுதுகிறார். முதல் பிரச்சினை இந்நாவலின் நுட்பத்திற்குள் செல்லவே முடியாத மொழிபெயர்ப்பாளனின் திறமைக்குறைவான வாசிப்பு. அடுத்ததாகத் தேர்ந்தெடுக்கப்பட்ட ஹிந்தி வார்த்தைகளின் பொருத்த மின்மை.

மேற்கண்ட இரு மொழிகள் சந்தித்த அதே பிரச்சினையைத் தமிழும் சந்தித்திருக்கக்கூடும். மலையாளத்திற்கு நெருக்கமான மொழி என்ற ஒரு சௌகரியத்தை மீறி மொழிபெயர்ப்பாளனின் துல்லியமான கலையுணர்வும் தமிழ் மொழிபெயர்ப்பை முழு வெற்றியடையவைத்திருக்கிறது.

சுந்தர ராமசாமி மொழிபெயர்த்திருக்கும் உலகக் கவிதைகளைப் பார்க்கும்போது முதலில் உணரப்படுவது அவரது கவனமான தேர்ந்தெடுப்புகள். 'தமிழில் கடந்த காலத்தில் கவிதை மொழிபெயர்ப்புகளுக்கான தேர்வில் கவிஞர்களின் பெயர்கள் பெற்றுள்ள மதிப்புக்கும் இயக்கம் சார்ந்த சார்புநிலைக்கும் அதிக அழுத்தம் தரப்பட்டிருக்கிறது. கவிஞர்கள் பெற்றிருக்கும் படிமங்களை மறந்து, இயக்கம் சார்ந்த உணர்வுகளைத் தாண்டி ஒரு கவிதையின் உள்ளார்ந்த கவித்துவத்தை மதிப்பிடும் பயிற்சி தமிழ் வாசகர்களுக்கு அவர் வாசிப்பின் குறுக்குவெட்டுத் தோற்றமாகவே அமைந்திருக்கிறது. பிரான்சிஸ்கோ கார்ஸிடா லோர்க்கா, அன்டானியோ மச்சடோ, கிய்விக் ஆகியோரின்

கவிதைகள் மட்டும் அவர்களது பரிமாணங்களுக்கு மாதிரிகளாக அதிகமுறை மொழிபெயர்க்கப்பட்டுள்ளன.

ஒரு மொழிபெயர்ப்பாளன் சரியான வார்த்தையை மட்டும் தேர்ந்தெடுப்பதில்லை. அந்த வார்த்தையை வாழவைக்கவும் செய்கிறான். அவனே ஓர் உன்னதமான வாசகனாகவும் நேர்மையான கலைஞனாகவும் இருக்கும்பட்சத்தில், தான் மொழிபெயர்த்த பிரதியை மறுபரிசீலனைக்கு உட்படுத்திக்கொள்வதில் எந்த மனக்கிலேசமோ அசூயையோ அவனுக்கு ஏற்படாது. சுந்தர ராமசாமி முதன்முதலில் மொழிபெயர்த்த ழாக் ப்ரெவரின் 'ஒரு பட்சியின் படம் வரைய' கவிதை அற்புதமான வாசிப்பனுபவத்தை ஏற்படுத்துவது. ஆனால் இதே கவிதையை வெ. ஸ்ரீராம் பிரெஞ்சிலிருந்து நேரடியாகத் தமிழில் மொழிபெயர்த்து வெளியிட்டபோது சுந்தர ராமசாமி இவ்விரு கவிதைகளையும் தனது பத்தியில் வெளியிட்டு, கவிஞராக இல்லாவிட்டாலும் ஸ்ரீராம் பிரெஞ்சு மொழியின் நுட்பத்தை வெகு அழகாகத் தமிழுக்குக் கொண்டுவந்திருப்பதை மனம் திறந்து பாராட்டுகிறார்.

'எவ்வளவு தேர்ச்சிகொண்ட மொழிபெயர்ப்பாளன் ஆனாலும் நெருங்கவே முடியாத கவிதைகள் இருக்கின்றன. கடினமான கவிதைகள் மட்டுமல்ல. சில எளிமையான கவிதைகள்கூட அர்த்தத்தைப் பிடித்த நிலையிலும் சில கவிதை வரிகளில் மொழிக்கு வசப்படாமல் நிற்கும் சூட்சுமங்களையும் அழகுகளையும் மொழிபெயர்க்க முடியாமல் போய்விடுகிறது' எனத் தன் மொழிபெயர்ப்பு அனுபவங்களைப் பற்றி அவர் கூறுவது மொழிபெயர்ப்பில் மிகக் கடினம் கவிதையை மொழிபெயர்ப்பது என்பதை உறுதிசெய்கிறது. அது ஏறக்குறைய சாத்தியமற்றதுங்கூட. எவ்வளவு நுட்பமாக மொழிபெயர்க்கப்பட்டாலும் அது பரிபூரணத்தை எட்டவே முடியாதென்பதை மொழிபெயர்ப்பாளன் உணர்ந்தே இருக்கிறான். எந்தவொரு மொழியும் அது விளைந்த மண்ணையும் புழங்கும் கலாச்சாரத்தையும் சார்ந்தே உருக்கொண்டிருக்கிறது. வேறோர் அந்நிய மொழியில் மூலப்படைப்பை அதன் அடிவேரோடு பெயர்த்து உருவாக்கம் செய்திடச் சாத்தியமேயில்லை. மொழிபெயர்க்கப்படும் மொழி சார்ந்த கலாச்சாரப் பின்னணியும் மொழி இலக்கணம் சார்ந்த நுட்பங்களும் மூலப்படைப்பின் படைப்பெழுச்சியையும் உணர்தளத்து எதிர்வினைகளையும் மொழிபெயர்ப்பில் நூறு சதவீதம் தூய்மையாகக் கொண்டுவர இடமளிப்பதில்லை. கவிதை வரிகளுக்கிடையே கவிஞன் உண்டாக்கும் மௌனமும் வாக்கிய அமைப்புகளில் பொதிந்திருக்கும் நுட்பங்களும் மூலமொழியின் கலாச்சாரத்தைச் சார்ந்தே இருக்கும்பட்சத்தில் மொழிபெயர்ப்பு பிரெண்டன்

கென்னலி கூறுவதைப் போலக் கவர்ச்சியான தோல்வியாக முடிகிறது. அது சாத்தியமான அதே நேரத்தில் சாத்தியமற்ற ஒரு செயல். மறைபொருள்வாதத்திற்குரிய மொழியின் பொருள் முரண் மண்டியிருக்கும் சிக்கல் அது.

ஆனால் உலகில் அதிகமாக வாசிக்கப்பட்ட, நேசிக்கப்பட்ட கவிஞன் என்றழைக்கப்படும் பாப்லோ நெரூதாவின் இரு கவிதைகள் சுந்தர ராமசாமியின் மொழிபெயர்ப்பில் கடைசிக் கட்ட வேலியையும் வெற்றிகரமாகத் தாண்டுகின்றன.

Sometime, Traveller, man or woman
Later when I am no longer living
Look for me here, look for me
Between the stone and the ocean
In the stormy night of the foam

நெரூதாவின் I shall return என்னும் தமிழில் மொழி பெயர்க்கச் சிக்கலான கவிதை வரிகள் (ஆங்கில மொழி பெயர்ப்பு ரெகி சிரிவர்த்தனா).

சிறிது காலத்துக்குப்பின்
நான் வாழ்ந்திராத அக்காலத்தில்
பயணியே, ஆணோ அல்லது பெண்ணோ
இங்கு என்னைத் தேடு, தேடு
கல்லுக்கும் கடலுக்கும் இடையே
நுரையின் சூறை ஒளியில் என்னைத் தேடு.

என்று லாவகத்துடன் மொழிபெயர்க்கப்பட்டுள்ளது.

சுந்தர ராமசாமி மொழிபெயர்த்திருக்கும் 101 கவிதைகளில் என் மதிப்பில் குறைந்தது எழுபது கவிதைகளையாவது மகத்தானவையாக அறுதியிடுவேன். குறிப்பாக அமிக் ஹனாஃபியின் 'கவிதை' ராபர்ட் க்ரீலியின் 'அவர்கள் கூறுவதுபோல்', ஜேம்ஸ் தற்றேலின் 'வாலில்லாக் குரங்குக்கு எழுதக் கற்றுத்தருதல்', ஜீவான் ரேமன் ஜிமெனஸின் 'கடைசி யாத்திரை', சிய்விக்கின் சுடர் அனடானியோ மச்சடோவின் 'குழந்தைக் கால நினைவு', லோர்க்காவின் 'ஒழுக்கம் கெட்ட மனைவி' போன்ற கவிதைகள் அபாரமானவை.

நவீனத் தமிழ் இலக்கியத்தின் பரிணாம வளர்ச்சியில் பாரதி, புதுமைப்பித்தன், சுந்தர ராமசாமி ஆகிய மூவரும் 25 வருட இடைவெளியில் விதைக்கப்பட்டிருக்கும் விருட்சங்கள். இவர்களின் வேர்களும் விழுதுகளும் நித்தியத்துவம் பெற்று நம் இலக்கியப் பரப்பைச் செறிவூட்டியிருப்பதுதான் அடுத்த தலைமுறையின் கன்றுகளுக்கு இம்முன்னோடிகள் ஒப்புவித்த கொடை.

***காலச்சுவடு* 109, ஜனவரி 2009**

5

பாரதி பாடல் மொழிபெயர்ப்பு: என் பட்டறிவு

ம. இலெ. தங்கப்பா

ஒரு முறை நண்பர் ஒருவர் "வானை அளப்போம்; கடல் மீனை அளப்போம்" என்ற பாரதியின் தொடரைக் கூறி, "எங்கே, இப்பொழுதே இதை ஆங்கிலத்தில் மொழிபெயர்த்துச் சொல்லுங்கள் பார்க்கலாம்" என்றார்.

> The heavens we will measure
> And the oceans's leaping treasure

என்றேன்.

ஆகா, நன்றாயிருக்கிறதே என்ற நண்பர், "பேயரசு செய்தால் பிணந் தின்னும் சாத்திரங்கள்" – இதையும் உடனே மொழிபெயர்க்க முடியுமா?" என்றார்.

> When a ghoul is in power
> Scriptures eat cadaver

என்றேன்.

இவை சரியான மொழிபெயர்ப்புகள் தாமா என்று கூற முடியாது. ஆனாலும் அதிகம் எண்ணிப் பாராமலே எனக்குள்ளிருந்து அவை வந்தன. என் உள்ளத்துக்குள்ளே மொழிபெயர்ப்பு கொஞ்சம் இடத்தைப் பிடித்து வைத்துக் கொண்டிருக்கிறது என்றுதான் கூற வேண்டும்.

நான் தொழில்முறை மொழிபெயர்ப்பாளன் அல்லேன். மொழிபெயர்ப்புக்குள் நான் நுழைந்ததே ஒரு விளையாட்டுத்தான். கல்லூரியில் படிக்கையில் வகுப்பில் உறக்கம் வராமலிருப்பதற்காகக் கடைசி வரிசையில் இருந்துகொண்டு ஆங்கிலப் பாடப் பகுதியில் வந்துள்ள ஒரு பாட்டைத் தமிழில் மொழிபெயர்க்கத் தொடங்கினேன். பின்பு அதில் ஒரு சுவை

ஏற்பட்டது. முதலில் ஆங்கிலத்திலிருந்து தமிழுக்குத் தான் மொழிபெயர்த்தேன். பின்புதான் தமிழிலிருந்து ஆங்கிலத்துக்குப் பெயர்க்கத் தொடங்கினேன். அதிலே மாட்டிக் கொண்டவர்தான் பாரதி.

முதலிலேயே நான் பாரதிக்கு வந்துவிடவில்லை. பாரதிதாசன் கொஞ்சம், இராமலிங்க அடிகள் கொஞ்சம், சங்கப் பாடல்கள் சில சில – பின்புதான் பாரதி.

எதிலுமே நான் முழுமையாக ஈடுபட்டு முழுமையாகச் செய்பவன் அல்லேன்... பற்பல வேலைகளிடையே மொழி பெயர்ப்பும் கொஞ்சம் இடத்தைப் பிடித்துக்கொள்கிறது.

கல்லூரியில் படிக்கும் காலத்தில் முழுக்கமுழுக்கப் பாரதிதாசனே என்னை ஆட்கொண்டிருந்தார் (அப்பொழுதும் மொழிபெயர்க்கத் தொடங்கவில்லை). பின்புதான் பாரதி வந்தார் – குயில் பாட்டோடும், கண்ணன் பாட்டோடும். பாரதிதாசன் கருத்தெழுச்சியை ஏற்படுத்தினார் என்றால் பாரதி பாட்டுணர்வால் உள்ளத்தைப் பற்றிக்கொண்டார். அப்பொழுதெல்லாம் ஆங்கில மொழிபெயர்ப்பு நினைப்பு வரவில்லை. பாடல்களைச் சுவைத்தேன்; ஈடுபட்டேன்; உள்ளமும் உணர்வும் தோய்ந்தேன்.

தமிழிலிருந்து ஆங்கிலத்துக்குப் பெயர்க்குமாறு என்னைத் தூண்டியவர் என் நண்பர் த. கோவேந்தன். பாரதிதாசன் பாடல்களையும் சங்கப் பாடல்களையும் ஆங்கிலத்தில் தர வேண்டும் என்றார். அவை ஒருபக்கம் நடந்துகொண்டிருக்கையிலேயே பாரதியையும் முன்வைத்தார்.

ஏற்கனவே வெளிவந்திருந்த பாரதி பாடல் மொழிபெயர்ப்பு நூல்கள் இரண்டைக் காட்டினார். ஒன்று, அன்றே ஆங்கில மொழிபெயர்ப்பாளராக நன்கு அறியப்பட்டிருந்த ஒருவரின் நூல். மற்றொன்று பாரதியின்பால் ஈடுபாடுள்ள அரசியல் அறிஞர் ஒருவர் செய்தது. இரண்டுமே சப்பென்றிருந்தன. சொற்பொருள் தான் மொழிபெயர்க்கப்பட்டிருந்தது.

பாடல்களைப் பொறுத்தவரை தமிழராகிய நம் மொழி பெயர்ப்புகள் ஆங்கிலத்தில் சிறவாமைக்குப் பல காரணங்கள் உண்டு. அவற்றுள் ஒன்று பாட்டுணர்வென்பது சிறிதும் அற்றவர்கள் பாட்டிலக்கியத்தை மொழிபெயர்ப்பதுதான். ஆங்கில மொழி நன்கு கைவந்த ஆங்கில அறிஞர்கள், பேராசிரியர்களாக இருப்பவர்கள் பலரின் ஆங்கில மொழிபெயர்ப்புகள்கூடச் சப்பென்றிருக்கக் காரணம் அவர்கள்பால் பாட்டுணர்வு இன்மையே. ஆங்கில மொழியில் சீரிய புலமை பெற்றிருப்பதோடு, ஆங்கிலத்திலும்

தரமான பாடல் எழுத வல்லவர்களின் மொழிபெயர்ப்புகளே படிக்கத்தக்கனவாக உள்ளன.

என் நண்பர் காட்டிய பாரதி மொழிபெயர்ப்புகளைப் பார்த்தபொழுது எனக்குத் தோன்றியது, "நாம் முயன்றால் இவற்றைவிட நன்றாகச் செய்யலாம் போலிருக்கிறதே!" என்பதுதான். நண்பரும் அப்படித்தான் கூறினார்.

1961 அளவில் என்று நினைக்கிறேன் – கல்கத்தா பாரதி தமிழ்ச் சங்கம் அறிவித்திருந்த பாரதி மொழிபெயர்ப்புப் போட்டியைப் பற்றி நண்பர் கோவேந்தன் எனக்குக் கூறி, அதில் கலந்துகொள்ளவும் வேண்டிக் கொண்டார். அவரின் தூண்டுதல் இல்லாமலிருந்தால் நான் ஈடுபட்டிருக்கவும் மாட்டேன்.

பதினைந்து இருபது பாடல்கள் இருக்குமென்று நினைக்கின்றேன். போட்டிக்கு விடுத்து வைத்தேன். முடிவு என்னாயிற்று என்று இப்பொழுது நினைவில்லை; என் மொழிபெயர்ப்புக்கு மூன்றாம் இடம் கிடைத்திருந்தால்கூடத் தெரிவித்திருப்பார்கள். ஒன்றும் தெரிவிக்கப்பட்டதாக நினைவில் இல்லை. பாடல் படிகள் மட்டும் நல்ல வேளையாகக் காணாமல் போகவில்லை!

ஏறத்தாழ இருபது ஆண்டுகட்குப் பின் இருக்கலாம் – புதுவையிலிருந்து வெளிவந்த ஆங்கிலக் கிழமையிதழ் (The Times Observer) ஒன்றுக்காகப் பாரதி பாடல்கள் சிலவற்றை மொழிபெயர்த்தேன். புதுவையில் பாரதி நூற்றாண்டு விழா மலருக்கென ஒரு பாட்டை ஆங்கிலத்தில் தந்திருந்தேன். எல்லாம் சேர்ந்து ஏறத்தாழ முப்பது பாடல்கள் இருக்கும். இவ்வளவுதான் என் பாரதி பாடல் மொழிபெயர்ப்புகள்.

நான் மொழிபெயர்த்துள்ள பாரதிதாசன் பாடல்களையும் பார்க்கின்றேன். இவற்றையும் பார்க்கின்றேன். பாரதி பாடல்களே எனக்கு நிறைவு தருவனவாயிருக்கின்றன. இத்தனைக்கும் நான் மொழிபெயர்த்துள்ள பாரதிதாசன் பாடல்கள் தமிழில் சுவையும் அழகும் உடையனவாய் எல்லாரும் படித்து மகிழக்கூடியவையே.

மொழிபெயர்ப்பைப் பொறுத்தவரை ஓர் உண்மை உண்டு. மூலத்தில் நன்றாயிருக்கும் பாடல்கள் யாவுமே மொழிபெயர்ப்பில் நன்றாயிருப்பதில்லை.

பொதுவாகப் பாடல்கள் இரண்டு நிலைகளில் சுவை தருகின்றன. முதலில், அவை நம் மண்ணோடும் மரபோடும் வாழ்வோடும் தேவைகளோடும் விருப்பு வெறுப்புகளோடும் குறிக்கோள்களோடும் நெருக்கமுடையவனவாக இருந்து நம் நெஞ்சின் வேட்கைகளை எதிரொலித்து இன்பம் தருகின்றன. அடுத்து, அவை நம் அண்மைச் சூழல்கள், விருப்பு வெறுப்புகளைத்

தாண்டி, மன்பதை முழுமைக்கும் பொதுத்தன்மை உடையனவாய் மாந்த இனத்தின் வாழ்க்கை அழகைப் படம் பிடிப்பனவாகவும், அதன் கனவுகளை முன்னிறுத்துவனவுமாகி அனைவர் உள்ளத்தையும் ஈர்த்து மகிழ்வூட்டுகின்றன.

முதலில் கூறப்பட்ட பாடல்கள் எழுதப்பட்ட மொழியின் தனிச் சிறப்போடும் உணர்த்தும் தன்மையோடும் ஒன்றி, அம்மொழி மக்களின் சொந்த அடையாளங்களோடு கூடிய செய்திகளை எதிரொலிப்பனவாக அமைகின்றன.

இரண்டாவதாகச் சுட்டிய பாடல்கள் மொழிக்கே உரிய சொல், வடிவ அழகுகளையும் அடையாளங்களையும் கடந்து பொதுமை உணர்வு நிரம்பிப் பாட்டிற்கே உரிய தகைமை சான்ற கலையழகும் படைப்புச் செழுமையும் வாய்ந்தனவாயிருக்கின்றன.

முதலில் சுட்டப்பட்ட பாடல்கள் மண்ணில் ஆழ்ந்து வேரூன்றி நிற்பன. ஆகையால், ஒரு குறித்த தட்பவெப்பநிலை கொண்ட மண்ணுக்கே உரிய ஒரு செடி வேறிடங்களில் பெயர்த்து நட்டால் வேர் பிடிக்காமல் பட்டுப் போய்விடுவதுபோல் மொழிபெயர்ப்பில் தம் அழகுகளை இழந்துவிடுகின்றன.

மூல மொழியின் ஓசை, வடிவ அழகோடும் அம்மொழி மக்களின் உணர்வோடும் அமையாமல் அவற்றைத் தாண்டி பாட்டுக் கலைத்திறம் மிகுந்து கற்பனை நயங்களும் படிம அழகும் புனைந்து சீரிய கலை வடிவங்களைக் கொண்ட பாடல்களே மொழிபெயர்ப்பில் சிறந்து நிற்கின்றன.

பாரதிதாசன் பாடல்களிலும் மொழியுணர்வு, கொள்கை எழுச்சிப் பாடல்களைவிட அவர்தம் இயற்கைப் பாடல்களும் வாழ்வியல் உண்மைகளையும் மன்பதையின் பொதுவுணர்வு களையும் எதிரொலிக்கும் பாடல்களும் மொழிபெயர்ப்பில் பாரதிதாசனின் பெயர் சொல்பவையாக நிற்கின்றன.

பாரதி பாடல்களிலும் தேசியப் பாடல்களும் சிறுதெய்வ வழிபாட்டுப் பாடல்களும் கீழே நிற்க, அவர்தம் இயற்கையுணர்வுப் பாடல்களும் மெய்யுணர்வுப் பாடல்களுமே மொழிபெயர்ப்பில் சிறப்பனவாயிருக்கின்றன.

பாவலன், சூழ்நிலைக்கும் உணர்வு நிலைக்கும் தக்கபடி உலகை இருவகையாகப் பார்க்கின்றான். காட்சிகளினின்று விலகித் தனித்து நின்றும் பார்க்கின்றான். காட்சிகளில் தன்னைக் கரைத்துக்கொண்டும் பார்க்கின்றான். காட்சிகளைப் புனைவு முறையில் வர்ணித்துச் சொல்லும் பாடல்களும் கருத்துகளை எடுத்துரைத்து எழுச்சியூட்டும் பாடல்களும் ஒரு வகை. காட்சிகளினின்று பிரித்துணர முடியாதபடி பாவலனின் ஆழ்மன

உணர்வுகளையும் மெய்மையியல் பார்வையினையும் படம் பிடிக்கும் பாடல்கள் ஒரு வகை.

பெரும்பாலான பாவலர்கள் சமுதாயத்தைச் சீர்திருத்தி அமைக்கத் துடிக்கின்றனர். செம்மையான குறிக்கோளை நிலைநாட்டப் பாடுபடுகின்றனர். பாரதி இத்தகைய நிலைகளில் ஈடுபட்டபோதிலும் இவற்றையும் தாண்டி வேறோர் எல்லையை அவர் அணுகுகின்றார் எனலாம்.

உலகோடும் உலகத்துயிர்களோடும் பொருள்களோடும் தம்மைக் கரைத்துக்கொண்டு இரண்டற்று நிற்கும் நிலை அது. இரண்டற்ற நிலையிலேயே மெய்யியற் காட்சிகள் கிட்டுகின்றன.

இத்தகைய பாடல்களைப் படித்தபொழுதுதான் "இவற்றை ஆங்கிலத்தில் மொழிபெயர்க்கலாமே. பெயர்த்தால் நன்றாக இருக்குமே" என்ற எண்ணம் தோன்றியது. அத்தகைய பாடல்களையே தேடிப் பிடித்து மொழிபெயர்க்கலானேன்.

பாரதி பாடல் ஈடுபாடு ஓர் இனிய இயற்கைத் தோய்வு. வாழ்க்கைத் தோய்வு. பாரதியுடன் நேரில் பழகுவது போன்ற இனிய பட்டறிவு. பாரதியின் சொற்களை அல்ல, கருத்துகளை, கற்பனைகளை அல்ல, பாரதி என்ற மாந்தனையே ஆங்கிலத்தில் படம் பிடிப்பது போன்ற உணர்வு. பாட்டின் உள்ளிருக்கும் அந்த மாந்தனைக் கண்டுகொண்ட பிறகு மொழிபெயர்ப்பு என்பது ஒரு தொல்லையாகவோ, சிக்கலாகவோ, அருமுயற்சியாகவோ தோன்றவில்லை. சொற்கள் எளிதாக வந்து விழுந்தன. தொடர்கள் தாமாகவே வந்து பொருந்தின. பாரதி ஆங்கிலத்துக்கு அயலானாகவே தோன்றவில்லை.

பொதுவாகத் தமிழ்ப் பாடல்களை ஆங்கிலத்தில் பெயர்க்கையில் தமிழ் மரபுக்குரிய தொடர்கள் ஆங்கில மரபுக்கு ஒட்டாதனவாக நின்று மொழிபெயர்ப்புக்கே ஓர் அயல்தன்மையை அல்லது செயற்கைத்தன்மையை வழங்குவதுண்டு. பாரதிதாசன் பாடல்கள் சில இப்படித் தான் ஆங்கிலத்தில் வரும்பொழுது சரியாக ஒட்டாமல் நிற்பதைப் பார்த்திருக்கின்றேன். பாரதியின் தொடர்கள் பொதுத்தன்மைக்கேற்ப எளிதில் வளைந்து கொடுத்தன. தங்கள் அழகையும் நிலைநிறுத்திக்கொண்டன.

'நான்', 'சிட்டுக்குருவி', 'நிலாவும் வான்மீனும் காற்றும்...' போன்ற பாடல்களை எடுத்துக்காட்டுகளாகக் காட்டலாம். தமிழிற்போலவே ஆங்கிலத்திலும் இனிய சுவை தந்து நிற்கும் இவை மொழிபெயர்ப்பாளனுக்கு நிறைவு தந்து நிற்கும் சீரிய படைப்புகள் என்று கூறலாம். அவற்றை மொழிபெயர்ப்பதே ஓர் இனிய பட்டறிவாக இருந்தது.

இருப்பினும் ஒரு மொழி மரபுக்கே உரிய தொடர்கள், சொல்முறைகளை முற்றும் தொடர்பில்லாத மற்றொரு மொழியில் பெயர்க்க நேர்கையில் ஓரிரண்டு இடர்ப்பாடுகள் நேரவே செய்கின்றன. மூல மொழிக்கே உரிய தனித்தன்மைகள் மொழிபெயர்ப்பில் எப்படி அமைய வேண்டும் என்பது குறித்து இரு கருத்துகள் நிலவுகின்றன.

மூலமொழித் தொடர்கள், பின்புலங்கள் போன்றவை மொழி பெயர்ப்பில் வருகையில் பாடலுக்கு ஒருவகை அயல்தன்மையை வழங்குகின்றன. அத்தன்மை ஒலிக்காதபடி பார்த்துக் கொள்ள வேண்டும் என்பதொரு கருத்து.

அப்படியன்று; மூலமொழிப் படைப்பின் இயற்கை மணம், பின்புலம், தனித்தன்மை மொழிபெயர்ப்பில் கமழ வேண்டும். அதனால் இவற்றைக் காட்டும் தொடர்கள் பொருள் வழி மொழிபெயர்க்கப்படாமல் சொற்பெயர்ப்பாகவே கொள்ளப்படலாம் என்றும் சிலர் கூறுவர். என்னைப் பொறுத்தவரை முழுதும் அப்படியோ, முழுதும் இப்படியோ போய்விடாமல் எந்த இடத்தில் எது பொருந்துமோ, நன்றாயிருக்குமோ அந்த இடத்தில் அதனைப் பெய்துகொள்ளலாம் என்பதே சரியாகத் தெரிகிறது.

நான் முன்பே கூறியதுபோல் பாரதி மொழிபெயர்ப்பில் எனக்குக் கடுமையான சிக்கலோ இடர்ப்பாடோ ஏற்படவில்லை.

"மாகாளி", "பராசக்தி" என்ற சொற்களை அடிக்கடி பாரதி கையாள்கின்றார். இவற்றைச் சில இடங்களில் Kaali என்றும் சிலவிடங்களில் Great Mother என்றும் பெயர்த்திருக்கின்றேன்.

வையகம் ஆள்பவரேனும் சிறு
வாழைப் பழக் கடை வைப்பவரேனும்

என்ற பாட்டின் இரண்டாம் அடியை Keeper of a petty banana shop என்று தான் முதலில் பெயர்த்திருந்தேன். ஆயினும் அடுத்த முறை பார்க்கையில் அதைக் கொஞ்சம் பொதுத்தன்மையோடு மாற்றி அமைக்கலாமோ என்று தோன்றியது. Petty vendor by the street என்று திருத்தினேன்.

"எத்தனைக் கோடி இன்பம் வைத்தாய்!" என்று தொடங்கும் பாடலில் வரும் 'இன்பம்' என்ற தொடரை முதலில் joys என்று பெயர்த்திருந்தேன். ஆனால் பாட்டில் அடுத்துவரும் செய்திகளைப் பார்த்தால் அவை இன்பம் தருவதைவிட உள்ளத்தை வியப்புறுத்தும் செய்திகளாக இருப்பதால் wonders என்று மாற்றினேன்.

'சென்றதினி மீளாது' எனத் தொடங்கும் பாட்டின் இறுதியடி "தீமையெலாம் அழிந்துபோம்; திரும்பி வாரா" என்பது.

> All the ills will wither away
> And will not come back

என்று முதலில் பெயர்த்திருந்தேன். ஆயினும் மீளப் பார்க்கையில் ஈற்று முதலடியே போதுமெனத் தோன்றியது. இறுதியடியை நீக்கிவிட்டேன்.

ஜெயபேரிகை கொட்டடா, காணி நிலம் வேண்டும் என்ற இரு பாடல்களையும் முதலில் நான் மொழிபெயர்த்தது அறுபதுகளின் பின் பகுதியில் என்று நினைக்கிறேன். மரபுசார் ஆங்கில யாப்பு முறையில் (அன்றைய அறிவுநிலைக்கேற்ப) இயைபுத் தொடை (Rhyme) அமையுமாறு பெயர்த்திருந்தேன். பல்லாண்டுகட்குப்பின் (1985 அளவில்) அவற்றை மீண்டும் பார்க்கையில் விடுதலைப் பாட்டாக (Free Verse) மொழிபெயர்த்தால் நன்றாயிருக்குமே என்று தோன்றியது. எனவே இரண்டு பாடல்களையும் விடுதலைப் பா வடிவில் முற்றும் புதிதாக மொழிபெயர்த்தேன். உள்ளத்துக்கு நிறைவாயிருந்தது. ஆயினும் முதல் மொழிபெயர்ப்புகளையும் விட்டுவிட உள்ளம் வரவில்லை. அவற்றுக்கு முதல் வடிவம் என்றும் பிந்தியவற்றுக்கு இரண்டாம் வடிவம் என்றும் பெயரிட்டுவைத்துள்ளேன்.

இறுதியாகப் பாரதி பாடல்களின் மொழிபெயர்ப்பில் எனக்கேற்பட்டுள்ள பட்டறிவிலிருந்து எழுந்து நிற்கும் உணர்வு, "அடடா, பாரதி பாடல்கள் ஆங்கில மொழி பெயர்ப்பில் நன்றாக எடுபடுகின்றனவே, இன்னும் பல பாடல்களைத் தேர்ந்தெடுத்து மொழிபெயர்க்கலாமே" என்பதுதான்.

காலச்சுவடு 84, டிசம்பர் 2006

கடிதம்

'பாரதி பாடல் மொழிபெயர்ப்பு: என் பட்டறிவு' என்ற ம.இலெ.தங்கப்பாவின் கட்டுரை என்னை மிகவும் ஈர்த்தது. காரணம் கடந்த முப்பத்தேழு ஆண்டுகளாக அவர்தம் படைப்புகளை உன்னிப்பாகக் கவனித்துவருபவன் நான். திட்டவட்டமானதோர் அறவியலை *(ethics)* தன் மொழியாக்கங்களுக்கும் படைப்புகளுக்கும் இயல்பாக உருவாக்கிக்கொண்டு திடமாகச் செயல்பட்டு வருபவர் அவர். பல்லாண்டுகளுக்கு முன்பே வள்ளலார் பாடல்களை *The Songs of Grace* என்ற தலைப்பில் மொழிபெயர்த்தவர். வள்ளலாரின் பாடல்களை ஆங்கிலத்தில் மொழிபெயர்க்கத் தேவைப்படும் வாழ்வியல் ஒழுங்கு

அவருக்கிருப்பதைச் சலபதியும் *1969*ஆம் ஆண்டு முதலாகவே நானும் அறிவோம். வழிவகுத்த லிவிங்ஸ்தோனின் வாழ்க்கை வரலாறு என்ற மிகவும் பழைமையான ஆங்கிலத்திலிருந்து தமிழுக்கான மொழிபெயர்ப்பை என்னைப் படிக்கவைத்த தங்கப்பா, தமிழிலிருந்து ஆங்கிலத்துக்குப் பாரதி பாடல்களையும் பாவேந்தர் பாடல்களையும் வாணிதாசன் பாடல்களையும் அதே தூய்மையுடனும் ஒழுங்குடனும் மொழியாக்கம் செய்தார்.

பாரதிதாசன் பாடல்களின் (தங்கப்பா ஆக்கிய) ஆங்கில மொழியாக்கத்தைவிடவும் பாரதி பாடல்களின் மொழியாக்கமே தனக்கு நிறைவு தருவனவாயிருக்கின்றன என்று சொல்வது வியப்பையே தருகிறது. மொழியாக்கத்தை, அதிலும் இருவேறு தளங்களில் தன்னால் நிகழ்த்தப்பெற்றவற்றை, எப்படி ஒன்றைக் குறைத்து இன்னொன்றை அவரால் உயர்த்த முடிகிறது? அவரை நெடுங்காலமாக நோக்கி வருபவர் எவரும் இரண்டையும் ஒன்றாகவே கருதுவர். மொழியாக்கத்தில் ஆந்த்ரே ழீதையும் ரசூல் கம்சதாவையும் பொறுத்தவரை அவரது 'trans-creation' பலரால் போற்றப்பட்டது. பாரதி பாடல்களின் தங்கப்பா மொழியாக்கங்களைக் *காலச்சுவடு* இதழ்களில் ஒன்றன்பின் ஒன்றாக வெளியிட்டீர்கள் என்றால் என்னைப் போன்ற தங்கப்பா அன்பர்கள் மகிழ்வோம்.

தேவமைந்தன்
புதுச்சேரி

***காலச்சுவடு* 85, ஜனவரி 2007**

6

*‘புதுமைப்பித்தன் மொழிபெயர்ப்புகள்’ ஓர் உதாரணச் செம்பதிப்பு

ஜி. குப்புசாமி

தமிழில் இலக்கிய மொழிபெயர்ப்பு என்பதைப் பற்றித் தீர்க்கமான பார்வையின்றி, குழப்பமான மேம்போக்கான கருத்தாக்கங்களே நிலவி வந்த ஒரு காலகட்டத்தில் மொழி பெயர்ப்பைப் பற்றித் தெளிவான இலக்கியப் பிரக்ஞை கொண்ட பார்வையை முன்வைத்தவர் புதுமைப்பித்தன். தழுவலா மொழிபெயர்ப்பா என்பது பற்றிக் கல்கி, க.நா.சு. ஆகியோருடன் புதுமைப்பித்தன் நடத்திய விவாதங்கள் ஆ. இரா. வேங்கடாசலபதி பதிப்பித்த ‘அன்னை இட்ட தீ’ தொகுப்பில் விரிவாகவே இடம்பெற்றிருக்கின்றன. தாம் மொழிபெயர்த்த நூல்களுக்கு எழுதிய முன்னுரைகளும், மொழிபெயர்த்த கதைகளுக்குப் புதுமைப்பித்தன் எழுதிய அறிமுகக் குறிப்புகளும் இப்போது வேங்கடாசலபதி பதிப்பித்திருக்கும் ‘புதுமைப்பித்தன் மொழிபெயர்ப்புகள்’ தொகுப்பில் முழுமையாகக் கிடைக்கின்றன. மொழிபெயர்ப்பு அதன் நவீன அர்த்தத்தில் வேர்விடத் தொடங்கியிருந்த அந்தக் காலகட்டத்திலேயே புதுமைப்பித்தனுக்கு மொழிபெயர்ப்பு குறித்த மிக ஆழமான புரிதல் இருந்திருப்பது இத்தொகுப்பின் மூலமாகத் தெளிவாகிறது. இது அவரது மேதமைக்கு மற்றொரு சான்று.

நவீனத் தமிழ் இலக்கியத்தின் முன்னோடியாகக் கருதப்படும் புதுமைப்பித்தன் அவரது சிறுகதைகளுக்காகவும் கட்டுரைகள் மற்றும் இலக்கிய விமரிசனங்கள், விவாதங்களுக்காகவும் அறியப்பட்டிருக்குமளவிற்கு மொழி பெயர்ப்புகளுக்காகக் கவனம்

---

* புதுமைப்பித்தன் மொழிபெயர்ப்புகள், பதிப்பாசிரியர்: ஆ.இரா. வேங்கடாசலபதி, காலச்சுவடு பதிப்பகம், 669, கே.பி. சாலை, நாகர்கோவில் 629 001. முதல் பதிப்பு: 2006, பக். 840, விலை ரூ. 450.

பெறாதிருப்பதற்கான காரணம் அவரது மொழிபெயர்ப்புகள் முழுமையான தொகுதியாக வெளிவந்திராததும் அவற்றைப் பற்றி எந்த விவாதமும் தமிழ்ச் சூழலில் நடைபெறாததுமேயாகும். இந்த இடைவெளி சலபதியின் பேருழைப்பாலும் அர்ப்பணிப்பாலும் சாத்தியமாகியுள்ள இத்தொகுப்பின் மூலம் நிரப்பப்படும் என்று நம்பலாம். பக்க அளவில் எடுத்துக்கொண்டால் தன் சொந்தக் கதைகளைவிடச் சற்றுக் கூடுதலாகவே புதுமைப்பித்தன் மொழிபெயர்ப்புகளும் செய்திருப்பது தீவிர வாசகர்கள் பலருக்கும்கூட இத்தொகுப்பு வெளிவந்திருப்பதற்கு முன் தெரிந்திருக்காது.

மேதாவிலாசமும் அந்தரங்கசுத்தியும் சுதந்திரமும் கொண்ட அசலான கலைஞனாக இருந்தபோதிலும் தனது படைப்புகளில் உருவ அமைதியைக் கொண்டுவருவதில் போதிய சிரத்தை எடுத்துக்கொள்ளாதவர் என்று புதுமைப்பித்தன் மீது ஒரு விமரிசனம் இருந்துவருகிறது. 'கதையைக் கடைசிவரை நடத்திக்கொண்டு செல்வதில் பொறுமையில்லாதவராகவும் மிகுந்த ஈடுபாட்டுடன் ஆரம்பித்த பல கதைகளில் களத்தை விஸ்தாரமாக அமைத்து, பாத்திரங்களை ஒருவர் பின் ஒருவராக எழுப்பிப் பெரும்போக்காக நகர்த்தும் சிரத்தை பின்பகுதியில் சலிப்படைந்து அதுவரையிலும் கவனமாக இழைத்துக்கொண்டுவந்த இழை களையெல்லாம் அவசரஅவசரமாக இழைநுனிகளில் பட்பட் டென்று முடிச்சுப் போட்டு முற்றுப்புள்ளி குத்திவிடுவதையும்' புதுமைப்பித்தனின் பீறிட்டுப் பிரவகிக்கும் மேதமை நிகழ்த்தி விடுகிற அமைதிக்குலைவுகளாக சுந்தர ராமசாமி வருணிக்கிறார். இத்தகைய விமரிசனங்களும் விரக்திக்கும் மனக் கசப்பிற்கும் ஆளான கலைஞர் என்னும் பெயரை அவர் பெற்றிருந்ததும் புதுமைப்பித்தன் தனது மொழிபெயர்ப்புகளிலும் அத்தகைய அவசரமும் அசிரத்தையுமான கையாளலைத்தான் பயன்படுத்தி யிருக்க வேண்டும் என்று எவ்விதமான ஆய்வோ ஒப்புநோக்கலோ இன்றி உண்டாகியிருந்த ஓர் அபிப்பிராயமும் அவரது மொழி பெயர்ப்புகள்மீது போதிய கவனக்குவிப்பு இல்லாததற்குக் காரணியாக இருக்கலாம். ஆனால், சலபதி பதிப்பித்திருக்கும் இம்முழுமையான தொகுப்பை மறு வாசிப்பு செய்கையில் நவீனத் தமிழ் இலக்கியத்துக்கு மட்டுமல்ல, நவீனத் தமிழ் மொழிபெயர்ப்பியலுக்கும் புதுமைப்பித்தன்தான் முன்னோடி என்பது தெளிவாகிறது.

இருபதாம் நூற்றாண்டின் தொடக்கம்வரை பிறமொழி ஆசிரியர்களின் கருவை, கருத்தை, கதையை, கதை மாந்தரை உள்வாங்கிக்கொண்டு மூல ஆசிரியர் பெயர் சுட்டியோ சுட்டாமலோதான் மொழிபெயர்ப்பு செய்யப்பட்டு வந்திருக்கிறது. 1930களில் மொழிபெயர்ப்புப் பற்றிய நவீனப் பார்வையும் அணுகு

முறையும் தமிழ் இலக்கிய உலகில் காலூன்றத் தொடங்கின. இந்தத் தருணத்தில்தான் அதுவரையிலான மொழிபெயர்ப்புகள் தழுவல் என்றும் மூலத்திற்குத் துரோகம் செய்வன எனவும் இனங்காணப்பட்டன. நவீன இலக்கிய மொழிபெயர்ப்பு என்பதற்கு அதன் இன்றைய பொருளில் முன்னோடிகள் எனப் பாரதி, வ.வே.சு. ஐயர், மகேசகுமார சர்மா, புதுமைப்பித்தன் ஆகியோரைத் தான் கூறமுடியும். (– ஆ. இரா. வேங்கடாசலபதி தனது பதிப்புரையில்.)

புதுமைப்பித்தன் மொழிபெயர்த்த கதைகளில் அவரது வாழ்நாளில் நூலாக்கம் பெற்ற தொகுப்புகள் ‘உலகத்துச் சிறுகதைகள்’, ‘பிரேத மனிதன்’, ‘உயிர் ஆசை’, (அமெரிக்கக் கதைகள்), ‘மணியோசை’ (ஜப்பானிய கதைகள்), மற்றும் ‘உலக அரங்கு’ என்ற நாடகக் கதைகள் ஆகியவையாகும். அவரது மறைவிற்குப் பின் ‘பளிங்குச் சிலை’ (ருஷ்யக் கதைகள்), ‘தெய்வம் கொடுத்த வரம்’, ‘முதலும் முடிவும்’, ‘பலிபீடம்‘ போன்றவை வெளிவருகின்றன.

‘அமைப்பு லாவண்யங்களிலும் கையாளப்படும் அசாதாரண, வார்த்தைக்கு மீறிய அதீத விஷயங்களிலும் சிகரங்கள் என்று சொல்லப்படும் கதைகளையும் தமிழ்நாட்டு வாசகர்களின் விருப்பு வெறுப்புகளை மதித்துக் கூடுமானவரை ஓரளவு கதைச்சத்து இருக்கக்கூடிய, ஆனால் அமைப்பு விசேஷங்களுடன் பொருந்திய கதைகளையும் தேர்ந்தெடுத்துத் தருவதே என் நோக்கம்’ என்று ‘உலகத்துச் சிறுகதைகள்’ தொகுப்பின் முன்னுரையில் கூறும் பு.பி. தேர்ந்தெடுத்த கதைகளைப் பார்க்கும்போது அவரது பரந்த வாசிப்பும் அவர் வரித்துக்கொண்டிருந்த புனைபெயருக்குத் தகுந்தாற்போல் புதுவிதமான கதைகளை அறிமுகப்படுத்தும் ஆர்வமும் வெளிப்படுகின்றன. அத்தகைய புதுவிதமான கதைகளிலும் அன்றைய நவீன இலக்கிய உலகை உதாரணப்படுத்தும் நுட்பமான கலையம்சங்கள் கொண்ட கதைகளைத்தான் அவர் பொறுக்கியெடுத்திருக்கிறார்.

‘உலகத்துச் சிறுகதைகள்’ தொகுப்பில் இடம்பெற்றுள்ள ஷெஹர் ஜாதி – கதைசொல்லி, அராபிய இரவுகளின் பின்னீட்சியாக ஹென்றி டிரெக்னியரால் புனையப்பட்ட கதை. தன் உயிரைக் காப்பாற்றிக்கொள்ள கர்ணாமிர்தமாகக் கதைகள் பொழிந்து வந்தவளுக்கு மரணபயம் நீங்கி, கணவனும் இறந்த பிற்பாடு, அவளுடைய சிருஷ்டி மனத்தில் கவிகிற வெறுமையை, விரக்தியை, காதலுக்கு ஏங்கும் தவிப்பை மிக அற்புதமாகச் சித்திரிக்கும் இக்கதையைப் புதுமைப்பித்தன் மொழிபெயர்க்கப் பயன்படுத்தியிருக்கும் நடை கவனிக்கத் தக்கது. மிகச் சிறந்த மொழிபெயர்ப்பாளனுக்குப் பலவிதமான நடைகளையும் பல்வேறுவிதமான தொனி வேறுபாடுகளையும் படம்பிடித்துக்

காட்டும் திறமை இருக்க வேண்டுமென்பதற்கு உதாரணமாக இக்கதையில் பயன்படுத்தப்பட்டுள்ள நடையும் கதையின் அடிநாதக்குரலும் அவரது 'சிற்பியின் நரகம்' சிறுகதைக்கு மிகவும் நெருக்கமாக இருப்பதை உணரலாம். இதில் சுவாரசியமூட்டும் தகவல் என்னவென்றால் 'சிற்பியின் நரகம்' வெளிவந்தது ஆகஸ்ட் 1935இல். 'ஷெஹர்ஜாதி' வெளிவந்தது நவம்பர் 1935இல். இரண்டு கதைகளிலும் இருவேறு கலைஞர்கள். ஒரு கலைப் படைப்பு நிறைவடைந்ததும் சூழ்கிற வெறுமை. கலையின் பூரணத்துவம் சூனியத்திலா முடிகிறது? இரண்டு கதைகளிலும் ஒரே விதமான கேள்விகள். படைப்பு மனம் உருவாக்கும் கதைகளின் உணர்வுத்தளம் மட்டுமல்ல, அது தேர்ந்தெடுத்து வாசிப்பதும் தன் மொழியில் பெயர்த்துக்கொள்வதும்கூட அதே அலைவரிசையில் இயங்கும் படைப்புகளாகத்தான் இருக்கின்றன.

தற்போது மறுவாசிப்புக் கோருகிற மற்றோர் அற்புதமான சிறுகதை எலியா எஹ்ரன்பர்கின் 'ஓம் சாந்தி! சாந்தி!' (பு.பி. மொழிபெயர்த்த கதைகளின் தலைப்புகளிலும் வசனங்களிலும் சிற்சிலமுறை இவ்வாறான இந்திய, தமிழக, வட்டாரக் கலாச்சாரப் பாதிப்புகள் மயங்கிக் காணப்படுகின்றன.) பாழ்வெளியான ஒரு பிரதேசத்தைக் கைப்பற்ற நடக்கும் ஒரு வியர்த்தமான யுத்தத்தின் மத்தியில் எதிரிகள் இருவர் ஒருவருக்கொருவர் நேருக்குநேர் சந்தித்துக்கொள்கின்றனர். களைப்பில் ஸ்தம்பித்து ஒருவரையொருவர் தாக்கவும் திராணியின்றி வெறித்துக்கொண்டு நிற்கின்றனர். பின் ஒருவர் தன்னிடமிருந்த புகைக்குழலை எதிரிக்குத் தருகிறான். இருவரும் மாறிமாறிப் புகைத்து, ஆசுவாசப் படுத்திக்கொண்டு, பின் ஒருவரையொருவர் தாக்கிக்கொண்டு மடிந்துபோகின்றனர். அவர்கள் மடிந்து, மக்கி, பலகாலம் கழித்து மனித சூன்யப் பிரதேசமாக வெறிச்சோடிப்போயிருக்கும் அப்பகுதியில் ஒன்றோடொன்று கலந்து பிணைந்திருக்கும் எலும்புக் கூடுகளுக்கும் அருகே விழுந்து கிடக்கும் புகைக்குழலுக்கும் மத்தியில் கதை தொடர்ந்து செல்கிறது. வெகு நுணுக்கமான இக்கதையை இவ்வளவு துல்லியமாக மொழிபெயர்க்க ஒரு மகத்தான கலைஞனால்தான் இயலும்.

புதுமைப்பித்தனின் மொழியாளுமையும் நடையின் பலமும் அலெக்ஸாண்டர் குப்ரினின் 'பலிபீட'த்தை *(Yama, the Pit)* வாசிக்கையில் தெள்ளெனத் தெரிகிறது. இந்நாவலின் முதல் ஒன்பது இயல்களை மட்டுமே புதுமைப்பித்தன் மொழிபெயர்க்க, அவர் மறைவிற்குப் பின் இந்நாவலின் முதல் பாகத்தின் எஞ்சிய நான்கு இயல்களைக் க.நா.சு. மொழிபெயர்த்து நிறைவு செய்திருக்கிறார். முதல் ஒன்பது இயல்களிலிருக்கும் காத்திரமும் ஆழமும் புதுமைப்பித்தனைவிட மொழிபெயர்ப்புகளைப் பற்றி அதிகம் பேசியவரும் அதிகம் மொழி பெயர்த்தவருமான

க.நா.சு. நிறைவுசெய்த பகுதிகளில் நீர்த்துப் போயிருப்பது புதுமைப்பித்தனின் மேதைமைக்குச் சான்று.

புதுமைப்பித்தனை முன்வைத்து நடத்தப்பட்ட மற்றொரு பெரிய விவாதம் தழுவல்கள் குறித்தது. 'மொப்பஸான் கதையின் தழுவு' என்ற விளக்கக் குறிப்பைத் துணைத்தலைப்பாகச் சேர்த்துத் 'தமிழ் படித்த பெண்டாட்டி' என்னும் கதையை புதுமைப்பித்தன் வெளியிட்டுள்ளார். இந்த ஒரு கதையைத் தவிர வேறெந்தத் தழுவல் கதையையும் புதுமைப்பித்தன் என்னும் பெயரில் அவர் எழுதி வெளியிடவில்லை. மேலும், அவரது வாழ்நாளில் அவர் செய்திருந்த தழுவல் கதைகள் எதுவும் நூலாக்கம் பெறவுமில்லை. அவர் எழுத்துலகில் நுழைந்த முதல் இரண்டாண்டுகளில் மட்டுமே இத்தகைய தழுவல் கதைகள் சிலவற்றை எழுதியிருப்பதைத் தழுவல்கள் பிரதானமாக நிகழ்ந்து வந்த காலகட்டத்தில் பொதுத்தன்மைக்கு ஆளாகிச் செய்த காரியமாகத்தான் கருத இடமிருக்கிறது என்று குறிப்பிடும் சலபதி, தழுவலா மொழிபெயர்ப்பா என்ற விவாதத்தை 1937இல் தொடங்கிவைத்துத் தழுவி எழுதுதலை மிகத்தீர்க்கமாக எதிர்த்த அவர் 'புதுமைப்பித்தன்' என்ற பெயரில் இல்லாமல் வேறு பெயர்களில் இக்கதைகளை வெளியிட்டதை வைத்துப் பார்க்கையில், தன் படைப்பியக்கத்தில் கதையைக் கையாளும் வெவ்வேறு உத்திகளுக்கான பயிற்சியாகவே இத்தகு தழுவல்களை முயன்று பார்த்திருக்க வேண்டும் என்று சரியாகவே அனுமானிக்கிறார்.

சாதாரண மனிதனுக்குப் பிறநாட்டு நாகரிக சம்பிரதாயங்கள்மீதுள்ள சந்தேகத்துடனும் பயத்துடனும் கலந்த வெறுப்பைப் போக்கி மற்றவர்கள் இலக்கியங்களை அனுதாபத்துடன் அளாவளாவ வைக்கும் நோக்கத்தில் மட்டுமே மொழிபெயர்ப்பதாகக் கூறும் புதுமைப்பித்தன், அயல்மொழி ஆள் பெயர்கள், புறச் சின்னங்கள், பழக்கவழக்கங்கள் போன்றவற்றை அப்படியே மொழிபெயர்ப்பிலும் கொண்டு வருகிறார். பல சமயங்களில் வாக்கியத்தின் போக்கிலோ அடைப்புக்குள்ளோ அடிக்குறிப்புகளிலோ விளக்கியும் செல்கிறார். மொழிபெயர்க்கப்படும் கதையின் கலாச்சாரத்திற்கு மொழிபெயர்ப்பு விசுவாசமாக இருக்க வேண்டிய அதே நேரத்தில் வாசிப்பவனுக்கும் விலகலைக் கொண்டு வந்துவிடக் கூடாதென்ற கவனத்தில் இவ்விருநிலைகளுக்கிடையே சிலவேளைகளில் அவர் சமன்செய்ய நேர்ந்திருக்கிறது.

இருந்தும், இத்தகைய சிற்சிறு சறுக்கல்களை அதனதற்குரிய விமரிசன மதிப்பில் நிறுத்திவிட்டு அவர் மொழிபெயர்த்த சுமார் எழுபது கதைகளில் உருவ அமைதி கூடிப்பெற்ற, நுட்பமான கலையம்சங்கள் நிறைந்த, அழுத்தமான

கதைகளாக 'இஷ்ட சித்தி', 'ஓம் சாந்தி! சாந்தி!', 'நாடகக்காரி', 'ரோஜர் மால்வினின் ஈமச்சடங்கு', 'சிரித்த முகக்காரன்', 'ஷெஹர்ஜாதி', 'முதலும் முடிவும்', 'மிஸிஸ்', 'உயிர் ஆசை' போன்ற கதைகளைக் கூறமுடிகிறது. புதுமைப்பித்தன் என்று நாமெல்லோரும் அறிந்திருக்கும் கலைஞனின் ஆன்மா சிறிதளவேனும் பிரதிபலிக்கக்கூடிய கதைகளையே தெரிவுசெய்து வந்திருக்கிறார் என்பது 'சிரித்தமுகக்காரன்', 'இஷ்டசித்தி' போன்ற கதைகளை வாசிக்கும்போது புலப்படுகிறது. 'சிரித்த முகக்காரன்' கதையில் காணப்படும் இந்தப் பத்தியைத் தனியாக வாசித்தால் அது ஏதோவொரு புதுமைப்பித்தனின் சிறுகதையில் இடம்பெற்றிருக்கக்கூடிய வரிகளாகவே தோன்றுகிறது:

'ஒவ்வொரு சிறு பேச்சும், ஒவ்வொரு சிறுவம்பும், சிரிப்பைத் தூண்டும் விஷயமும் உலகத்தின் சோகத்திலேதான் பிறக்கிறது. அதுதான் உண்மை. மனிதர்கள் பரஸ்பரம் சந்தித்துக்கொள்வது குதூகலமோ, துக்கமோ எதுவானாலும் உலகத்தின் சோகத்திலும் சத்தியத்திலும் பிறக்கிறது.'

இத்தகைய செம்பதிப்புக்குப் பின்னால் இருந்திருக்கக்கூடிய வேங்கடாசலபதியின் பேருழைப்பு பிரமிப்பூட்டுகிறது. இதுவரை வெளிவந்த புதுமைப்பித்தனின் நூல்களை வரிசையாகத் தொகுத்து மறுபதிப்பு செய்கிற மேம்போக்கான வழியை முற்றிலுமாகத் தவிர்த்து, இக்கதைகள் முதலில் பிரசுரமான சஞ்சிகைகளில் இடம்பெற்றிருந்த அறிமுகக் குறிப்புகள், அடிக்குறிப்புகளையும் கவனமாகத் தேர்ந்தெடுத்து (பிற்பாடு வெளிவந்த தொகுப்புகள் பலவற்றில் இத்தகைய குறிப்புகள் சௌகரியமாக விடுபட்டுப் போயுள்ளன!) ஏற்கெனவே மொழிபெயர்ப்புக் கதையாகச் சேர்த்து வைத்திருந்த தவறான கதைகளைக் களைந்து, மூல பாடத்திலுள்ள அச்சுப்பிழை மட்டும் திருத்தம் செய்து பெரும் பொறுப்புணர்வோடு இத்தொகுப்பைப் பதித்திருக்கிறார் சலபதி. 'பிரேத மனிதன்' குறுநாவலின் இரண்டாம் பதிப்பில் (புதுமைப்பித்தன் காலத்திலேயே வெளிவந்தது) சேர்க்கப்பட்டிருந்த ஒரு முழு இயலையும் மாற்றம் செய்யப்பட்டிருந்த பத்திகளையும் கவனமாக இத்தொகுப்பில் சேர்த்திருக்கிறார். புதுமைப்பித்தன் மறைவுக்குப் பின் வெளிவந்த பதிப்புகளில் பதிப்பாளர்கள் செய்திருந்த மாற்றங்கள், பொறுப்பற்ற விடுதல்கள் களையப்பட்டிருக்கின்றன. பின்னிணைப்புகளில் புதுமைப்பித்தன் எழுதிய குறிப்புகள், முதல் வெளியீட்டு விவரங்கள், புனைபெயர், வெளிவந்த இதழ், முதல் பதிப்பு விவரங்கள் ஆகியவை தரப்பட்டு ஒரு முழுமையான செம்பதிப்புக்கு உதாரணமாக இருக்கின்றன. புதுமைப்பித்தன் ஆய்வாளர்களும் இன்றைய தலைமுறை வாசகர்களும் சலபதிக்கும் காலச்சுவடு பதிப்பகத்துக்கும் நன்றிக்கடன்பட்டுள்ளனர்.

***காலச்சுவடு* 92, ஆகஸ்ட் 2007**

7

எல்லைகளில் காற்று வீசட்டும்
சக்கரியா

தமிழிலிருந்து மலையாளத்துக்கு மொழிபெயர்ப்புகள் மூலமாகவும் நேர்காணல்கள் மூலமாகவும் தமிழின் இளைய தலைமுறை எழுத்தாளர்கள் பலர் அறிமுகப்படுத்தப்படுவதைக் காணும்போது மிகுந்த மகிழ்ச்சி தோன்றுகிறது. சாரு நிவேதிதா ஓர் உதாரணம். அவரை மலையாளிகள் ஏறத்தாழ ஒரு மலையாள எழுத்தாளராகவே பார்க்கத் தொடங்கிவிட்டார்கள். பத்திகள் மூலமாகவும் தொடராக வெளியிடப்படுகிற நாவல்கள் மூலமாகவும் சாரு நிவேதிதா பரவலாக அறிமுகமானவராகியிருக்கிறார். டி.டி. ராமகிருஷ்ணனைப் போன்ற உற்சாகமுள்ள இலக்கிய ஆர்வலரின் முயற்சி புதிய தமிழ் எழுத்துக்கு மலையாளத்தில் கிடைத்திருக்கும் அர்த்தம் நிறைந்த இருப்பின் பின்னணியில் பெரும்பங்கு ஆற்றியிருக்கிறது. எனக்கு ஒரு குறையும் உண்டு. இந்த நடவடிக்கை மிக முன்பே தொடங்கியிருந்தால் எத்தனை நல்லதாக இருந்திருக்கும். புதுமைப்பித்தனையும் மௌனியையும் க.நா. சுப்ரமண்யத்தையும் அசோகமித்திரனையும் போன்ற மகத்தான தமிழ் எழுத்தாளர்களை மலையாள நவீனத்துவம் இழந்துவிட்டது. தி. ஜானகிராமன், ஜெயகாந்தன், அழகிரிசாமி ஆகியவர்களும் இந்தப் பட்டியலில் இடம்பெறுவார்கள்.

அசோகமித்திரனின் ஒரு நாவல் முதன்முதலாக மலையாளத்தில் வெளிவருவதுகூட 2005இல்தான். ஆங்கில மொழிபெயர்ப்பைப் படித்து முடித்ததும் மலையாளத்தில் மொழிபெயர்க்க வேண்டும் என்ற பேராசையை ஏற்படுத்தியது 'தண்ணீர்'. நான் அதற்கான நேரத்தைக் கண்டுபிடித்து வருவதற்குள் என்னுடைய நண்பர் பி.கே. ஸ்ரீநிவாசன் (இந்தியா டுடே, சென்னை) அதை மொழிபெயர்த்து முடித்துவிட்டார். அது எனக்கு நஷ்டம். ஆனால் மலையாள இலக்கியத்துக்கு இலாபம்.

என் நினைவில் சுந்தர ராமசாமியும் வாஸந்தியும் மட்டுமே எண்பதுகளில் வலுவான இருப்பை மலையாளத்தில் உருவாக்கிக்கொண்டவர்கள். கேரளப் பின்னணியில் சு.ரா. எழுதிய ஜே.ஜே: சில குறிப்புகள் தொடராக வெளியிடப்பட்டபோதே மிகுந்த கவனத்துக்குள்ளானது. பின்னரும் அவரது படைப்புகள் மலையாளத்தில் மொழிபெயர்க்கப்பட்டன. வாஸந்தியின் மூங்கில் காடுகள் என்ற நாவலே மலையாளத்தின் சூப்பர் நட்சத்திரமான மம்மூட்டியைப் பிரபலமாக்கிய 'கூடெவிடே?' என்ற திரைப்படமாக மாறியது. வாஸந்தியின் வேறு சில நாவல்களும் சிவசங்கரியின் சில படைப்புகளும் எண்பதுகளிலும் தொண்ணூறுகளிலும் மலையாளத்துக்கு வந்து சேர்ந்தன என்பது என் நினைவு. சு.ரா.வின் இரண்டு நாவல்களை மொழிபெயர்த்த ஆற்றூர் ரவிவர்மா, ஜி. நாகராஜனின் 'நாளை மற்றுமொரு நாளே' நாவலையும் மொழியாக்கம் செய்து தொடராக வெளியிட்டார். மலையாளத்தில் மொழிபெயர்க்கப்பட்ட மற்றொரு சமகால நாவலாசிரியர் தோப்பில் முஹம்மது மீரான். முக்கியமான இலக்கிய இதழ்களில் அவரது நாவல்கள் தொடர்கதைப் பகுதிகளாக வெளியிடப்பட்டன.

ஜெயமோகனின் கதை வேறு. அவர் நேரடியாக மலையாளத்தில் எழுதினார். ஆனால் அவர் எழுதியது கதையோ நாவலோ அல்ல; மலையாள, தமிழ் சமகால இலக்கியம் தொடர்பான சிந்தனைகளையே எழுதினார். ஜெயமோகனின் தமிழ்ப் படைப்புகள் மலையாளத்தில் மொழிபெயர்க்கப்பட்டிருப்பதாக எனக்குத் தெரியவில்லை. ந. முத்துசாமி, சா. கந்தசாமி, பிரபஞ்சன், கோணங்கி முதலான எத்தனையோ சிறந்த தமிழ் எழுத்தாளர்களை மலையாளிகள் இன்னும் அறிமுகப்படுத்திக்கொள்ள வேண்டியிருக்கிறது.

வேறு மொழிபெயர்ப்புகள் உருவாகவேயில்லை என்பதல்ல. சாகித்திய அக்காதெமி மூலம் தி. ஜானகிராமன் போன்றோரது படைப்புகள் மலையாளத்துக்கு வந்து சேர்ந்திருக்கின்றன. ஆனால், அக்காதெமிகளின் அதிகாரபூர்வ இயல்பின் குறைபாடுகள் மூலம் அவை மக்களைச் சென்றடையவில்லை. குறைகளிருந்தாலும் பத்திரிகை வெளியீடுகள்தாம் மக்களுக்கிடையில் செல்வதற்கான ஒரே வழி. நூலகங்களுக்குச் செல்லும் ஆர்வமுள்ள வாசகர்களின் எண்ணிக்கையும் மிகக் குறைவு. பத்திரிகைகளின் விற்பனைச் சாத்தியம் அதற்கும் அப்பாலுள்ள உலகத்தைச் சேர்ந்தது. அங்கே நடைபெறும் கருத்துருவாக்கம் கலாச்சார அடிப்படையிலான சிந்தனைப் போக்கைக் கட்டமைப்பதில் மிக முக்கியமானது.

புதுமைப்பித்தனையும் மௌனியையும் அசோகமித்திரனையும் ஆங்கில மொழிபெயர்ப்புகளின் வழியாகத்தான் நான் வாசித்தேன். அவர்களில் ஆங்கிலத்தில் அதிகமாக மொழி பெயர்க்கப்பட்டிருப்பவர் அசோகமித்திரன்தான் எனவும் தோன்றுகிறது. மூன்றோ நான்கோ வருடங்களுக்கு முன்பு தான் இவர்களை வாசிக்கும் வாய்ப்பு எனக்குக் கிடைத்தது. புதுமைப்பித்தனும் மௌனியும் நாற்பதுகளிலும் ஐம்பதுகளிலும் உருவாக்கியிருந்த புரட்சிகரமான நவீனத்துவம் என்னைத் திடுக்கிடச் செய்தது. பக்கத்திலிருக்கிற கேரளத்தில் உட்கார்ந்து நவீனத்துவத்தைத் தேடிய நான், இதை அறியாமல் என்னுடைய நடவடிக்கைகளை உருவாக்கிக்கொண்டிருந்திருக்கிறேன். எழுபதுகளிலேயே அசோகமித்திரன் மேற்கொண்டிருந்த கதையாடலின் எளிமை என்ற புரட்சியை இரண்டாயிரத்தில்தான் கண்டறிந்தேன் என்பது என்னுடைய இழப்பு. அதிர்ஷ்டவசமாக சு.ரா. மட்டும் எண்பதுகளிலாவது மலையாளிகளின் வாசிப்பு-எழுத்து உணர்வுகளுக்கு வந்துசேர்ந்திருந்தார்.

சுப்ரமணிய பாரதியை நான் ஆங்கில மொழிபெயர்ப்பில்தான் வாசித்தேன். அதுவும் சில கவிதைகள் மட்டுமே. மொழிபெயர்ப்பில் குன்றிப்போகாத சக்தியையும் நேர்மொழியின் எளிமையையும் அவற்றில் கண்டேன். தேசபக்திக் கவிதைகளுக்கப்பால் பிற கவிதைகளையும் அவர் எழுதியிருப்பார் இல்லையா? மலையாளத்தில் அவசியமாக மொழிபெயர்க்கப்பட வேண்டிய கவிதைகள் அவருடையவை என்று எனக்குத் தோன்றியது.

எழுபதுகளில் சி.ஏ.பாலன் ஜெயகாந்தனின் பல படைப்பு களை மலையாளத்துக்குக் கொண்டு வந்தார் என்றும் அறிகிறேன். குறிஞ்சிவேலன் தகழி சிவசங்கரப் பிள்ளையின் பல நூல்களைத் தமிழாக்கியதையும் அறிந்திருக்கிறேன்.

எம். கோவிந்தனைக் குறிப்பிட்டுச் சொல்லாமல் இந்த விஷயத்தில் முன்னோக்கிச் செல்ல முடியாது. சமகால இந்திய இலக்கியத்தை மலையாளத்தில் நவீன தலைமுறைக்கு அறிமுகப்படுத்த மிக அதிகம் முயன்றவர் கோவிந்தன். கேரளத் தின் நான்கு எல்லைகளுக்குள்ளும் வங்காளத்திலிருந்தும் மேற்கத்திய மொழிகளிலிருந்தும் வந்த மொழியாக்கங்களிலும் மலையாளிகள் கண்டடைந்த நவீனத்துவத்துக்கு இணையாகத் தமிழிலும் கன்னடத்திலும் ஹிந்தியிலும் மராத்தியிலும் புதிய உருவங்களும் உள்ளடக்கங்களும் அணுகுமுறைகளும் இடம் பிடித்திருக்கின்றன என்பதைக் கோவிந்தன் எங்களுக்குத் தொடர்ந்து நினைவுபடுத்திக்கொண்டிருந்தார். சு.ரா.வின் நாவலை மொழிபெயர்க்கவும் தொடராக வெளியிடவும் கோவிந்தனே

முனைந்து நின்றார். ஆனால் மலையாளிகளுக்கு ஒரு பக்கம் தங்கள் மீதேயுள்ள ஒருதலைப்பட்சமான சுயமோகம் மூலமும் மறுபக்கம் மேற்கத்திய நவீனத்துவத்துடனான எல்லை மீறிய சாய்வு மூலமும் இன்னொரு பக்கம் அண்டையிலுள்ள கலாச்சாரங்களை மதிப்பிடுவதிலுள்ள பக்குவமின்மை மூலமும் நான் உள்ளிட்ட மலையாள நவீனத்துவம் ஒரு தீவாகவே உருப்பெற்றது. தமிழ், கன்னடம், மலையாளம் ஆகிய மொழிகளுக்குப் பரஸ்பரம் பங்கிட்டுக்கொள்ள அநேக நல்ல அம்சங்கள் இருந்தன. ஆனால், ஆங்கிலத்தில் சொல்வதுபோல அந்த பஸ்ஸை நாங்கள் மிஸ் பண்ணிவிட்டோம்.

அதனால்தான் இப்போது தமிழிலிருந்து மலையாளத்துக்கு நடக்கும் பல விதமான அரங்கேற்றங்கள் என்னை மகிழ்ச்சியடையச் செய்கின்றன.

ஆரியங்காவிலே காற்று வந்நு
ஒரு காரியம் சோதிச்சதெந்தாணு?

(ஆரியங்காவில் காற்று வந்து ஒரு சேதி கேட்டதே என்ன அது?) என்று கவிஞர் பி. பாஸ்கரன் பிரபலமான ஒரு பாடலில் எழுதியிருக்கிறார். எல்லைகள் கடந்து தமிழ்க் காற்று கேரளத்தில் வீசட்டும். ஏராளமான கேள்விகளும் பதில்களும் உருவாகட்டும்.

தமிழில்: **சுகுமாரன்**

***காலச்சுவடு* 76, ஏப்ரல் 2006**

8

தோட்டி தமிழுக்கு வந்த கதை
சுந்தர ராமசாமி

தகழி சிவசங்கர பிள்ளையின் 'தோட்டியின் மக'னை (1947) நான் மொழிபெயர்த்தபோது நிலவிய சூழலும் மனநிலையும் பல இளமைக் கால நினைவுகளும் இன்றும் என் மனதில் பசுமையாக இருக்கின்றன. அன்றைய அனுபவங்களை வாசகர்களுடன் சிறிய அளவிலேனும் பகிர்ந்துகொள்ள வேண்டும் என்ற ஆவல் ஒரு இழைபோல் இந்த நீண்ட காலப் பகுதியில் தொடர்ந்து வந்திருக்கிறது.

1951, 52 வருடங்களில்தான் 'தோட்டியின் மக'னை மொழிபெயர்த்தேன். அப்போது வயது இருபது, இருபத்தியொன்று. அதற்கு முன் தமிழில் சொல்லும்படி நான் எதுவும் எழுதியிருக்க வில்லை. நிச்சயமாக எதுவும் அச்சேறியிருக்கவில்லை. என் உடல், மனம் சார்ந்த அன்றைய வேதனைகளைக் கோபத்துடனும் வருத்தத்துடனும் புலம்பல் கடிதங்களாகக் கடவுளுக்கு எழுதி னேன். அவை கிறுக்கல்களாகக் கைவசம் இருந்தன. வெளியே காட்ட யோக்கியதை அற்றவை அவை. தமிழில் என்னை வெளிப்படுத்திக்கொள்வது பெரும் திணறலாக இருந்த காலம். தமிழை எழுதவும் படிக்கவும் கற்றுக்கொண்டு இரண்டு, மூன்று வருடங்களுக்கு மேல் ஆகியிருக்கவில்லை.

'தோட்டியின் மக'னை மொழிபெயர்க்கும் நேரத்தில் என்னை ஒரு கலாச்சார ஏழை என்றுதான் சொல்லிக்கொள்ள வேண்டும். 'கலை உலகின் கடைசி ஏழை' என்ற விவரிப்பும் அப்போது மனதில் இருந்தது. தகழியை மொழிபெயர்க்க வேண்டும் என்ற ஆசை மூண்டபோது மொழிபெயர்க்கத் தகுதியிருக்கிறதா என்று யோசிக்கக்கூடத் தெரியாமல் இருந்தேன். அந்த மொழிபெயர்ப்பு நடந்து முடியவும் அந்த யோசனையற்ற நிலைதான் காரணம். யோசித்திருந்தால் அன்றே புகழ் பெற்றிருந்த தகழியின் படைப் புலகில் குறுக்கிடாமல் விலகிப் போயிருப்பேன்.

அன்று நான் பெற்றிருந்த 'ஞானங்களை' இப்போது நினைத்துப் பார்க்க முயல்கிறேன். அப்போது படித்திருந்தவை அதிகமும் துண்டுப் பிரசுரங்கள்தான். அரசியல், சமூகச் சீர்திருத்தம், கலாச்சார விமர்சனம் சார்ந்த துண்டுப் பிரசுரங்கள். ஆர்வத்துடன் படித்த படைப்புகளில் இன்றும் நினைவில் இருப்பவை க.நா.சு.வின் 'ஒருநாள்', தொ.மு.சி. ரகுநாதனின் 'புயல்', 'முதலிரவு', 'கன்னிகா', 'இலக்கிய விமர்சனம்' முதலியவை. கவிமணியின் கவிதைகளும் முக்கியமாக மருமக்கள்வழி மான்மியமும். (பிராமணர் அல்லாதாரின் கொச்சையில் அன்று மிகுந்த ஈர்ப்பு இருந்தது.) இவை எல்லாவற்றையும்விட முக்கியமாகப் பெற்றிருந்த 'ஞானம்' புதுமைப்பித்தன் சிறுகதைகள். 'புதுமைப்பித்தன் கதைக'ளும் 'காஞ்சனை' தொகுப்பும். (அவரது ஆறு கதைகள் என்ற தொகுப்பைக்கூடப் பின்னால் தான் படித்தேன் என்று நினைவு.) மனதை ஈர்த்த கதைகளை மீண்டும் மீண்டும் படித்ததில் பல பகுதிகள் மனப்பாடமாகியிருந்தன. 'காஞ் சனை' முன்னுரை முழுமையாகவே மனப்பாடமாகியிருந்தது. மனப்பாடப் பகுதிகளை வீட்டில் பிறர் முன் சந்தர்ப்பம் சார்ந்தும், சாராமலும் அரற்றுவது அன்று பழக்கத்திலிருந்தது. அந்த அரற்றல், தொய்யும் மனதுக்கு நாணேற்ற நான் கண்டுபிடித்திருந்த வழி. அதில் நிச்சயப் பலன் இருந்தது.

அரற்றுவதற்குப் புதுமைப்பித்தனைவிடவும் அதிக ஆவேசமளித்த இரண்டு படைப்புகளும் அதே காலத்தில் கிடைத்தன. ஒன்று இயேசுவின் மலைப் பிரசங்கம். மற்றொன்று வ.வே.சு. ஐயர் மொழிபெயர்த்த எமர்சனின் 'தன்னம்பிக்கை' என்ற நீண்ட கட்டுரை. இவற்றைத்தான் அன்றைய ஞானத்தின் ஆத்மீகத் தேட்டங்கள் என்று சொல்ல வேண்டும். கவிதை மீதான ஆசையை இந்த அரற்றல் வளர்த்ததோடு மொழியின் காந்தசக்திக்கு ஆட்படும் உணர்வுகளையும் ஓர்மைப்படுத்தியது.

அந்தக் காலத்தில் சஞ்சிகை என்று நான் படித்தவை வை. கோவிந்தனின் சக்தி இதழ்கள் மட்டும்தான். அதிலும் சக்தியின் கடைசிக் காலத்தில் தொ.மு.சி. ரகுநாதனும் கு. அழகிரிசாமியும் இணைந்து பதிப்பித்த தொகுப்புகள் அவை. ஒரு சக்தி இதழில் வெளிவந்த மாப்பசானின் சிறு கதை பற்றிய ஒரு நீண்ட கட்டுரையின் மொழிபெயர்ப்பைப் (கு. அழகிரிசாமி செய்தது) பத்துப் பதினைந்து முறையாவது படித்திருப்பேன். யாருக்கும் தெரியாத படைப்பின் ரகசியங்களை என்னிடம் மட்டும் மாப்பசான் ரகசியமாகக் கூறுவதாகக் கற்பனை செய்துகொண்டு அந்தக் கட்டுரையைப் படித்தேன். சக்தி இதழ் ஒவ்வொன்றையும் மாறி மாறிப் பலமுறை படிப்பது அப்போது வழக்கத்திலிருந்தது. சிற்றிதழ்களின் முக்கியமான பகுதிகளைப்—

பல சமயங்களில் முக்கியமற்ற பகுதிகளைக்கூட – தர்க்கத்துக்கு அப்பாற்பட்ட ஒரு காரணத்தால் பல முறை படிக்கும் பழக்கம் இன்றளவும் இருப்பது அன்றைய மனநிலையின் தொடர்ச்சி என்று நினைக்கிறேன்.

மலையாளத்தில் முக்கியமாக அன்று நான்கு ஆசிரியர்களுடன் வாசக உறவு ஏற்பட்டிருந்தது. தகழி சிவசங்கர பிள்ளை, கேசவ தேவ், பொன்குன்னம் வர்க்கி, வைக்கம் முகம்மது பஷீர். பின்னால் இவர்களுடைய வரிசை என் மதிப்பீட்டில் மாறிவிட்டது என்றாலும் அன்று எனக்குத் தகழிமீதுதான் மிகுந்த கவர்ச்சி இருந்தது. தகழியிடம் இருந்தது கவர்ச்சி என்றால் சி.ஜே. தாமஸிடமும் எம். கோவிந்தனிடமும் உருவானது ஆழ்ந்த ஈடுபாடு. வாழ்க்கையின் போதாமைகளை எண்ணி ரத்தத்தைக் கொதிக்க வைத்துக்கொள்ள ஒரு முகாந்திரம் தேடிக்கொண்டிருந்த அந்தக் காலத்தில் தகழியைப் போல் கொதிப்பின் சுகத்தை வேறு எவருமே அளிக்கவில்லை. கௌமுதி என்ற மலையாள வார இதழையும் அப்போது ஆவேசத்துடன் படித்து வந்தேன். அதன் ஆசிரியர் கே. பாலகிருஷ்ணனின் கையில் அப்போது மிக நீளமான சவுக்கு இருந்தது. அவருடைய மொழி அவருடைய விளாசல்களைச் சொடுக்கிய விதம் பிரமிப்பைத் தந்தது. அவர் தீவிர இடதுசாரிச் சிந்தனையாளர். புரட்சி என்ற சொல்லில் உண்மையாகவே புரட்சி கசிந்துகொண்டிருந்த பொற்காலம்.

அன்றைய நாட்களில் என்னைப் பற்றி எனக்கு இருந்த ஒரு சித்திரம் இப்போதும் நினைவில் இருக்கிறது. மாலையில், இருள் கவியும் நேரத்தில், மலையடிவாரத்தில், காய்ந்து வெடித்துக் கிடக்கும் வயல்வெளிகளின் ஓரத்தில், ஒரு ஒற்றையடிப் பாதை வழியாக நான் தன்னந்தனியாக நடந்து போய்க்கொண்டிருப்பேன். வளைந்த முதுகுடனும் குனிந்த தலையுடனும். அந்தச் சித்திரத்தில் வேட்டியின் விளிம்பு பறக்க நான் விடாமல் நடந்துகொண்டிருந்தாலும் என் பக்கத்தில் நின்ற தென்னை மரம் அதே இடத்தில் இருந்து கொண்டிருந்தது ஒரு முரண்பாடாகவே இருந்ததில்லை. துக்கத்தைச் சுமந்து கொண்டு நடப்பது அன்றைய நாட்களுக்குரிய சுயபரிசோதனைக்கு இசைவாகவே இருந்தது. அதை ஒரு கற்பனைச் சித்திரம் என்று சொல்ல முடியாது. அது ஒரு குறியீடு.

நோயினால் உடல் சார்ந்த கஷ்டங்கள். எதையெதையோ சாதிக்க வேண்டும் என்று ஏங்கும் மனம். எதைச் சாதிப்பது என்பது பற்றியோ எவ்வாறு சாதிப்பது என்பது பற்றியோ எந்தத் தெளிவும் இல்லாத மனநிலை. எழுத ஜீவசக்தி கொண்ட மொழி இல்லை. இல்லாத ஒரு மொழியை வைத்து எதையும் ஆக்கவோ அழிக்கவோ முடியாது என்ற யதார்த்தத்தை உணரும்போது மனதில்

பொங்கும் விசனம். வாசிக்கப் புத்தகங்கள் இல்லை. இலக்கியம் பேச நண்பர்களும் இல்லை. வாழ்க்கையின் போதாமைகளோ மனதில் கீறல்களை ஏற்படுத்திக்கொண்டிருந்தன. ஆனால் அந்தக் கீறல்களை மொழிக்குள் வைக்கத் தெரியவில்லை. நிறைய கேள்விகள் முளைத்தவண்ணம் இருந்தன. எல்லா விடைகளும் அறிந்திருந்த ஒருவரை அன்று சந்தித்திருந்தாலும் கூடக் கேள்விகளை உருவாக்க முடிந்திருக்குமா என்பது சந்தேகம்தான். என் கேள்விகளையும் நீங்களே உருவாக்கிப் பதில்களையும் நீங்களே சொல்லி விடுங்கள் என்றுதான் சொல்ல நேர்ந்திருக்கும். வாழ்க்கையில் உணர்ந்திருந்த குறைகளை அனுபவ வடிவங்களாகச் சிறுகதைகளிலும் கவிதைகளிலும் நாவல்களிலும் படிக்கும்போது ரத்தம் கொதிப்பது போலிருக்கும். எதிரே நிற்கும் சுவரையும் காலால் உதைத்துத் தூளாக்கிவிடலாம் என்று தோன்றும். ஒரு அகராதியைத் தூக்குவதற்கான பலம்கூட உடலுக்கு இல்லாதிருந்ததைக் கோபப்படும் என் மனம் ஒரு சமயம்கூடக் கணக்கில் எடுத்துக்கொண்டதில்லை.

இந்தப் பின்னணியில்தான் 'தோட்டியின் மக'னைப் படித்தேன். விருப்பமும் வியப்பும் மனதில் அலைமோதின. கொடுமையான ஒரு வாழ்க்கையை எவ்வளவு நேர்த்தியாக மனதில் பதியும்படி சொல்லிவிட்டார் இந்த ஆசிரியர்! வெளியுலகத்துக்கே தெரியாத ஒரு இருண்ட வாழ்க்கையினூடே எப்படி இவரால் இவ்வளவு சகஜமாகப் புகுந்து மன உணர்ச்சிகளை அள்ளிக்கொண்டு வர முடிகிறது? தகழி வெளிப்படுத்தியிருப்பது தோட்டிகளின் வாழ்க்கை சார்ந்த தகவல்களை அல்ல என்பதையும் காலம் அவர்களது அடி மனங்களில் மூட்டும் நெருப்பு என்பதையும் உணர்ந்தபோது மிகுந்த வியப்பு ஏற்பட்டது. இந்த நெருப்பை எப்படி அவரால் மொழியில் மறு உருவாக்கம் செய்ய முடிந்தது? கொடுமையில் மனம் கொள்ளும் கோபத்தில், ரத்தத்தில் உஷ்ணம் ஏறாமல் என்னால் அப்போதெல்லாம் 'தோட்டியின் மக'னின் எந்தப் பக்கத்தையும் படிக்க முடிந்ததில்லை. எனக்குத் தெரியாத ஒரு உலகத்திற்குள் என்னாலும் இவரைப் போல் புகுந்து புறப்பட முடியுமா என்ற கேள்வியின் முன் மனம் மிகவும் சோர்ந்து போயிற்று.

'தோட்டியின் மக'னை மொழிபெயர்த்த பின்புகூட அந்தக் காரியம் நடந்து முடிந்திருப்பதை என்னால் நம்ப முடியவில்லை. எப்படி இதைச் செய்து முடித்தேன் என்று எனக்கு நானே கேட்டுக்கொண்டே இருந்தேன். இந்தப் பூரிப்பைப் பகிர்ந்துகொள்ள இசைவான எவரும் அப்போது இருக்கவில்லை. என் அம்மாவைத் தவிர. இருந்த ஒன்றிரண்டு நண்பர்களிடம்

நான் செய்திருந்த 'விஷமத்தை'ச் சொல்லக் கூச்சமாகவும் இருந்தது. சொன்னாலும் புதிராகவோ புரிந்துகொள்ள முடியாமலோதான் இருக்கும் என்று தோன்றிற்று. அவர்களை நான் கைவிட்டுவிட்டதாகக் கூட நினைக்கலாம் என்றும் நினைத்தேன். இடதுசாரிச் சிந்தனைகளில் ஆழ்ந்த அக்கறை கொண்ட தோழர்கள் உருவானபோது நான் செய்திருந்த தமிழ்ப் பணியின் மதிப்பு என் மனதில் திடீரென்று உயர்ந்தது.

தோழர்களுக்குக்கூடத் 'தோட்டியின் மகன்' என்ற நாவலின் தலைப்பு வெளிப்படையாகச் சொல்ல இயலாத அந்நிய உணர்வைத் தான் முதலில் தந்தது. அவர்களுடைய இலக்கிய நம்பிக்கைகள் அவர்களுடைய உணர்வுகளை வெளியே காட்டிக்கொள்ள இடம் தருவதாகவும் இருக்கவில்லை. அன்று ஒரு முதிய தோழருக்கும் எனக்கும் நடந்த சம்பாஷணையின் சாராம்சம் பல தோழர்களுடைய அன்றைய மனநிலையைக் காட்டக் கூடியது.

'மலையாளத்திலும் 'தோட்டியின் மகன்' என்றே தலைப்பா?' என்று கேட்டார் அந்த முதிய தோழர்.

'ஆமாம்' என்றேன்.

சில கணங்கள் மௌனம்.

'வாங்கிப் படிக்கிறாங்களா?'

'நிறைய.'

'முழுக்கவும் தோட்டிகள்தான் வாராங்களா?'

'அநேகமாக அவங்கதான்.'

'காதல் உண்டா?'

'உண்டு.'

'காதலிப்பவளும் தோட்டிச்சியா?'

'ஆமாம்.'

'அவங்க பாக்கற வேலை வெட்டி பத்தியெல்லாம் சொல்றாரா?'

'சொல்றார்.'

'ஒண்ணுவிடாம?'

'ஒண்ணுவிடாம.'

'குடும்பத்தைப் பத்தி?'

'சொல்றார்.'

'தமிழ்ல தலைப்பை மாத்திப்புட்டா என்ன, தோழர்?'

தோழர் கேட்ட கடைசிக் கேள்வி கவலையைத் தந்தது. புத்தகத்தை அச்சேற்றவே முடியாதோ என்ற எண்ணம் ஏற்பட்டது. தோட்டி என்ற சொல்லைத் தமிழில் எங்கேயாவது அச்சில் படித்திருக்கிறேனா என்று நினைவுபடுத்திப் பார்த்தேன். சட்டென்று எதுவும் நினைவுக்கு வரவில்லை. புத்தகம் வெளிவந்தால் தோழர்கள் துணிந்து படிப்பார்கள் என்று தோன்றிற்று. 'தோட்டிகளும் தொழிலாளி வர்க்கம்தானே தோழர்' என்று ஜி. நாகராஜன் சொன்ன வாக்கியம் மிகுந்த ஆறுதலைத் தந்தது.

தொ.மு.சி. ரகுநாதனுடன் என் நட்பு நெருங்கிய போது 'தோட்டியின் மகன்' கையெழுத்துப் பிரதியை அவருக்குப் படிக்கத் தந்தேன். மொழிபெயர்த்து அப்போது இரண்டு, மூன்று வருடங்களேனும் ஆகியிருந்தன. ஆனால் அது ஒரு சுமையாக என் மனதில் இருக்கவில்லை. தோட்டியைத் தமிழ் ஏற்றுக்கொள்ளச் சில காலம் காத்திருக்க நேர்வது இயற்கையாகவே தோன்றிற்று. 'மொழிபெயர்ப்பு நன்றாக வந்திருப்பதாகவும் மேலும் திருத்தங்கள் செய்து முழுமைப்படுத்தலாம்' என்றும் ரகுநாதன் கடிதம் எழுதியதாக நினைவு. அதற்கு மேலும் சில வருடங்களுக்குப் பின் அவரிடமிருந்து சரஸ்வதி ஆசிரியர் நண்பர் வ. விஜயபாஸ்கரனின் கைக்கு என் கையெழுத்துப் பிரதி போயிற்று. அவர் கொடுத்தாரா, நான் வாங்கித் தந்தேனா என்று நினைவில்லை. சரஸ்வதி இதழில் என் பெயரில் சிறுகதைகள் வந்துகொண்டிருந்ததால் என்.எஸ்.ஆர். என்ற பெயரில் 'தோட்டியின் மகன்' தொடர்கதையாக வெளியாயிற்று. மார்ச் 57இலிருந்து ஜூன் 58 வரையிலும்.

'தோட்டியின் மக'னை மொழிபெயர்த்த பின்பும் நான் காய்ந்த வயலோரம் ஒற்றையடிப் பாதையில் நடந்து போகும் சித்திரம் மனதில் வந்துகொண்டுதான் இருந்தது. புறக்காட்சிகளில் – தென்னைமரம் உட்பட – எந்த மாற்றமும் ஏற்பட்டிருக்கவில்லை என்றாலும் நடந்து போகும் என் கையில் அப்போது ஒரு புத்தகம் முளைத்திருந்தது. அந்தப் புத்தகத்தின் தலைப்பை நான் சொல்ல வேண்டியதில்லை.

'தோட்டியின் மக'னை நான் மொழிபெயர்த்து ஐம்பது வருடங்கள் ஆகிவிட்டன. தமிழில் வெளியிடத் தகழி ஐம்பது களிலேயே உரிமையும் தந்திருந்தார். வெளியிடாமல் அசிரத்தையாக இருந்துவிட்டேன் என்று சொல்லலாம். அசிரத்தைக்கும் நாம் உணராத காரணங்கள் இருக்கக்கூடும்.

மலையாளத்தில் 'தோட்டியின் மகன்' வெளிவந்த காலத்திலிருந்து தொடர்ந்து பேசப்பட்டு வரும் நாவல். மேடையிலும் எழுத்திலும். அங்கு நடந்த விவாதங்கள் என் நினைவில் இருக்கின்றன.

ஆனால் *சரஸ்வதியில்* இந்நாவல் தொடர்கதையாக வந்தபோது வாசகக் கவனத்தை இந்தத் தொடர் பெற்றதற்கான எந்த அடையாளமும் என்னிடம் வந்து சேரவில்லை. யாரும் இந்த நாவலைப் பற்றி இன்றுவரையிலும் எழுத்திலோ பேச்சிலோ குறிப்பிட்ட நினைவும் இல்லை. இருந்தாலும் காலம் மாறிக் கொண்டிருக்கிறது. தலித் இலக்கியம் தமிழில் உருவாகிக்கொண்டிருக்கிறது. தலித் இலக்கியத்தைப் படிக்கும் வாசகர்களும் தோன்றியிருக்கிறார்கள். திருநெல்வேலிச் சீமையிலிருந்து மாடுகள்போல் பிடித்துக்கொண்டு போகப்பட்ட இந்தத் தோட்டிகள் தலித் வாழ்க்கையின் அவலத்தை நம் மனதில் ஆழமாகப் பதிய வைக்கின்றனர்.

தோட்டியின் மகன் இப்போது உண்மையாகவே புத்தக வடிவம் பெறுகிறது.

('தோட்டியின் மகன்' நூலின் முன்னுரை)

காலச்சுவடு 30, ஜூன் – ஆகஸ்ட் 2000

9

மறைந்து வாழும் ஓர் இயக்கம்: ம. இலெ. தங்கப்பா

பழ. அதியமான்

Love Stands Alone பெங்குவின் (Penguin) இம்மாதம் வெளியிடவிருக்கும் தேர்ந்தெடுக்கப்பட்ட சங்கப்பாடல்களின் ஆங்கில மொழிபெயர்ப்பு நூல். ம.இலெ.தங்கப்பா ஐம்பதாண்டுகள் உழைத்து உருவாக்கிய நூல். உலகின் கவனத்துக்குச் சங்க இலக்கியச் செழுமை மீண்டும் ஒருமுறை கொண்டுசெல்லப்படுகிறது. ஆழமும் விரிவும் கொண்ட தமிழரின் பார்வையை இந்நூல் சரியானபடி உணர்த்தும். செம்மொழித் தகுதியும் இலக்கியவழி உலகளாவிய அளவில் உறுதிப்படும். இந்தப் பின்னணியில், இம்மொழிபெயர்ப்பை நுட்பமாக உழைத்து உருவாக்கிய ம.இலெ. தங்கப்பாவைப் புதுவையில் கண்டு பேசினோம். சிறு வட்டாரத்தில் ஒளிபரப்பி அதில் நிறைவு கண்டு வாழும் தங்கப்பா, தமிழின் இன்னொரு குடத்திலிட்ட விளக்கு.

ஆந்தைப்பாட்டு, வேப்பங்கனிகள், கள்ளும் மொந்தையும், மயக்குறு மக்கள், பின்னிருந்து ஒரு குரல், பனிப்பாறை நுனிகள், சோளக்கொல்லை பொம்மை முதலியவை தங்கப்பாவின் கவிதை நூல்கள். நுண்மையை நோக்கி, எது வாழ்க்கை? திருக்குறளும் வாழ்வியலும், வாழ்க்கை அறிவியல், பாட்டு வாழ்க்கை, கொடுத்தலே வாழ்க்கை இவை உரைநடை. இத்தகைய நூல்கள்வழிப் படைப்பாளராக இனம் காணப்படும் தங்கப்பா புலமை உலகத்தில் மொழிபெயர்ப்பாளராகக் கவனப்பட்டிருக்கிறார்.

ஆங்கிலத்திலிருந்து தமிழுக்கும் தமிழிலிருந்து ஆங்கிலத் திற்கும் (இவையே பெரும்பான்மை) பல மொழிபெயர்ப்புகள் செய்த தங்கப்பா 30 ஆண்டுகளுக்கும் மேலாகப் புதுவையில் கல்விப் பணியாற்றிய தமிழ்ப் பேராசிரியர். தமிழ்ப் புலமை

செயல்படுகளத்தின் ஒரு முக்கியமான பிரதிநிதி. அவார் மொழிக் கவிஞன் ரசூல் கம்சதோவ் பாடல்கள், பிரெஞ்சு படைப்பாளர் ஆந்திரேழீது கட்டுரைகள் முதலியவற்றை ஆங்கிலம்வழித் தமிழாக்கியது சிறு பணி எனில் *Hues and Harmonies from an Ancient Land* (1970) என்ற சங்கப்பாடல் மொழிபெயர்ப்பே தங்கப்பாவின் முதல் பெரும்பணி எனலாம். இப்போது அந்நூல் மேலும் பல பாடல் சேர்க்கைகளுடன் விரிவும் செழுமையும் நுட்பமும் செய்நேர்த்தியும் பெற்று 168 பாடல்களோடு *Love Stands Alone: Selections from Tamil Sangam Poetry* என்ற பெயரில், ஆ.இரா. வேங்கடாசலபதியின் பதிப்பில் பெங்குவின் வெளியீடாக ஜனவரியில் வருகிறது.

தமிழின் செம்மையாக்கத்திற்கு, சிந்தனை பரவலாக்கத்திற்கு, வாழ்வைச் சுவையாக வாழ்வதற்கு, புற உலகுக்கும் அக உலகுக்கும் இணைப்புக் கண்ணியாக ஒளிபரப்பிக்கொண்டிருக்கும் ஓர் இயக்கம் தங்கப்பா என்று நான் 1990களில் எழுதியது இப்போது வெளிவரும் இம்மொழிபெயர்ப்பு நூல்மூலம் மேலும் உறுதிப்படுகிறது.

வள்ளலார், சித்தர் பாடல்கள், முத்தொள்ளாயிரம், நீதி நூல்கள், பாரதி, பாரதிதாசன் எனத் தங்கப்பாவின் மொழிபெயர்ப்புகள் அமைந்துள்ளன. தமிழ் இலக்கியப் பரப்பின் வேறுபட்ட புள்ளிகளை அவர் தொட்டிருப்பதையும் அவை எல்லாம் செய்யுள்களாகவே அமைந்திருப்பதையும் அவதானிக்கலாம்.

இயற்கையும் அன்பும் தங்கப்பாவின் வலிமையான இரண்டு அடிப்படைகள். இயற்கையின் நேசர் அவர் என்று சொல்வது குறைத்துச்சொல்வதாகிவிடும். அவரது வீட்டின் பெயர் வானகம். குழந்தைகள் செங்கதிர், இளம்பிறை, விண்மீன், மின்னல். சிறுவர், சிறுமியரை ஏரி, காடு, வயல், மலை, நதிப்பகுதிகளுக்கு அழைத்துச்சென்று செடி, கொடி, மரம், பறவை ஆகியவற்றைச் சிறப்புத் தகவல்களுடன் அறிமுகப்படுத்திவைப்பதில் அவருக்கு ஆர்வம் அதிகம். சிற்றூர் வாழ்க்கை அறிவும் இயற்கையைப் பேசிய சங்க இலக்கியப் பயிற்சியும் கொண்ட தங்கப்பா போன்றவர்களே இத்தகைய இயற்கை அறிமுகத்தைச் செய்யமுடியும். இவ்வகைத் தமிழ் மரபின் கடைசிக் கண்ணிகளுள் தங்கப்பா ஒருவர். அன்புதான் எல்லாப் பிரச்சினைகளுக்கும் தீர்வு என்பது, பல சமூக, மொழிப் போராட்டங்களில் கலந்துகொண்ட தங்கப்பாவின் அசைக்க முடியாத நம்பிக்கை.

தங்கப்பாவின் வலிமைகளுள் மற்றொன்று அவரது தமிழ் நடை. கவிதையிலும் சரி, உரைநடையிலும் சரி கலப்பு

நீங்கிய தெளிவுமிக்கது அது. தீவிரமான படைப்பெழுத்தும் மொழிபெயர்ப்பும் மட்டுமல்லாமல் நகைச்சுவையும் கிண்டலும் கேலியும்கூடத் தங்கப்பாவுக்கு மிக எளிதாகக் கைகூடும். முதல்நிலை வாசகனுக்கு அவை பகடியாகவே தோன்றாது. திறனாய்வுகளைக் கிண்டல் செய்து காலச்சுவடில் வெளிவந்த 'கூழாங்கற்களின் அமைப்பியல்' என்னும் படைப்பு இதற்கு எடுத்துக்காட்டு. எது வாழ்க்கை என்ற நூலின் நடையும் 'கூழாங்கற்களின் அமைப்பியல்' என்ற கட்டுரையின் நடையும் ஒரே படைப்பு மனத்திலிருந்து வெளிப்பட்டது என்று நம்புவது கடினம். அந்தப் படைப்பு மனம் தமிழின் சங்கப்பாடல்களைத் 'தினத்தந்தி'யை இன்றைய வாசகன் படிப்பதுபோலப் படித்துக்கொண்டு போகவல்லது என்பது மேலும் ஆச்சர்யம் தருவது. மதுரை இளங்குமரன் போன்றவர்களின் தோழமையில் மகிழ்வுறும் தங்கப்பாவிடம் பாவண்ணன் போன்ற படைப்பாளர்கள் இயல்பாக நெருக்கம் கொள்ள முடியும் என்பது ஆச்சரியத்தை மிகுதிப்படுத்துவது. 1991 அக்டோபரில் முதன்முதலில் நான் அவரைப் பார்த்தேன். இந்த நேர்காணலுக்காக 2009 நவம்பரில் சந்திக்கிறேன். என் வியப்பில் மாற்றமில்லை. பலருக்கும் அவர் வியப்புதான். 'தங்கப்பா என்பது வேறொன்றுமில்லை. அவருக்குள் கைவரப்பெற்ற மொழிதான்' என்று க. பஞ்சாங்கம் சொல்வதுகூட, தங்கப்பாவைப் புரிந்துகொள்ள அவர் செய்த முயற்சிதான். பஞ்சுவின் இரு மகன்களின் சாதி கடந்த காதல் திருமணங்களையும் நடத்திவைத்தவர் தங்கப்பாதான்.

புதுவை அரசின் பல விருதுகள், சிற்பி பரிசு எனப் பல பாராட்டுகள் தங்கப்பாவை அடைந்தாலும் அவை அவரை ஒன்றும் செய்யவில்லை. கல்லுப்பிள்ளையார் போல எதற்கும் அவர் அசைந்துகொடுத்ததாகத் தெரியவில்லை. ஆனால் அவரது பேரக்குழந்தையொன்று, புதுவீட்டில் கட்டியிருந்த கண்ணேறு பொம்மையைக் காட்டி, இது சோளக்கொல்லை பொம்மைதானே! என்று கேட்டுச் சிரித்தபோது கண் மலர்ந்து விளக்கிய தங்கப்பாவின் முகத்தில் ஒளி தோன்றிச் சிரித்தது. இந்த அன்புதான் தங்கப்பாவின் வாழ்க்கைச் செய்தி.

தமிழ் மனத்தை உலகிற்குக் காட்டும் ஒரு முயற்சி இம்மொழிபெயர்ப்புகள் எனில் அதில் சங்கப்பாடல்களுக்கு மட்டுமில்லை தங்கப்பாவின் நிரம்பி வழியும் அன்பு மனத்திற்கும் பங்குண்டு.

காலச்சுவடு 121, ஜனவரி 2010

10

மொழிபெயர்ப்புக்கலை: தேர்வும் பிரச்சினைகளும்
அமரந்தா

இன்றைய காலகட்டம் இலக்கிய மொழிபெயர்ப்பு களைப் பொறுத்தவரை மறுமலர்ச்சிக்காலம் என்று சொன்னால் மிகையாகாது. அந்த அளவுக்குக் கடந்த சில ஆண்டுகளில் மொழிபெயர்ப்பு நூல்கள் பல தமிழுக்கு வந்துள்ளன. கீழைக்காற்று, அலைகள், சவுத்விஷன், தாமரைச் செல்வி, விடியல், தமிழினி, காவ்யா எனப் பல பதிப்பகங்கள் மொழிபெயர்ப்புகளைத் தொடர்ந்து வெளியிட்டு வருகின்றன. முன்பு அறுபதுகளில் ஒரு வீச்சாக இந்திய மொழிகளிலிருந்தும், அந்நிய மொழிகளிலிருந்தும் மொழிபெயர்ப்புகள் தொடர்ந்து வெளியிடப்பட்டதையும், ரஷ்யாவிலிருந்து கப்பல் கப்பலாக இலக்கிய நூல்கள் மட்டுமின்றிப் பல்துறை சார்ந்த கல்வி நூல்களும் இங்கு வந்து இறங்கியதையும் நாம் கண்டிருக்கிறோம். அவை சாதாரண மக்களிடையே புதியதொரு பார்வையை ஏற்படுத்தின. புதியதொரு உலகை இனம் காட்டின. சாகித்ய அகாதமி, தேசிய நூற்பதிப்பு அறக்கட்டளை (NBT) ஆகிய நிறுவனங்கள் இந்திய மொழி நூல்களின் மொழிபெயர்ப்புகளை வெளியிட்டன. ஆனால் பன்னாட்டு இலக்கிய நூல்கள் தமிழில் வெளியாவதற்கு இலக்கிய மொழிபெயர்ப்பாளர்களும் மிகச் சில பதிப்பாளர்களுமே காரணமாக இருந்திருக்கிறார்கள். நியூ செஞ்சுரி புக் ஹவுஸ் மிகக் குறைந்த விலையில் தரமான பதிப்புகளில் முக்கியமான நூல்களை வெளியிட்டு, மொழிபெயர்ப்பு நூல்களை வெளியிடுவதில் முக்கிய இடம் வகித்தது. சைவ சித்தாந்த நூற்பதிப்புக் கழகம், பிரபஞ்சஜோதி பிரசுராலயம், நவயுக பிரசுராலயம், தமிழ்ச்சுடர் நிலையம், ஸ்டார் பதிப்பகம், புதுமைப் பதிப்பகம், ஜோதி பதிப்பகம் ஆகிய நிறுவனங்கள் மொழிபெயர்ப்பு நூல்களை அதிகமாக வெளியிட்டவை.

மொழிபெயர்க்கப்பட வேண்டிய நூலின் தேர்வு சில விதிவிலக்குகள் நீங்கலாக, பொதுவாக மொழிபெயர்ப்பாளராலும் அதனை வெளியிடும் பதிப்பகத்தாராலும் செய்யப்படுகிறது. சம்பந்தப்பட்ட நூல் பேசும் சமூகம், அரசியல், பண்பாடு, இவை குறித்த மொழிபெயர்ப்பாளரின் சார்பு இதில் முக்கியமானது. இதுவரை வெளியாகியுள்ள மொழிபெயர்ப்பு நூல்களையும் அவற்றை மொழிபெயர்த்த ஆசிரியர்களையும் கூர்ந்து கவனித்தோமானால், இது எளிதில் விளங்கும். புதுமைப்பித்தன், கு.ப.ரா., கு. அழகிரிசாமி போன்ற முன்னோடி எழுத்தாளர்கள் சிறந்த மொழிபெயர்ப்பாளர்களாக இருந்தார்கள். தமிழ் இலக்கிய உலகின் ரசனையையும், இலக்கியப் பாணியையும் புத்துருவாக்கம் செய்ததில் மொழிபெயர்ப்புகளின் பங்கு முதன்மையானது. வேற்று நாட்டு இலக்கியங்களைத் தமிழில் மொழிபெயர்த்தவர்களில் க.நா.சு., புதுமைப்பித்தன், கு. அழகிரிசாமி, ரா. கிருஷ்ணையா, கு.ப.ரா., கண. முத்தையா, எஸ்.வி. ராஜதுரை, ரகுநாதன், தியாகு, சிங்கராயர், இந்திரன் ஆகியோர் முக்கியமானவர்கள். கா.ஸ்ரீ.ஸ்ரீ., பா. கிருஷ்ணமூர்த்தி, சரஸ்வதி ராம்நாத், பாவண்ணன், சதாசிவம் ஆகியோர் இந்திய மொழிகளிலிருந்து தமிழுக்கு அதிகமான நூல்களைக் கொண்டுவந்தவர்களுள் முக்கியமானவர்கள்.

1982ஆம் ஆண்டு இலக்கியத்திற்கான நோபல் பரிசு கொலம்பிய எழுத்தாளரான காப்ரியேல் கார்சியா மார்க்கேஸுக்கு வழங்கப்பட்டது. பரிசு வென்ற அவரது நாவலான நூறு வருடத் தனிமை *(One Hundred Years of Solitude)*, கர்னலுக்கு யாரும் எழுதுவதில்லை *(No one Writes to the Colonel)* என்ற சிறுகதைத் தொகுதி. இவையிரண்டும் உடனடியாக உலகெங்கும் விற்பனையாயின. ஏறத்தாழ அதே ஆண்டில்தான் அலெக்ஸ் ஹெஸ்லியின் *'Roots'* நாவலும் வெளியானது. நான் அறிந்தவரையில் தமிழ் இலக்கியச் சூழலில் இக்காலகட்டத்தில் மிக அதிகமான தாக்கத்தை ஏற்படுத்திய நூல்கள் இவைதான்.

வாழைப்பழக் குடியரசுகள் எனப்பட்ட மத்திய மற்றும் தென் அமெரிக்காவின் குட்டி நாடுகளையும், பொருளாதாரத்தில் மிக மேம்பட்ட நிலையிலிருந்த அர்ஜென்டினா, பிரேசில் போன்ற வளமான நாடுகளையும், கனிம வளம், மண் வளம், அடர்ந்த காடுகள், மலைத் தொடர்கள் ஆகியவையும் கொண்ட ஒரு கண்டம்தான் லத்தீன் அமெரிக்கா. பத்தொன்பதாம் நூற்றாண்டின் முற்பகுதியில் சைமன் பொலிவாரும், இறுதியில் ஹோஸேமார்த்தியும் இக்கண்டத்தை அன்னிய ஆதிக்கத்திலிருந்து விடுவிக்க மேற்கொண்ட போராட்டத்தின் தொடர்ச்சியாகத்தான் இன்றைய லத்தீன் அமெரிக்க நாடுகளின் விடுதலைப்

போராட்டங்களைப் பார்க்க வேண்டும். இவ்விருவருமே பிற்கால சந்ததியினருக்குத் தமது எழுத்துக்களை அரிய பொக்கிஷங்களாக விட்டுச் சென்றிருக்கிறார்கள். இக்கண்டத்தின் மக்கள் வீரம் செறிந்த போராட்டங்களின் விளைவாகப் பெற்ற விடுதலை ஏகாதிபத்தியத்தின் பல்வேறு சூழ்ச்சிகளால் பறிக்கப்பட்டு, மீண்டும் மீண்டும் இராணுவ சர்வாதிகாரமும் பொம்மை அரசுகளுமே இன்றுவரை இந்நாடுகளில் ஆட்சி செலுத்தி வருகின்றன. இந்த வரலாற்று நிகழ்வுகளின் கறைபடியாத லத்தீன் அமெரிக்க எழுத்து எதுவும் இல்லை.

லத்தீன் அமெரிக்க எழுத்துக்களைத் தொடர்ந்து மொழி பெயர்த்த அனுபவத்திலிருந்து சில பொதுவான கருத்துக்களையும், வரையறைகளையும் என்னால் கூற முடியும். 1980க்குப் பிறகு தமிழ் இலக்கியம் தொடர்ந்து செல்வதற்கான திசை தெரியாமல் தடுமாறியபொழுது மூன்றாம் உலக நாடுகளிலிருந்தான் புதுவகை எழுத்தைத் தேடி அடைய முடிந்தது. இக்காலகட்டத்தில் ஆங்கில மொழிபெயர்ப்பில் கிடைத்த லத்தீன் அமெரிக்க, ஆப்பிரிக்க எழுத்துக்கள் புதியதொரு உலகையே கண்முன் விரித்தன. கிரான்மா இதழின் வாராந்திர இலக்கிய இணைப்புகளும் “ஸ்பானிய அமெரிக்கச் சிறுகதை – ஒரு சிறப்புத் தொகுப்பு” *(The Spanish America Short Stories - A Critical Anthology)* என்ற தலைப்பில் செய்மோர் மென்டன் தொகுத்த சிறுகதைகளும், மொழிபெயர்ப்பில் கடைப்பிடிக்க வேண்டிய சில முக்கியமான முறைகளை மிக அழகாக முன்வைத்தன. இரண்டிலுமே ஒவ்வொரு கதைக்கும் முன்பு ஆசிரியரைப் பற்றியும் சிறுகதையின் பின்புலம் பற்றியும் குறிப்புகள் தரப்பட்டிருந்தன. கதையின் முடிவில் பின்குறிப்புகளாகக் கதையினூடாக வரும் நிகழ்வுகள், மேற்கோள்கள் பற்றிய விபரங்களும் தொடர்புடைய விஷயங்களும கொடுக்கப்பட்டிருந்தன. இதனால் குறிப்பிட்ட கதையையும், கதை ஆசிரியரையும், நாட்டையும் பற்றிய விரிவான தகவல்களைப் பெற முடிந்தது. ‘துப்பாக்கி குண்டுகளின் திருவிழா’ *(Festival of the Bullets)*, ‘சந்திப்பு’ *(Meeting)* ஆகிய இரண்டு கதைகளை எடுத்துக்கொண்டால், மெக்ஸிகோ மற்றும் க்யூபாவின் அரசியல் வரலாறு வெளிப்படுகிறது. சந்திப்பு கதையில் இன்னொரு சிறப்பம்சமும் உண்டு. வாழ்வின் பெரும்பகுதியை ஃப்ரான்சில் கழித்த ஜுலியோ கொர்த்தசாரின் வாழ்வில், க்யூபாப் புரட்சி ஒரு திருப்புமுனையாக அமைந்தது. தனது நாட்டில் (அர்ஜென்டினா) பிறந்த, க்யூபாப் புரட்சியின் தலைவர்களுள் ஒருவராகப் போரிலும், பின்பு அரசிலும் பங்கேற்று சேகுவேராவாகத் தம்மை உருவகப்படுத்திக்கொண்டு கொர்த்தஸார் எழுதிய கதைதான் ‘சந்திப்பு’.

“ஒவ்வொரு லத்தீன் அமெரிக்க மனிதனும் வரலாற்றைத் தன் முதுகில் சுமந்துகொண்டே நடக்கிறான்” என்ற மார்க்கேஸின் கூற்று முற்றிலும் பொருத்தமானது. எனவேதான் மொழிபெயர்ப்பு நூல்களில் தகுந்ததொரு முன்னுரை இருப்பது அவசியம். வேற்று நாட்டு இலக்கியங்களைத் தமிழ் வாசகர்கள் புரிந்துகொள்ள அங்கு நிலவும் – நிலவிய – சூழலைப் புரிந்துகொள்வது ஒரு முன்தேவையாகிறது (ஆப்பிரிக்க இலக்கியத்திற்கும் இது பொருந்தும்). 1994ஆம் ஆண்டு வெளியிடப்பட்ட ‘மற்ற மரணம்’ லத்தீன் அமெரிக்கச் சிறுகதைகள் என்ற வர்ஷா வெளியீடு ஒன்றில்தான் லத்தீன் அமெரிக்க இலக்கியம் பற்றி முறையான அறிமுகம் செய்யப்பட்டிருந்தது.

இங்குச் சில குழுக்களால் அறிமுகம் செய்யப்பட்டதுபோல, மார்க்கேஸ், போர்ஹேஸ் ஆகியோர் மாய யதார்த்தப் பாணியைக் கையாண்டு அதீதப் புனைவுகளையும், அழகியல் நோக்கிலான கதைகளையும் மட்டும் எழுதவில்லை. அவர்கள் இருவருமே, தத்தமது நாட்டின் – கண்டத்தின் அரசியல் நிலைமைகள் குறித்த ஆழ்ந்த சிந்தனைகளைக் கொண்டிருந்ததோடு அரசியல் நிகழ்வுகளில் தொடர்புடையவர்களாகவும் அவற்றின் போக்கில் தாக்கம் செலுத்துபவர்களாகவும் இருந்தார்கள்; இருக்கிறார்கள். அவர்களது படைப்புகள் இலக்கிய மதிப்பு கொண்டவையாகவும் வரலாற்றுப் பதிவுகளாகவும் இருக்கின்றன. ஆனால் தமிழில் மிக அதிகமாக மொழிபெயர்க்கப்பட்டிருக்கும் போர்ஹேஸ் முற்றிலும் மாய யதார்த்தபாணி கதைகள் புனைபவராகவே இங்குச் சித்திரிக்கப்படுகிறார். ஜெர்மானிய கவிஞரும் நாடகாசிரியருமான பெட்ரோல்ட்வ் ஃப்ரெக்ட் அழகியல் கவிதைகள் வழியாகவே அறிமுகப்படுத்தப்பட்டார். ஆனால் அவரோ, அரசு எதிர்ப்பு எழுத்துக்கள் மற்றும் நடவடிக்கைகளுக்காகச் சிறை சென்று இன்னலுற்றவராக இருக்கிறார். இவ்வாறாக, மொழிபெயர்ப்பவர் படைப்பாளியின் ஆளுமையைச் சுருக்கியும், திரித்தும் அறிமுகம் செய்வதும் ஓர் அறிவுசார் வன்முறையே.

மொழிபெயர்ப்பில் எதிர்கொள்ளப்படும் மற்றொரு பிரச்சினை மூலச் சொல்லின் நேரடிப் பொருள், அதற்கு இணையான புழக்கத்திலுள்ள சொல் இவற்றுள் எதனை உபயோகிப்பது என்பது. உதாரணத்துக்கு *‘Shit’* என்ற ஆங்கிலச் சொல் உபயோகப்படும் விதத்தைப் பார்க்கலாம். கைக்கும் வாய்க்கும் எட்டாத வறுமையில் பல ஆண்டுகளாகக் குடும்பம் நடத்தும் வயதான பெண்ணின் கணவர் பணத்துக்கு ஏற்பாடு செய்ய வெளியில் சென்றுவிட்டு வீடு திரும்புகிறார். மேலும் முடிவில்லாமல் காத்திருக்க வேண்டியிருப்பதை, ஆவலுடன் காத்திருக்கும் மனைவியிடம் சொல்கிறார். உடனே மனைவி,

“அதுவரை எதைச் சாப்பிடுவது?” என்று கேட்கிறாள். ஆண்டாண்டு காலமாகப் பொறுமைகாத்த கணவர் (கர்னல்), விரக்தியின் எல்லைக்கு சென்று, மிக நிதானமாகச் சொல்கிறார்– ஆங்கிலச் சொல் *“Shit”* இங்கு உபயோகிக்கப்பட்டிருந்தது. அதனை “மலத்தை” என மொழிபெயர்த்திருந்தேன். ஆனால் சாதாரணமாக எரிச்சலில் ஒருவர் *“Shit”*என்னும்போது, தமிழில் அதை “தூ” என்றோ, “அடச்சே” என்றோ மொழிபெயர்க்கலாம். இங்கு, *“Shit”, “He said”*, என்பதை “மலம்”, “அவன் சொன்னான்” என்று மொழிபெயர்ப்பது வேடிக்கை.

சாகித்ய அகாதமி வெளியிட்ட வங்காள மொழி நாவல்களின் மொழிபெயர்ப்பை வாசிக்கும்போது, அவை புழக்கத்தில் இல்லாத சில சொற்களும், வடமொழிச் சொற்களும் சேர்ந்து ஒருவித நெருடலுடன் இருப்பதைப் பார்த்திருக்கிறேன். ஆனால் அவற்றின் வாயிலாகத்தான் வங்காள இலக்கியத்தின் உயிர்நாடியை அறிந்துகொள்ள முடிந்திருக்கிறது. ஹிந்தி மொழியிலிருந்து தமிழுக்கு வந்த நூல்கள் விஷயத்திலும் இது பொருந்தும்.

ஸ்பானிய இலக்கியங்கள் ஆங்கிலம் மூலமாகவே தமிழில் மொழிபெயர்க்கப்பட்டுள்ளன. ஸ்பானிய மொழியின் தன்மையால், ஆங்கிலத்தில் வாக்கியங்கள் நீளமானவையாக அமைந்திருக்கின்றன. அவற்றைத் தமிழில் மொழிபெயர்க்கும்போது பெரும்பாலும் வாக்கியங்களை இரண்டாகவோ அதற்கு மேலாகவோ பிரிக்க வேண்டியது அவசியமாகிறது. அப்படிப் பிரிக்கும்போது பொருள் மாறுபடாமலும், விஷயத்தின் இறுக்கம் குறைந்துவிடாமலும் பார்த்துக்கொள்வது ஒரு சவாலாகவே உருவெடுக்கிறது. ‘சந்திப்பு’ என்ற கொர்த்தஸாரின் சிறுகதையும், சே குவேராவின் பொலிவிய நாட்குறிப்புக்கு ஃபிடல் காஸ்ட்ரோ எழுதிய முன்னுரையும்தான் இதுவரை நான் மொழிபெயர்த்தவற்றுள் மிக அதிகமான உழைப்பைக் கோரியவை.

லத்தீன் அமெரிக்கச் சிறுகதைகளைச் சிறப்பாகத் தமிழில் மொழிபெயர்த்தவர்கள் நாகார்ஜுன், விஜயகுமார் ஆகியோர். மஹாஸ்வேதாதேவியின் வங்காள மொழிச் சிறுகதைகளை ஆங்கிலம் வழித் தமிழில் மிகச் சிறப்பாக மொழிபெயர்த்தவர் ரவிக்குமார். சமீபத்தில் விடியல் பதிப்பகம் வெளியிட்டுள்ள “ஒடுக்கப்பட்டவர்கள்: விடுதலையின் வடிவங்கள்” *(The Wretched of the Earth)* என்ற ஃபிரான்ஸ் ஃபனான் எழுதிய நூல் வி. நடராஜ் அவர்களால் அற்புதமாக மொழிபெயர்க்கப்பட்டுள்ளது. ஜோர்ஜ். ஜீ. காஸ்ட நாடாவின் “சேகுவேரா: வாழ்வும் மரணமும்” என்ற

நூல் எஸ். பாலச்சந்திரனால் சிறப்பாக மொழிபெயர்க்கப் பட்டுள்ளது.

மொழிபெயர்ப்பு என்பது வெறும் அறிவுத்தளம் சார்ந்த பயிற்சி மட்டுமே அல்ல. அது ஒரு சவால் என்பேன். மூலப் படைப்பை வாசிக்கும்போது உண்டாகும் உணர்வுக்கு நெருக்கமான உணர்வு மொழிபெயர்ப்பில் கிடைக்கும்போதுதான் மொழிபெயர்ப்புப்பணி நிறைவடைய முடியும். அதற்கு மொழி ஆர்வம், தேர்ச்சி, மொழிபெயர்ப்புத்திறன், படைப்பாற்றல், கடின உழைப்பு, அர்ப்பணிப்பு உணர்வு ஆகிய அனைத்தும் தேவை. நீண்டகால கடின உழைப்பு செலுத்திச் செய்யப்படும் மொழிபெயர்ப்புப் பணியினால் அங்கீகாரம், பாராட்டு, பணம் – இவை எதுவும் கிடைப்பதில்லை. ஒரு படைப்பு நூல் வெளியாவதற்கும் ஒரு மொழிபெயர்ப்பு நூல் வெளியாவதற்கும் பல அடிப்படை வித்தியாசங்கள் உள்ளன. முன்பே குறிப்பிட்டதுபோல மொழிபெயர்க்கப்படும் நூலின் பொருள், சம்பந்தப்பட்ட மொழிபெயர்ப்பாளரின், பதிப்பாளரின் சார்பினைப் பொருத்ததாக இருப்பதால், பதிப்பிக்கும் நிலையில் பெரும் இடர்ப்பாடுகள் ஏற்படுகின்றன. அனைத்தையும் மீறி நல்லதொரு மொழிபெயர்ப்பு நூல் வெளியாகும்போது, இலக்கியவாதிகளோ, கல்வியாளர்களோ அதனைக் குறித்துப் பேச முன்வருவதில்லை. இலக்கியக் குழுக்களும், அமைப்புகளும் மொழிபெயர்ப்பு நூல்களுக்கென எவ்வித‍த்திலும் மெனக்கெடுவதில்லை. பத்திரிகைகளைப் பற்றிச் சொல்லவே வேண்டாம் – மொழிபெயர்ப்பு நூல்கள் பற்றி அலட்டிக்கொள்ளவே மாட்டார்கள். சிறந்த மொழிபெயர்ப்பு நூல்களுக்குத்தான் இந்தக் கதி என்றில்லை. உலகப் புகழ்பெற்ற நாவல்களைப் போலி செய்து எழுதி, தன்னுடைய நாவல்கள் என ஒரு பேராசிரியர் தைரியமாக அவற்றை வெளியிட்டபோது, அதனைச் சுட்டிக்காட்ட வேறெந்தப் பேராசிரியரும், இலக்கியவாதியும் முன்வரவில்லை. அதுபோலப் பிரபல எழுத்தாளர் ஒருவர், சீனச் சிறுகதையொன்றைத் தமிழ்ச் சூழலுக்கேற்ப மாற்றியமைத்து எழுதியதும், சாகித்ய அகாதமியின் தமிழ்ச் சிறுகதைத் தொகுப்பில் அக்கதை இடம்பெற்றதும் யாருடைய கவனத்துக்கும் வரவில்லை. கன்னட மொழியறிந்த தமிழ் எழுத்தாளர் – அதிலும் சிறந்த தலித் நாவல்கள், சிறுகதைகள், கவிதைகளைத் தமிழில் மொழிபெயர்த்தவர் "போளி" என்ற இனிப்புத் தின்பண்டத்தைக் குறிக்கும் சொல்லைத் தமிழில் "ஒப்பட்டு" என்றுதான் எழுதியிருக்க வேண்டும், அப்படி எழுதாததால் அவர் ஒரு மோசமான மொழிபெயர்ப்பாளர் என்று ஒரு பேராசிரியர் அரைமணி நேரம் உரையாற்றினார்.

முழுநேரப் பணிபுரியும் அவர், குறைந்த காலத்தில் இருபதுக்கு மேற்பட்ட நூல்களைத் தமிழுக்கு மொழிபெயர்த்ததிலுள்ள அர்ப்பணிப்பு பற்றி ஒரு வார்த்தைகூட பேராசிரியரின் "உரையில்" இடம்பெறவில்லை என்பது கவனிக்கத்தக்கது.

சமீபத்தில் மொழிபெயர்ப்புத் துறையில் வேறு சில அநியாயங்களும் நடந்துவருகின்றன. பல்வேறு சிறுபத்திரிகைகள், இலக்கியப் பத்திரிகைகளில் வெளிவந்த வேற்றுநாட்டுச் சிறுகதைகள் / குறுநாவல்களை மறுபதிப்புகளாக வெளியிட்டு வருகிறது ஒரு நிறுவனம். இந்தத் தொகுதிகளில் கதைகள் எந்தச் சிறுபத்திரிகையில் வெளிவந்தன என்ற தகவலோ, அந்தப் பத்திரிகை ஆசிரியர்களின் அனுமதி பெற்றதற்கான அத்தாட்சியோ ஏதுமில்லை. சம்பந்தப்பட்ட பத்திரிகை ஆசிரியர்கள் சிலரைக் கேட்டபோது, தமக்கு விஷயமே தெரியாது என்றார்கள். சிறுபத்திரிகைகள் ஒவ்வொன்றும் அந்தந்த ஆசிரியர்களின் அர்ப்பணிப்பு உணர்வாலும், கடுமையான உழைப்பினாலும், தியாகங்களாலும் வெளிவந்தவை என்பது அனைவரும் அறிந்த உண்மை. பிரதி செய்யவும் பதிப்பிக்கவும் வசதியிருந்தால் எவ்வித முறையான அனுமதியுமின்றி விருப்பம்போல் எதை வேண்டுமானாலும் தொகுத்து வெளியிட்டுவிடலாம் என்ற நிலை அபாயகரமானது.

முன்பே குறிப்பிட்டதுபோல் மொழிபெயர்ப்பு இலக்கியத் தின் மறுமலர்ச்சிக் காலம் இது. நேர்த்தியான அமைப்புடன் உருப்படியான மொழிபெயர்ப்பு நூல்கள் வெளிவரும்போது, அவற்றைப் பற்றிய கருத்துக்களைச் சீரிய இலக்கியத்தின்மீது உண்மையான அக்கறை கொண்டவர்கள் பதிவு செய்வார்களானால் சம்பந்தப்பட்ட நூல்கள் பரவலான கவனம் பெறுவதோடு, மேற்சொன்ன தகிடுதத்தங்களைத் தவிர்க்கவும் முடியும்.

காலச்சுவடு 45, ஜனவரி - பிப்ரவரி 2003

11

படைப்பாளியின் அடையாளத்தை அழிக்கும் முயற்சிகள்
அரவிந்தன்

காலச்சுவடு டிசம்பர் 2008 இதழில் டாக்டர் அனந்த ராமன் ரேமண்ட் கார்வாரின் கதையைக் குப்புசாமி மொழி பெயர்த்திருந்தது குறித்துச் சில கருத்துகளைச் சொல்லியிருந்தார்[1]. மேற்படிக் கதையின் ஆங்கில மூலத்தை நான் படிக்கவில்லை. மொழிபெயர்க்கப்பட்ட வடிவத்தை மட்டும் வைத்துக்கொண்டு மொழிபெயர்ப்புப் பற்றி எந்த முடிவுக்கும் வருவது சரியாக இருக்காது. ஆதலால் குப்புசாமியின் மொழிபெயர்ப்புக் குறித்து எதுவும் சொல்லத் துணியமாட்டேன். ஆனால் அனந்தராமனின் கருத்துகள் பற்றிச் சில விஷயங்கள் சொல்லியாக வேண்டியிருக்கிறது.

குப்புசாமியின் மொழிபெயர்ப்பில் சில குறைகளைக் காணும் அனந்தராமன் அந்தக் குறைகள் transliteration செய்ததால் ஏற்பட்டவை என்கிறார். Transliteration என்பதை வார்த்தைக்கு வார்த்தை மொழிபெயர்த்தல் என்று விளக்கமளித்து அந்த விளக்கத்தின் அடிப்படையில் குப்புசாமியின் மொழிபெயர்ப்பை விமர்சிக்கிறார். முதலில் இந்தப் புரிதலே தவறானது. Transliteration என்பதற்கும் மொழிபெயர்ப்புக்கும் சம்பந்தமே இல்லை. ஒரு மொழியில் எழுதப்பட்டிருப்பதை அப்படியே வேறொரு மொழியின் வரிவடிவங்களைப் பயன்படுத்தி எழுதுவதே transliteration. அதாவது சென்னை என்பதை Chennai என்று எழுதுவது. பெரும்பாலான பெயர்ச்சொற்கள் இப்படித்தான் எழுதப்படுகின்றன. 'இது அவன் வீடு' என்பதை 'ithu avan viitu' என்றோ 'come home' என்பதை 'கம் ஹோம்' என்றோ எழுதுவதுதான் transliteration. இச்சொல்லுக்கு ஆக்ஸ்ஃபோர்ட் அகராதி தரும் பொருள் இது: Write or print (a letter or word) using the closest corresponding letters of a different alphabet or language.

Transliteration என்ற சொல்லின் பொருள் இப்படி இருக்க, அதன் அடிப்படையில் டாக்டர் அனந்தராமன் – அந்தச் சொல்லின் பொருள் சார்ந்த எல்லையை மீறி – முன்வைக்கும் சில வாதங்களைப் பார்ப்போம். "பட்டையான நாடாக்கள் அவன் கைகளுக்கு அடியில் நுழைந்து முதுகிற்குச் சென்று மீண்டும் சுற்றிக்கொண்டு முன்னால் வந்து அவனது தடிமனான இடுப்பிற்குக் கீழே கட்டப்பட்டிருந்தன" என்னும் வாக்கியத்தைத் "தலையைச் சுற்றி மூக்கைத் தொடும்" வாக்கியம் என்கிறார். "நொண்டி அடித்து மயக்கத்தைத்தான் தருகிறது" என்கிறார். இந்தப் 'பிரச்சினை'க்குக் காரணமாக அவர் காண்பது *transliteration*.

*Transliteration*க்கும் இதற்கும் சம்பந்தமில்லை என்பது ஒரு புறம் இருக்க, "தலையைச் சுற்றி மூக்கைத் தொடும்" வாக்கியங்கள் மொழிபெயர்ப்பில் தம்மளவில் தவறானவை அல்ல என்பதைப் புரிந்துகொள்ள வேண்டும். ஒருவேளை மூல ஆசிரியர் "தலையைச் சுற்றி மூக்கைத் தொடும்" வாக்கியங்களை எழுதியிருந்தால் அதை மாற்ற மொழிபெயர்ப்பாளருக்கு எந்த உரிமையும் இல்லை. மூல ஆசிரியர் எளிமையாக நேரடியாக எழுதியிருந்தால் அதை எளிமையாக நேரடியாக மொழிபெயர்க்க வேண்டும். "தலையைச் சுற்றி மூக்கைத் தொடும்" பாணியில் எழுதியிருந்தால் "தலையைச் சுற்றி மூக்கைத் தொடும்" பாணியில்தான் மொழிபெயர்க்க வேண்டும். மூல ஆசிரியரின் பாணியை மாற்றும் உரிமை மொழிபெயர்ப்பாளருக்குக் கிடையாது. வார்த்தைக்கு வார்த்தை மொழிபெயர்ப்பது எவ்வளவு தவறோ அதே அளவுக்கு மூலப்பிரதி சுட்டி நிற்கும் பொருள், அதன் தொனி, மொழி நடையின் உள்ளார்ந்த பண்புகள் ஆகியவற்றை மொழிபெயர்ப்பில் கொண்டு வர முயற்சி எடுக்காமல் இருப்பதும் தவறுதான். படைப்பு என்பது வெறும் கதை அல்ல. படைப்பாளியின் ஆளுமை, படைப்புப் பார்வை ஆகியவற்றையும் உள்வாங்கி வெளிப்படும் ஒரு செயல்பாடு. சுற்றி வளைத்து ஒரு படைப்பாளி எதையோ கூறுகிறார் என்றால் அப்படிக் கூறுவதற்கான படைப்பு சார்ந்த காரணங்கள் அவருக்கு இருக்கக்கூடும் என்ற சாத்தியக்கூறை மொழிபெயர்ப்பாளர் ஒருபோதும் மறந்துவிடக் கூடாது.

"ஓட்டுநர் இருக்கையில் இருந்தவன் திரும்பிப் பார்த்தான்" என்னும் வாக்கியத்தில் ஓட்டுநர் என்ற ஒரு வார்த்தை போதாதா என்று கேட்கிறார் அனந்தராமன். போதும்தான். ஆனால் அதைத் தீர்மானிக்க வேண்டியவர் குப்புசாமி அல்ல. ரேமண்ட் கார்வர் தான். *"The person who was in the driver's seat..."* என்று கார்வர் எழுதியிருந்தால் அதை மாற்றும் உரிமை குப்புசாமிக்கு இல்லை.

“ஒரு நாள் ஒரு மரத்தடியில் அவள் மத்தியான வேளையில் தூங்கிக்கொண்டிருந்தாள். மத்தியானம் பிற்பகலாயிற்று. பிற்பகல் மாலையாயிற்று. மாலை இரவாயிற்று. இரவு காலை ஆயிற்று. காலை பகலாயிற்று. அவள் மூக்கிலும் வாயிலும் எறும்பும் ஈயும் தாராளமாகப் புகுந்து புறப்பட்டுக்கொண்டிருந்தன. ஆனால் அவள் எழுந்திருக்கவேயில்லை ...” என்று லா.ச. ராமாமிர்தம் ஜனனி என்னும் கதையில் எழுதுகிறார். அவள் செத்துப் போனாள் என்று எழுத வேண்டியதுதானே என்று அனந்த ராமன் லா.ச.ரா.வைக் கேட்பாரா? அவர் கேட்கலாம். மொழிபெயர்ப்பாளரும் கேட்கலாம். ஆனால் தன் கதையில் வரும் அந்தப் பெண்ணின் மரணத்தை எப்படிச் சொல்வது என்பதைத் தீர்மானிக்கும் உரிமையை லா.ச. ராவிடமிருந்து யாரும் பிடுங்கிக்கொள்ள முடியாது. இந்தப் பகுதியை மொழிபெயர்க்க முனைபவருக்கு இப்படி எழுதப்பட்டிருப்பது பிடிக்காவிட்டாலும் அதைச் சுருக்கித் தர உரிமை இல்லை.

அதுபோலத்தான் அனந்தராமன் குறிப்பிடும் “கோணலான” வாக்கியமும். ரேமண்ட் கார்வர் கோணலான வாக்கியம் எழுதியிருந்தால் குப்புசாமியும் கோணலான வாக்கியத்தைத்தான் எழுத வேண்டும். அதை மாற்ற அவருக்கு உரிமை இல்லை. படைப்பில் வெளிப்படும் கோணலும் படைப்பின் ஒரு அம்சமாக இருக்க முடியும். அது படைப்புப் பிரக்ஞையற்ற நிலையில் மொழி சார்ந்த கவனம் இன்றி எழுதப்பட்டிருந்த வாக்கியமாகவும் இருக்க வாய்ப்புள்ளது என்பதை மறுப்பதற்கில்லை. ஆனால் இந்த முடிவை உரிய காரணங்களுடன் நிறுவ முடியாத வரையிலும் இது போன்ற உரிமைகளை எடுத்துக்கொள்ள மொழிபெயர்ப்பாளருக்கு உரிமை இல்லை.

மூலப் படைப்பின் மொழிநடை சிக்கலானதாக இருந்தால் அந்தச் சிக்கல் மொழிபெயர்ப்பிலும் பிரதிபலிக்க வேண்டும். ஷேக்ஸ்பியருக்கும் ஜேம்ஸ் ஜாய்ஸுக்கும் சாமர்செட் மாமுக்கும் இடையே உள்ள வித்தியாசங்கள் மொழிபெயர்ப்பில் தெரிய வில்லை என்றால் அது மொழிபெயர்ப்பு அல்ல. வேறு ஏதோ ஒன்று. புதுமைப்பித்தன், மௌனி, அசோகமித்திரன், கோணங்கி ஆகியோரை ஆங்கிலத்தில் மொழிபெயர்க்கும்போது இவர்கள் நால்வருக்கும் இடையே உள்ள வித்தியாசங்கள் – அவர்களது மொழிநடைகளின் நிறைகுறைகளோடு – ஆங்கிலத்திலும் பிரதி பலித்தால்தான் அது நல்ல மொழிபெயர்ப்பு. புதுமைப்பித்தனின் பாய்ச்சல் நடையும், கோணங்கியின் படிம மொழியும், மௌனியின் இறுக்கமும் அசோகமித்திரன் நடையின் எளிமைக்குப் பின் மறைந்திருக்கும் கனமும் மொழிபெயர்ப்பில்

பிரதிபலிக்கவில்லை என்றால் மொழிபெயர்ப்பாளர் தன் பணியை ஒழுங்காகச் செய்யவில்லை என்றே பொருள். மூலத்தில் திருகலான வாக்கியங்களோ கவித்துவமான வாக்கியங்களோ கரடுமுரடான வாக்கியங்களோ இருந்தால் மூல ஆசிரியரின் படைப்பாளுமையையும் அவரது மொழியின் தன்மையையும் பிரதிபலிக்கும் விதத்தில் மொழிபெயர்ப்பிலும் அவை இருக்க வேண்டும். மூலத்தில் விசித்திரமான பிரயோகங்கள் இருந்தால் இலக்கு மொழியிலும் அவை பிரதிபலிக்க வேண்டும். இதைச் செய்ய முடியவில்லை என்றால் மொழிபெயர்க்கக் கூடாது அல்லது தன் செயலை மொழிபெயர்ப்பு என்று சொல்லிக்கொள்ளக் கூடாது.

மூலத்தின் சிக்கல்களையும் நுட்பங்களையும் சீவித் தள்ளிவிட்டு இலகுவாகத் தரப்படும் பிரதிகள் மூல எழுத்தை மொழிபெயர்ப்பாளர் தன் மொழியில் திருப்பிச் சொல்வதாகத்தான் அமையும். படைப்பாளியின் பிரத்தியேக ஆளுமையை வெளிப்படுத்தும் அவரது நடையின் எந்த அம்சமும் இல்லாத மாற்று மொழி வடிவங்கள் இவை. இந்த வகையான எழுத்துக்கள் மூலப் படைப்பின் சாரத்துக்கு வேண்டுமானால் நியாயம் செய்பவையாக இருக்கலாம். ஆனால், நடைக்கோ படைப்பின் பொதுவான பண்புகளுக்கோ நியாயம் செய்வதாக இருக்கமாட்டா. படைப்பாளியின் மொழிநடையையும் அவரது படைப்பையும் பிரித்துப் பார்க்க முடியாது என்பதால் இவற்றை மொழிபெயர்ப்புகள் என்று சொல்ல முடியாது.

தமிழ் தினசரிகள் சிலவற்றில் ஆங்கிலத்தில் எழுதும் சில கட்டுரையாளர்களின் பத்தி எழுத்தை 'மொழி பெயர்ப்பு' செய்திருப்பார்கள். அந்தத் தமிழ் நடையைப் பார்த்தால் அந்தப் பத்திரிகையில் வரும் இதர எழுத்துகள் போலவே இருக்கும். பெயரை எடுத்துவிட்டால் எந்த வித்தியாசமும் தெரியாது. இதெல்லாம் மேற்படி வகையைச் சார்ந்தவை. படைப்பாளியின் அடையாளத்தை அழிக்கும் அல்லது தொலைக்கும் தட்டையான முயற்சிகள்.

"தமிழ்க் கதைகளைப் படிப்பது போலவே" இருக்கும் மொழிபெயர்ப்பை அனந்தராமன் மெச்சுகிறார். தமிழ்க் கதைகளைப் படிப்பதுபோலவே இருக்க வேண்டும் என்றால் தமிழ்க் கதைகளையே படித்துவிட்டுப் போக வேண்டியதுதானே? வேறு மொழிகள், வேறு பண்பாட்டுச் சூழல்கள், வேறு பார்வைகள், வேறுவிதமான படைப்புகள் முதலானவற்றை ஒரு வாசகருக்கு அவரது மொழியிலேயே வாசிக்கும் வாய்ப்பைத் தருவதுதான் மொழிபெயர்ப்பின் நோக்கம். மொழிபெயர்க்க முடியாத பண்பாட்டுரீதியான அம்சங்களில் மட்டும் தேவைப்பட்டால்

சற்று நீட்டி எழுதுதல், அடிக்குறிப்புத் தருதல் போன்ற முயற்சிகளில் மொழிபெயர்ப்பாளர் ஈடுபடலாம். அனந்தராமன் விரும்பும் விதத்தில் மொழிபெயர்த்தால் ஜேம்ஸ் ஹாட்லி சேஸுக்கும் டி.ஹெச்.லாரன்சுக்கும் இடையில் மொழிநடை சார்ந்த வித்தியாசம் எதையும் தமிழில் காண முடியாது. இருப்பதிலேயே மிகவும் சந்தேகத்துக்குரிய மொழிபெயர்ப்பு அன்னிய மொழியின் வாடையே இல்லாத படு எளிமையான மொழிபெயர்ப்புத்தான்.

மூலத்தின் சிக்கல்களைக் கூடியவரையிலும் தவிர்த்துவிட்டு எளிமையாக "மறுகூறல்" முறையில் செய்யப்படும் மொழிபெயர்ப்பு களுக்கு எந்த மதிப்பும் இல்லை என்று நான் சொல்ல வரவில்லை. இவ்வகை மொழிபெயர்ப்புகள் – மூலத்தின் சாரத்திற்கு நியாயம் செய்யும் முயற்சிகளாக இருக்கும் பட்சத்தில் – கதையை (மட்டும்) பிற மொழிகளில் அறிமுகம் செய்யும் சேவையைச் செய்யக் கூடியவை. மாணவர்களுக்கும் ஆரம்பநிலை வாசகர்களுக்கும் இவை மிகவும் பயன்படக்கூடியவை. இவற்றின் பயன்பாடு கருதி இவற்றை வரவேற்கும் அதே நேரத்தில் இவை மொழிபெயர்ப்பின் பன்முகச் சவால்களை ஏற்றுச் செய்யப்படும் ஆதர்சமான மொழிபெயர்ப்பு முயற்சிகள் அல்ல என்பதையும் மறந்துவிடக் கூடாது.

கடிதம் 1

காலச்சுவடு அக்டோபர் இதழில், 15 பக்கங்களை 'விழுங்கி' யிருக்கும் மொழிபெயர்ப்புச் சிறுகதை ரேமண்ட் கார்வர் பற்றிச் சில வரிகள்.

கதையை வாசிக்கும்போது கல், முள்மீது நடப்பது போன்ற தடுமாற்றமும் நெருடலும் ஏற்பட்டன. மிகுந்த ஆயாசத்தையும் சோர்வையும் தந்தது மொழிபெயர்ப்பு. கதையைப் புரிந்துகொள்வதில் சிரமம் இருந்தது. கதை நெடுகிலும் அர்த்தம் புரியாத வகையில் அமைந்த சொற்கும்பல். சொற்கள் ஒன்றுடன் ஒன்று சுமுகமாக இணையாமல், நவக்கிரகங்கள்போல் தனித்து நிற்கின்றன. நீள வாக்கியங்களில், எது ஆரம்பம், எது முடிவு, வாக்கியம் தரும் பொருள் என்ன என்பது விளங்கவில்லை.

ஏன் இப்படி? மொழிபெயர்ப்பாளர் செய்த ஒரு சிறு தவறுதான் காரணம். மொழிபெயர்ப்பாளர் செய்தது *Translation* அல்ல; *Transliteration* என்ற வகையில் மொழிமாற்றம் செய்யப்பட்டிருக்கிறது. அதாவது, வார்த்தைக்கு வார்த்தை மொழிபெயர்ப்பது, மூல மொழியில் உள்ள எல்லா அடைமொழிகளையும் எதையும் விட்டுவிடாமல் தமிழில் மொழிமாற்றம் செய்திருப்பது இதெல்லாம் *Transliteration* வகையைச் சார்ந்த மொழிபெயர்ப்பு. இவ்வகையான

மொழிமாற்றம், "The Lady with the dog"என்பதை "நாயுடன் கூடிய பெண்"ணாக்கிவிடும்! இதை, பழைய *காலச்சுவடு* இதழ் ஒன்று சுட்டிக்காட்டியிருக்கிறது. ஆங்கிலத்தில் உள்ள நீள வாக்கியங்களைத் தமிழிலும் நீட்டியிருப்பதால் குழப்பம் ஏற்படுகிறது.

மொழிபெயர்ப்பிலிருந்து ஒரு உதாரணம்: "...பட்டையான நாடாக்கள் அவன் கைகளுக்கு அடியில் நுழைந்து முதுகிற்குச் சென்று மீண்டும் சுற்றிக்கொண்டு முன்னால் வந்து அவனது தடிமனான இடுப்பிற்குக் கீழே கட்டப்பட்டிருந்தன ..." இதனால் நீங்கள் புரிந்து கொண்டது என்ன? தலையைச் சுற்றி மூக்கைத் தொடும் இந்த வாக்கியம் நொண்டி அடித்து, மயக்கத்தைத்தான் தருகிறது. Transliteration இப்படித்தான் இருக்கும்.

இன்னுமொரு உதாரணம்: "அடுத்த திங்கட்கிழமை அவள் மகனுக்கு எட்டு வயது என்பதை அவள் அந்த வயதான தடிமனான கழுத்தைக்கொண்டிருந்த ரொட்டிக் கடைக்காரனிடம் சொன்னபோது எதுவும் பதிலுக்குச் சொல்லாமல் கேட்டுக்கொண்டிருந்தான் ..." கோணலான தமிழ் வாக்கியம் இது. "அடுத்த திங்கட்கிழமை தன் மகனுக்கு எட்டு வயது ஆவதை (அல்லது பூர்த்தியாவதை) ரொட்டிக் கடைக்காரத் தடிக் கிழவனிடம் சொன்னாள் அவள். அவன் பதில் எதுவும் சொல்லவில்லை (அல்லது சொல்லாமல் கேட்டுக்கொண்டிருந்தான்)." இந்த மொழிபெயர்ப்பில் என்ன குறைந்துவிட்டது?

மூல ஆசிரியருக்கு விசுவாசமாய் இருக்க வேண்டியதுதான். அதற்காக ஆசிரியர் உபயோகித்திருந்த எல்லா அடைமொழிகளையும், அதுவும் மூலத்திலுள்ள அதே வரிசைக் கிரமப்படி மொழிபெயர்த்தால், இலகுவான, சுகமான, ஆயாசம் தராத வாசிப்பு கிடைக்காது.

"...ஓட்டுநர் இருக்கையில் இருந்தவன் திரும்பிப் பார்த்தான்..." 'ஓட்டுநர்' என்ற ஒரு வார்த்தை போதாதா?

"...காரைக் கியருக்குக் கொண்டுவந்து கிளப்பிச் சென்றான் ..." "கார் கிளம்பியது" அல்லது "காரைக் கிளப்பினான்" இதில் என்ன தவறு?

மொழிபெயர்ப்பாளர் அநாவசியமாகச் சொற்களைச் சேர்த்துப் பக்கங்களை நிரப்பியிருக்கிறார். இது, Transliteration செய்ததால் வந்த கோளாறு.

இனியாவது மொழிபெயர்ப்புக் கதைகளை வெளியிடும்போது இதழ் ஆசிரியர் கவனமாகச் செயல்பட வேண்டும். இந்த மொழிபெயர்ப்பைப் பற்றி மற்ற வாசகர்கள் விமர்சிக்காமலிருந்தால் அது அவர்களுடைய பெருந்தன்மையை,

பொறுமையைக் காட்டுகிறது அல்லது கதையை அவர்கள் வாசித்திருக்கவில்லை.

ஆர்மோனியச் சிறுகதைகளை (என்.பி.டி. வெளியீடு 1992) வல்லிக்கண்ணன் தமிழில் மொழிபெயர்த்திருக்கிறார். கதைகளில் வரும் ரேவண்ணா, திப்பண்ணன் என்ற பெயர்கள் கன்னடக் கதைகள் என்பதைச் சுட்டிக்காட்டுகின்றன. மற்றபடி தமிழ்க் கதைகளைப் படிப்பதுபோல் இருக்கிறது. மொழிபெயர்ப்பு அவ்வளவு கச்சிதம்.

ஒரு சின்ன நல்ல விஷயம், மொழிபெயர்ப்பைப் பற்றி மற்ற மொழிபெயர்ப்பாளர்களான நஞ்சுண்டன், சதாசிவம், பாவண்ணன் இவர்களின் கருத்தைக் கேட்கலாமே.

காலச்சுவடு மேல் உள்ள நல்ல அபிப்பிராயத்தால், அபிமானத்தால் இத்தனை வரிகளை எழுதலாயிற்று.

டாக்டர் ரா. அனந்தராமன்
பெங்களூர்

***காலச்சுவடு* 108, டிசம்பர் 2008**

கடிதம் 2

டிசம்பர் 2008 இதழில் வெளியாகியுள்ள டாக்டர் ரா. அனந்தராமனின் கடிதம் தொடர்பாக:

மற்ற வாசகர்கள் விமர்சிக்காது இருக்கையில் இவர் விமர்சித்திருப்பது நல்ல விஷயமே.

“மூல ஆசிரியருக்கு விசுவாசமாய் இருக்க வேண்டியதுதான். அதற்காக ஆசிரியர் உபயோகித்திருந்த எல்லா அடைமொழி களையும், அதுவும் மூலத்திலுள்ள அதே வரிசைக்கிரமப்படி மொழிபெயர்த்தால் இலகுவான, சுகமான, ஆயாசம் தராத வாசிப்பு கிடைக்காது” என்கிறார்.

இந்தப் பத்தியிலிருந்தும் இக்கடிதத்தின் ஒட்டுமொத்தத் தொனியிலிருந்தும் உணர்த்தப்படுவது இதுதான்: ‘இவ்வளவு இலகுவாய்ச் சொல்லிவிடலாமே, அதற்கு ஏன் இப்படிச் சிரமப்பட வேண்டும்?’

‘மொழியாக்கம் வாசிப்பதற்குச் சரளமாகவும் சுலபமாகவும் இருந்தால்தான் நல்லது’ என்னும் பொதுவான அபிப்பிராயத்திற்கும் இதற்கும் பெரிதும் வித்தியாசமில்லை.

மூலநூலின் உரைநடை சுலபமாகவும் சரளமாகவும் இருந்தால், அதனை அப்படியே தர வேண்டியது மொழி பெயர்ப்பாளனின் கடமை. அதற்கும் கூட மொழியின் இலக்கணம் இடம்தர வேண்டும்.

மூலநூலின் உரைநடை சிக்கல் மிக்கதாக, நீண்ட வாக்கியங்கள் கொண்டதாக, ஏன் ஒரு வாக்கியமே ஒரு பத்திக்கு வருவதாக இருக்கையில், மொழிபெயர்ப்பாளன் அதனை அதே சிக்கல் நிறைந்த உரைநடையில் தான் தர வேண்டும். தவிர்க்க இயலாத இடங்களில், சற்று சுதந்திரத்துடன் வாக்கியத்தைப் பிரித்துப் போட்டுக் கொள்ளலாம்.

மொழிபெயர்ப்பின் நோக்கம், புதிதான ஒரு குரலை, வித்தியாசமானதாய் ஓர் எடுத்துரைப்பை, பரிச்சயமற்ற ஒரு கலாச்சாரத்தை, மாற்றத்தைக்கோரும் ஓர் அணுகுமுறையை அறிமுகப்படுத்துவதே. அப்போது மூலத்தில் உள்ள நுணுக்கங்கள் இத்தகு இழைகளிலிருந்து நழுவிப்போய்விடலாகாது. இந் நுணுக்கங்கள் அந்த ஆசிரியரின் உரைநடையில் தங்கியிருக்கலாம், எடுத்துரைத்தலில் இருக்கலாம், ஒட்டு மொத்த தொனியில் ஒளிந்திருக்கலாம். எனவேதான் மொழிபெயர்ப்பாளன், சிரமங் களை எதிர்கொண்டு, முடிந்த வரையும் அதே கட்டமைப்பை/ சிக்கல் வாய்ந்த தன்மையைத் தன் மொழியிலும் கொண்டுவர முற்படுகிறான்.

Myth என்பதைக் 'கட்டுக் கதை' என்று கையடக்க அகராதி தந்து விடுகிறது; புராணக்கதை, மக்கள் பழங் கதை, இட்டுக்கட்டு, வெற்றுப் புனைந்துரை, இல்பொருள் கற்பனை என்றெல்லாம் பட்டியலிடுகிறது சென்னைப் பல்கலைக்கழக அகராதி. சென்னைப் பல்கலை அகராதி ஏன் இவ்வளவு சிரமப்பட வேண்டும். அவ்வளவு சிக்கலும் கனமும் வாய்ந்தது விஹ்மீலீ.

'சுலபமும் இலகுவும் ஆயாசந்தராத தன்மையும்' நமது அணுகுமுறையாக – அளவுகோலாக இருந்துவிட்டால், 'கட்டுக்கதை'தான் கிடைக்கும். கட்டுக்கதை போதுமெனில் கையடக்க அகராதியே போதும்.

சா. தேவதாஸ்
ஆரணி

❍

காலச்சுவடு அக்டோபர் 08 இதழில் வெளிவந்திருந்த ரேமண்ட் கார்வரின் சிறுகதையை நான் மொழிபெயர்ந்திருந்த விதம் குறித்து டாக்டர் அனந்தராமன் என்பவர் எழுதியிருந்த கடிதத்திற்காக இவற்றை எழுத வேண்டியிருக்கிறது.

Transliteration என்றால் அப்பட்டமான மொழிபெயர்ப்பு அல்ல, எழுத்துப் பெயர்ப்பு. மூலமொழியின் வார்த்தையை இலக்குமொழியின் எழுத்துகளிலேயே எழுதுவது, *concussion* என்பதை 'கன்கஷன்' என எழுதுவதைப் போல.

எனினும் அவர் சொல்ல விரும்புவது இதைத்தான் என்று புரிந்துகொள்கிறேன்.

1) இலகுவான நடையில் எளிமையான வாக்கியங்களில் இருந்தால்தான் நல்ல மொழிபெயர்ப்பு.

2) மூலப்படைப்பில் 'வளவள' வென்று எழுதப்பட்டிருந்தால் மொழிபெயர்க்கும்போது அதை ரத்தினச் சுருக்கமாக மாற்றி எழுத வேண்டும்.

3) 'தமிழிலேயே எழுதப்பட்டதைப் போல' 'தமிழ்நாட்டிலேயே நடப்பதைப் போல' ஓர் அந்நிய தேசத்துப் படைப்பு மொழிபெயர்க்கப்பட்டிருந்தால்தான் அது சிறந்த மொழிபெயர்ப்பு.

நவீன மொழிபெயர்ப்புக் கொள்கைகளில் பலவிதமான 'தியரி'கள் இருக்கின்றன. மிகவும் *academical* ஆக இல்லாமல் 'மொழிபெயர்ப்பு' என்பதைப் பற்றிய எனது நம்பிக்கைகளைச் சுருக்கமாகச் சொல்லிவிடுகிறேன்.

அந்நிய மொழி ஒன்றில் எழுதப்பட்ட படைப்பு ஒன்றை வேறொரு மொழியில் மொழிபெயர்க்கையில் மூலப் படைப்புக்கும் படைப்பாளிக்கும் மிக நெருக்கமாகவும் விசுவாசமாகவும் இருக்க வேண்டுமென்று மொழிபெயர்ப்பாளன் முயலும்போது அவன் பல விஷயங்களை கவனத்தில்கொள்ள வேண்டியிருக்கிறது. ஒவ்வொரு மொழியும் அது விளைந்த மண்ணையும் புழங்கும் கலாச்சாரத்தையும் சார்ந்தே உருக்கொண்டிருக்கிறது. மொழி பெயர்க்கும்போது நமது கலாச்சாரத்திற்கு உரித்தான சொற்றொடர்களைப் பயன்படுத்துவது மிகத் தவறான செயலாகும்.

கூட்டு வாக்கியங்களை மொழி பெயர்ப்பது மற்றுமொரு சவால். ஆங்கில மொழி இலக்கணத்தில் ஒரு முக்கியமான வசதி, மிக நீளமான கூட்டு வாக்கியங்களை அமைக்க முடிவது. ஒரு படைப்பாளி வேண்டுமென்றே நீளமான சொற்றொடர்களைப் பயன்படுத்துவதில்லை. கூர்மையான அவதானிப்புகொண்ட எந்த வாசகனுக்கும் எழுத்தாளன் ஒவ்வொரு வாக்கியத்தையும் எவ்வாறு அமைக்கிறான் என்பதைப் புரிந்துகொள்ள முடியும். படைப்பாக்கத்தில் ஒவ்வொரு முற்றுப்புள்ளிக்கும் காற்புள்ளிக்கும் முக்காற்புள்ளிக்கும் ஏன் பத்தி பிரித்தலுக்கும் கூட விசேஷ அர்த்தங்கள் இருக்கின்றன. இலக்கு மொழி அனுமதிக்கும் அளவுக்கு மூலப் படைப்பின் சொற்றொடர்களில் பொதிந்திருக்கும் அழுத்தத்தை, உணர்ச்சி நீட்டிப்பைக் கலையுணர்வு மாறாமல் கொண்டுவந்து வாக்கியங்களை அமைப்பதுதான் என்னைப் பொறுத்தவரை விசுவாசமான மொழிபெயர்ப்பு.

மூலப் படைப்புகளின் பாத்திரங்களின் உள்நோக்கிய பார்வைகளுக்குள் மொழிபெயர்ப்பாளனின் மொழி ஊன்றிக் கொள்ள வேண்டியிருக்கிறது. மூலப் படைப்பைப் போலவே ஒவ்வொரு வரிகளுக்கிடையிலும் தனது கூர்மையையும் எடையையும் மாற்றிக்கொண்டேயிருக்கும் உணர்ச்சிகளுக்கேற்றவாறு அம்மொழியும் உருமாற வேண்டும். இலக்கியப் பிரதி தனது மேற்பரப்புப் பிரதியுடன் உட்பிரதி (subtext) ஒன்றையும் கொண்டிருக்கிறது. மொழிபெயர்க்கையில் இந்த உட்பிரதியைக் கொண்டுவருவதுதான் சவால். ஓர் அந்நியப் படைப்பைத் தமிழ்நாட்டில் நடப்பதைப் போல நான் *Tamilise* செய்தால் அது யோக்கியமான மொழிபெயர்ப்பல்ல. அதேபோல் மொழிபெயர்ப்பாளன் என்பவன் பொழிப்புரையாளன் அல்ல என்பதையும் இவர் ஞாபகத்தில் கொள்ள வேண்டும்.

சல்மான் ருஷ்டியின் நடை, அருந்ததிராயின் நடையிலிருந்து வேறுபட்டது. இருவரின் கதைகளையும் ஒரேவிதமாக எளிமையான தமிழ்நடையில் மொழிபெயர்த்தால் அது அந்தப் படைப்பாளிகளுக்கும் வாசகர்களுக்கும் மொழிபெயர்ப்பாளன் செய்யும் மாபெரும் துரோகம்.

Jose Saramago என்றொரு போர்ச்சுகீசிய எழுத்தாளர் இருக்கிறார். 1998ஆம் வருடம் நோபல் பரிசு பெற்றவர். நிறுத்தக்குறிகளில் இவருக்கு நம்பிக்கை கிடையாது, அபாரமான மொழிநடையில் எழுதப்படும் இவரது நாவல்கள் ஆங்கிலத்தில் மொழிபெயர்க்கப்படும்போதும், போர்ச்சுகீசிய மொழியில் கையாளப்பட்ட சிக்கலான அமைப்பிலேயே, அதே தொனியில் மொழியாக்கம் செய்யப்படுகின்றன. அதேபோன்ற திறமையோடு, மிகக் கடினமாக உழைத்து அவரது குறுநாவல் ஒன்றை 'அறியப்படாத தீவின் கதை' என்ற தலைப்பில் தமிழில் ஆனந்த் அற்புதமாக மொழிபெயர்த்திருக்கிறார். ஒரு மொழிபெயர்ப்பாளன் எவ்வளவு வலியோடு மொழியாக்கம் செய்கிறான் என்பதைத் தெரிந்துகொள்ள ஆங்கிலப் பிரதியைப் பக்கத்தில் வைத்துக் கொண்டு வரிவரியாக டாக்டர் அனந்தராமன் ஒப்பிட்டுப் பார்த்துக் கொள்ளலாம் அல்லது வாசிப்புத் திறனை உயர்த்திக்கொள்ள விருப்பமில்லாமல் இலக்கியத்தை குழந்தைக்கு ஸ்பூனில் புகட்டுவதுபோல வாசிக்க எளிமையாக இருக்க வேண்டுமென்று விருப்பப்பட்டால் 'தினமலர்' நாளிதழில் இலவச இணைப்பாக வரும் சிறுவர் மலரில் கதைகள் படிக்கலாம். இலகுவான நடையில் நல்ல நீதிபோதனைக் கதைகள் வருகின்றன.

ஜி. குப்புசாமி
ஆரணி

காலச்சுவடு 109, ஜனவரி 2009

12

வானகமே இளவெயிலே மரச்செறிவே

அ. முத்துலிங்கம்

முத்துலிங்கத்தின் சந்திப்பு

சென்ற வாரம் திரு. அ. முத்துலிங்கம் அவர்களைச் சந்தித்தேன். நான் கலிஃபோர்னியாவில் சாந்தாக் குரூசில் *(Santa Cruz)* இருந்தேன். அவர் ஹாஃப் மூன் பே *(Half Moon Bay)* யில் இருந்தார். அங்கிருந்து சாந்தாக் குரூசிற்கு அமெரிக்க பாஷையில் சொன்னால் ஒரு மணி நேரம் தூரம். ஐந்தாறு மணி நேரம் நாங்கள் ஒன்றாக இருந்தோம். தமிழ் வாசகர்கள் அவசியம் அறிந்திருக்க வேண்டிய ருசிகரமான பல விஷயங்களைச் சொன்னார். அவற்றில் ஒரு சிலவேனும் அவசியம் எழுதப்பட வேண்டியவை. எழுதும்படி முத்துலிங்கத்தை இரண்டு மூன்று சந்தர்ப்பங்களில் தூண்டினேன். மறைமுகமாகவும் அதன்பின் நேராகவும். எழுத்துக்கு ஒதுக்க தன் கைவசமிருக்கும் நேரம் குறைவு என்றும், அந்த நேரத்தைத் தன் படைப்பிற்கு முன்னுரிமை தந்து ஒதுக்கவே விரும்புவதாகவும் சொன்னார். இந்த மனோபாவம் எனக்கு ஏமாற்றத்தை அளித்தது. என் இளமையில் இதே மனோபாவம்தான் எனக்கும் இருந்தது. இன்று அந்த எண்ணம் இல்லை. எவற்றை முக்கியம் என்று ஒரு எழுத்தாளன் கருதுகிறானோ அவற்றையெல்லாம் அவன் எழுத முயலவேண்டும். வாசகர்களுடன் எழுத்தாளன் பகிர்ந்துகொள்ள வேண்டியவற்றை அவன் வாழும் சூழலில் நிகழ்த்த வேண்டிய மாற்றத்தை வைத்தே தீர்மானிக்க முடியும். அப்போது அவனுடைய எழுத்து படைப்பாகவோ படைப்புக்கு வெளியே ஏதேனும் ஒரு துறை சார்ந்தோ இருக்கலாம். முத்துலிங்கம் என்னுடன் பகிர்ந்துகொண்ட ஒரு விஷயத்தை அவருடைய விருப்பத்திற்கு விடாமல் நானே எழுத வேண்டும் என்று எனக்குத் தோன்றிற்று.

சாந்தாக் குரூசில் என்னைச் சந்திப்பதற்குச் சில வாரங்களுக்கு முன் பாஸ்டனிலிருந்து அவர் என்னுடன் பேசியபோது, அந்த நேரத்தில் நான் சற்றும் எதிர்பார்த்திருக்க முடியாத கேள்வியாக அவர், ‘அமரந்தாவை உங்களுக்குத் தெரியுமா?’ என்று கேட்டார். அமரந்தாவைப் பற்றிய விபரங்களை அவசரமாகத் தெரிந்துகொள்ள வேண்டுமென்ற ஆர்வம் அவர் குரலில் தெறித்தது. ஒரு மொழிபெயர்ப்பாளராக அமரந்தாவைப் பற்றி நான் அறிந்திருந்த விஷயங்களைச் சொன்னேன். அமரந்தா தமிழில் மொழிபெயர்த்துள்ள மார்தா த்ராபாவின் நிழல்களின் உரையாடலைத் தான் படித்ததாகவும் அவரது மொழிபெயர்ப்பாற்றல் வியக்கத்தக்கதாக இருப்பதாகவும் சொன்னார். மிகுந்த பாராட்டுணர்வுடன் அவர் இருப்பதை என்னால் உணர முடிந்தது.

சுந்தர ராமசாமி

முத்துலிங்கம் சாந்தா குரூசு வந்தபோது முதல் வேலையாக நிழல்களின் உரையாடல் தமிழ் மொழிபெயர்ப்பையும் அந்நாவலின் ஆங்கில மூலத்தையும் என்னிடம் காட்டினார். அந்நாவலை தமிழ் மொழிபெயர்ப்பில் நான் படித்திருப்பதாகவும் நுட்பமான படைப்பாற்றலை அந்நாவல் வெளிப்படுத்துவதாகவும் அதன் ஆங்கில மூலத்தை *(Mothers And Shadows - Martha Traba)* இப்போதுதான் பார்ப்பதாகவும் நான் கூறினேன். ஆங்கில மூலத்தையும் தமிழ் மொழிபெயர்ப்பையும் கையில் வாங்கிப் புரட்டிப் பார்த்தேன்.

இரண்டு நூல்களிலும் முதலிலிருந்து கடைசிப் பக்கம் வரை பத்திகளுக்கு எண்கள் போடப்பட்டிருந்தன. பத்திகளின் எண்ணிக்கை இரண்டு நாவல்களிலும் முன்னூறைத் தாண்டிச் சென்று கொண்டிருந்ததாக ஞாபகம். தமிழ் மொழி பெயர்ப்பிலும் மூல நாவலிலும் பல பக்கங்களில் பல வரிகளில் அடிவரைகள் போடப்பட்டிருந்தன. ‘என்ன விஷயம்?’ என்று நான் கேட்டேன். தமிழ் மொழிபெயர்ப்பை ஆங்கில மூலத்துடன் பாரா பாராவாகவும் வரி வரியாகவும் ஒப்பிட்டுப் பார்த்ததாகவும் அந்தப் பணியை முன்னிட்டு எண்களும் அடிவரைகளும் போட்டதாகவும் கூறினார். அடிவரைகள் ஆங்கில மூலத்திலிருந்து மிகச் சிக்கலான இடங்களைக்கூட மிக நேர்த்தியாக அமரந்தா மொழிபெயர்த்திருக்கும் இடங்களைச் சுட்டுவதாகவும் கூறி ஒன்றிரண்டு உதாரணங்களையும் எனக்குக் காட்டினார். அவை சிறப்பாக மொழியாக்கம் செய்திருப்பவையாக எனக்குப் பட்டன. மொழிபெயர்ப்பில் அமரந்தா எடுத்துக் கொண்டிருக்கும்

கடுமையான முயற்சியை ஊக்கப்படுத்தியும், அம்முயற்சியில் அடைந்திருக்கும் வெற்றியைப் பாராட்டியும் அவருக்குக் கடிதம் எழுதப்போவதாகவும் முத்துலிங்கம் கூறினார். அமரந்தாவுக்கு கடிதம் எழுதுவது நல்ல காரியம்தான் என்றும், ஆனால் அமரந்தாவின் ஆற்றலின்மீது முத்துலிங்கம் கொண்டிருக்கும் மதிப்பைத் தமிழ் வாசகர்களுடன் பகிர்ந்துகொள்வதுதான் அதைவிடவும் முக்கியமான காரியமென்றும் நான் சொன்னேன். இரண்டாவதாக நான் கூறிய விஷயத்தை முத்துலிங்கம் நிறைவேற்று வார் என்ற நம்பிக்கை எனக்கு ஏற்படாததால் இந்தக் குறிப்பை எழுதுகிறேன்.

ஒரு வாசகனாக தமிழ் மொழிபெயர்ப்பாளர்கள்மீது மிகுந்த விமர்சனத்துடன் வளர்ந்து வந்தவன் நான். ஒரு தமிழ் மொழிபெயர்ப்பு நூலைப் படிக்கும்போது உள்ளூர அவநம்பிக்கையுடனேயே நான் அதை இன்றும் படித்துக்கொண்டிருக்கிறேன். மூலமொழியில் போதிய பிடிப்பில்லாதவர்களும், மொழிபெயர்ப்பை அசிரத்தையாகச் செய்பவர்களும், பிரதியைச் செப்பனிட்டுச் செம்மை செய்வதில் நம்பிக்கையில்லாதவர்களும், மூலப்பொருளை அதற்குரிய நுட்பங்களைச் சிரைத்து விட்டு சாராம்சப்படுத்திக் கூறுகிறவர்களும் தமிழ் மொழிபெயர்ப்புத் துறையில் பெரும் கூத்தடிப்புகளை நிகழ்த்தியிருக்கிறார்கள். 'தமிழில் எழுதியதுபோல் சரளமாகப் படிக்க முடிகிறது' என்று தொடர்ந்து எவ்வித மதிப்பீடுமின்றிக் கூறி வந்திருப்பது தான் ஒரு மொழிபெயர்ப்பைப் பற்றி மதிப்புரையாளனின் அதிகபட்ச பாராட்டின் இலக்கணமாக இன்றளவும் தமிழில் இருந்துவருகிறது. க.நா.சு. போன்ற அறிவாளிகள்கூட எவ்வளவு அசிரத்தையாக மொழிபெயர்த்திருக்கிறார்கள் என்பதை நான் நன்கு அறிவேன். விதிவிலக்காக கு. அழகிரிசாமி (முக்கியமாக மாக்சிம் கார்க்கியின் 'அமெரிக்காவிலே') தொ.மு.சி. ரகுநாதன் (மாக்சிம் கார்க்கியின் 'தாய்') போன்றவர்கள் மிகுந்த சிரத்தையுடனும் ஆற்றலுடனும் மொழிபெயர்த்திருக்கிறார்கள். இன்று எஸ்.வி.ஆர், வ. கீதா, ஸ்ரீராம் போன்றவர்களின் மொழிபெயர்ப்புப் பணியில் நான் மிகுந்த நம்பிக்கை வைத்திருக்கிறேன்.

நூற்றுக்கு நூறு சரியாக, தவறேதும் இல்லாமல் ஒரு மொழிபெயர்ப்பைச் செய்வது சாத்தியமில்லை என்பதே என் எண்ணம். இருப்பினும் இயன்றளவு சிரத்தையுடன் ஒரு மொழிபெயர்ப்பை உருவாக்குவது சாத்தியம்தான். மொழிபெயர்ப்பு என்பது மிகப் பெரிய படைப்புக் கலை. வாசகர்கள் தன் மொழிபெயர்ப்பை ஒரு நாளும் மூலப்

பாடத்துடன் ஒப்பிட்டுப் பார்க்கப் போவதில்லை என்ற தைரியத்தில் செய்யப்படும் பொறுப்பற்ற அற்ப காரியமாக மொழியாக்கம் தாழ்ந்து போகவிடுவது நம் கலாச்சாரத்திற்கே பெரிய இழப்பாகும்.

அமரந்தாவின் மொழிபெயர்ப்பாற்றலை மூலப்படைப்புடன் திட்டவட்டமாக ஒப்பிட்டுப் பார்த்து அவரது மொழிபெயர்ப்பைப் பற்றி மிக உயர்வான எண்ணத்திற்கு முத்துலிங்கம் வந்து சேர்ந்திருக்கிறார். ஒரு தீவிர மனநிலையில் இந்தப் பணியைச் செய்திருப்பது தமிழில் அபூர்வமாக நடந்திருக்கும் காரியம். முதன் முறையாக இந்தச் சோதனை நடந்திருக்கிறது என்றுகூட நான் சொல்வேன்.

காலச்சுவடு 35, மே – ஜூன் 2001

13

உண்மை சார்ந்த உரையாடல்
ஆற்றூர் ரவிவர்மா

ஆற்றூர் ரவிவர்மா அதிகமாக எழுதுவதிலோ பேசுவதிலோ நம்பிக்கையற்றவர். கேட்பதிலும் பார்ப்பதிலும் நம்பிக்கை வைத்திருப்பவர்.

"ஆற்றூர் ரவிவர்மாவின் கவிதைகள்" (1957 – 94) என்ற தொகுப்பு மலையாளத்தில் வந்திருக்கிறது. இன்று படிக்கக் கிடைக்கும் அவருடைய ஒரே நூல் இதுதான். அவருடைய உரைநடையை மலையாள வாசகர்கள்கூடப் படித்திருப்பார்களா என்பது சந்தேகம். சமீபத்திய அவரது பேட்டிகள் மூலம் அவர் எப்படிப் பேசுவார் என்பது வெளிப்பட்டிருக்கிறது.

ஆற்றூர் 1930இல் தலப்பிள்ளி வட்டத்தில் ஆற்றூர் கிராமத்தில் பிறந்தவர். மலையாளத்தில் எம்.ஏ. பட்டம் பெற்றவர். சென்னை, தலசேரி, பாலக்காடு, திருச்சூர் ஆகிய ஊர்களில் கல்லூரி ஆசிரியராகப் பணியாற்றியவர். இப்போது ஓய்வு பெற்று வாசிப்பு, கவிதை, மொழிபெயர்ப்பு, இசை, யாத்திரை என்று தன் பொழுதைப் பயன்படுத்திக்கொண்டிருக்கிறார்.

தற்காலத் தமிழில் பொருட்படுத்தும்படி எதுவும் இல்லை என்ற எண்ணம் மலையாள வாசகர்களிடையே இருந்தது. ரவிவர்மாவின் மொழிபெயர்ப்புகள் மூலம் அந்த எண்ணம் மறைந்து வருகிறது.

ரவிவர்மாவுக்கு மூன்று குழந்தைகள். ஒரு மகள், இரண்டு மகன்கள். முகவரி: *Sahana, XXIV Ragamalikapuram, Trissur 680 004, Kerala.*

சமகால கவிதையின் உணர்வு வறட்சியைப் பற்றிப் பேசப்படுகிறது. அனுபவத்திற்கும் உணர்ச்சிக்கும் கவிதைக்குமான உறவை உங்கள் படைப்புப் பார்வையில் விளக்க முடியுமா?

மிகைப்படுத்தும் மரபு நம்மிடம் இருக்கிறது. உரக்கப் பேசுவது. விரித்துரைப்பது, மிகைப்படுத்திச் சொல்வது... நாமெல்லாம் குலப்பெருமை பேசுபவர்கள் உரக்கப் பேசுவதும் சிரிப்பதும் குலப்பெருமையின் அம்சமாகும். கூட்டுக்குடும்பத்தில் உரக்கப் பேசவேண்டும். வயல்காட்டில் தூரத்தில் இருப்பவர்கள் தமக்குள்

கத்திப் பேசிக்கொள்வார்கள். செண்டைதான் நமது இசைக்கருவி. பகட்டான வேஷங்கள். நம்மிடம் வீணைக் கலைஞர்கள் குறைவு.

இன்று ஒரு கவிஞனின் பிரச்சனை இந்த மிகைப்படுத்தும் மரபை எதிர்கொள்வதுதான். மிகைப்படுத்தும் முறைக்குப் பதிலாக உடற்பயிற்சியினால் மெலிந்த, இளைத்த, ஒரு முறையை வைப்பதே என் முயற்சி. அது சொற்களை மேலும் வலிமைப்படுத்தும் என்பது என் நம்பிக்கை. அதற்காகச் சுருங்கக் கூறுதல், குறுக்கிக் கூறுதல் என்ற இரு கட்டுப்பாடுகளை நான் எழுதுவதற்கு முன்பும் பின்பும் – எழுதும்போது எந்த சித்தாந்தமும் இல்லை– பின்பற்றுகிறேன். இதை உணர்ச்சியற்ற நிலை என்று கூற முடியாது. அலறி குலுங்கி மிதித்துச் சுழலும் சாமியாடியை விட ஒரு மந்திரவாதியின் உள்வாங்கி நிற்கும் மொழியே என் விருப்பம். தீ நாக்குகள் வெளியே தெரியாத சக்திவாய்ந்த ஒரு அடுப்பைப் போல. இதையெல்லாம் நிறைவேற்றி முடிக்கிறேன் என்பதில்லை. கவிதை ஆர்ப்பாட்டம் இல்லாமலும், தீவிரம் குறையாமலும் இருத்தல் –இவையெல்லாம் என் சிந்தனைகள்.

ஓசை தூக்கலாக நிற்பதைத் தவிர்த்தல், சொற்களின் தேர்வு, சாதாரண மொழிக்கான முயற்சி போன்ற செயல்பாடுகளில் ஒரு படிமவாதியின் பாதிப்பு உங்கள் கவிதைகளில் தெரிவதுபற்றி என்ன சொல்கிறீர்கள்?

கவிதை அல்லாதவற்றையெல்லாம் தவிர்த்தல் என்ற விமர்சனம் படைப்புடன் நடைபெறுகிறது. ஒரு கை எழுதிக் கொண்டிருக்கும்போது மறு கை அழித்துக்கொண்டிருக்கிறது. இவ்வாறுதான் கவிதையில் மொழி செயல்படுகிறது. கவிதையின் இறுக்கத்திற்கு எதிரானவற்றையெல்லாம் நீக்கிவிடுகிறேன். தன்னளவில் அழகாக இருப்பவற்றைக்கூடக் கவிதையாக்கத்திற்கு அவசியமில்லை யெனில், அதை நீக்கவே வேண்டும் இவ்வாறு நீக்கிக்கொண்டே போகும் முறை என்னுடையது. புதுக் கவிதைக்கு உரித்தான சில சிந்தனைகளும் செயல்பட்டிருக்கும். சர்வ சாதாரண விஷயமாக, அலங்காரமானதாக, கவித்துவமெனக் கருதப்படத் தக்கதாக வந்துசேரும். அனைத்தையும் இம்சிப்பது என்பதையே படைப்புச் செயலுக்கு இணையாக நான் கவனிப்பது. பிற கவிதைகளுக்குரிய தன்மையைப் பிரதிபலிக்காமல் இருக்கவும், கேட்டவற்றையே மீண்டும் கேட்க வைக்காமல் இருக்கவும், எனக்கு மட்டுமே உரித்தானவற்றைக் காட்சிப்படுத்தவும் நான் நன்கு செயல்பட வேண்டியிருக்கிறது. செயல்படுத்த வேண்டும் என்பதற்காக வகுத்துக்கொண்டிருக்கும் வழி இது. நான் வலியுறுத்தும் முறை. உள்ளமும் உளியும் கல்லும் இணைந்து வரவேண்டும். இதுவே அதீதக் கற்பனைப் போக்கை அகற்றுவதற்கான முயற்சியும்கூட.

ஒரு கவிஞரான நீங்கள் தமிழ் நாவலை மொழிபெயர்க்க முன் வந்ததன் காரணம்?

கர்நாடக சங்கீதத்தோடு கொண்டிருந்த தொடர்பால் தான் நான் தமிழ் கற்க நேர்ந்தது. எம்.கோவிந்தன்தான் என் கவனத்தைத் தமிழ் இலக்கியத்தின் பக்கம் திருப்பி விட்டார். என்னை மிகவும் பாதித்தவர் அவர். பல பிரபல தமிழ் எழுத்தாளர்களுக்கும் கோவிந்தனுடன் நல்ல உறவு இருந்திருக்கிறது. அவர்கள் தம் படைப்புகளைக் கோவிந்தனிடம் காட்டுவதுண்டு. அவர் கருத்துக்களை மதித்தும் வந்தனர்.

'ஜே.ஜே. சில குறிப்புக'ளின் வெளியிட்டாளர் மூலம் அந்த நாவலைப்பற்றிக் கோவிந்தனுக்கு அறிய முடிந்தது. அது கோவிந்தனுக்கு மிகவும் பிடித்திருந்தது. அடிக்கடி அதைப் பற்றி என்னிடம் சொல்வார் அவர். இது எனக்கு ஒரு தூண்டுதல் ஆக இருந்தது. தமிழ் இலக்கியத்தினுள் நுழையும் தருணமாக அதைக் கருதினேன். பின்னர் பல புதிய தமிழ் எழுத்தாளர்களும் எனக்கு அறிமுகமாயினர். நவீனத் தமிழ் இலக்கியம் மலையாள வாசகர்களுக்கு அறிமுகப்பட வேண்டும் என்ற ஆசையும் எனக்கு ஏற்பட்டது. ஒரு மொழியை அல்ல; ஒரு கலாசாரத்தை மொழி பெயர்ப்பதுதான் என் நோக்கம். சமஸ்கிருதத்தைப் போல ஆழமான மொழி தமிழ். தமிழ்நாட்டில் நிறைய இடங்களுக்கு நான் சென்றிருக்கிறேன். இசை, சிற்பம், இலக்கியம், கிராமியக் கலைகள் எல்லாம் அங்கே நிறைய. அவர்கள் நமக்கு அண்மையில் இருக்கிறார்கள்.

தமிழில் இருந்து மலையாளத்திற்கு மொழிபெயர்க்கும் போது எந்தவிதமான பிரச்னைகளை எதிர்கொண்டீர்கள்?

நான் மொழிபெயர்ப்பதற்காகக் கவிதைகளைத் தேர்ந்தெடுக்கும் முறை சற்று வித்தியாசமானது. மலையாளிகள் விரும்பும் வகையான கவிதைகளையும், மொழிபெயர்ப்புக்கு இடம் தருவனவற்றையும் எடுத்துக்கொள்கிறேன். எனினும் பொதுவாகக் கவிதையில் உள்ளார்ந்த மொழியையே காண்கிறேன். அதனால் லௌகீக மொழியில் பார்ப்பது போன்ற வேற்றுமைகள் இல்லை. இருப்பினும் தமிழ் பேச்சு மொழியின் நடுவே வாழ முடியாத நான், சொற்களின் சூட்சமங்களையும் இயல்புகளையும் இழந்துவிட்டேனோ என்ற ஐயம் ஏற்படுகிறது. குறிப்பாக நாவல், கதை உருவங்களில். கவிதை பெரும்பாலும் மனோபாவங்களின் சொற்கள் என்பதால் அதிக சிரமமில்லை.

மொழிபெயர்க்க சுந்தர ராமசாமியின் நாவலையே மீண்டும் தேர்ந்தெடுக்கக் காரணம்?

சுந்தர ராமசாமி ஒரு கவிஞர். அவருடைய மொழி நுட்பமும் கவித்துவமும் கொண்டது. அந்த மொழி எனக்கு இணக்கமாவும் இருக்கிறது. ஆனால் நான் ஒரு நாவல் மொழிபெயர்ப்பாளன் என அழைக்கப்படுவதை விரும்பவில்லை.

தமிழ்ப் படைப்புகளை மலையாளத்தில் மொழிபெயர்க்க வேண்டுமென்ற எண்ணம் உங்களுக்கு எந்தச் சூழ்நிலையில் ஏற்பட்டது?

சென்னையில் நான் மூன்று ஆண்டுகள் வேலை பார்த்தேன். கர்நாடக சங்கீதம், புகழ்பெற்ற கோவில்கள், சிலைகள் வாயிலாகத் தமிழ்க் கலாசாரத்தின் மீது ஆர்வம் ஏற்பட்டது. தமிழ் வாசிக்கத் தெரியாததால் சில அசௌகரியங்களும் ஏற்பட்டன. தமிழ் துணைநூற்கள், பத்திரிகைகள் மூலமாகச் சிறிது சிறிதாகத் தமிழ் கற்றுக்கொண்டேன். அந்தக் காலத்தில்தான் எம். கோவிந்தன் 'ஜே.ஜே. சில குறிப்புக'ளைப் பற்றிக் கூறினார். பல தடவை. அதை மொழிபெயர்க்கத் தொடங்கினேன். அப்புறம் தமிழ் மொழியிலேயே பல நாட்கள் ஆழ்ந்திருந்தேன். மொழிபெயர்ப்பில் வேறு கலாசாரத்தின் மேல் உள்ள கவர்ச்சியே நம்மை ஈர்க்கிறது. என் கலாச்சாரத்துடனான ஒற்றுமையும் வேற்றுமையும் இந்தக் கவர்ச்சியில் இருக்கிறது. இன்னொரு தேசத்தில் கால்வைக்கும்போது ஏற்படும் வேற்றுமை உணர்வு அளிக்கும் சந்தோஷமும் இருக்கிறது.

இந்த நாவல், மொழியிலும் சிந்தனையிலும் வடிவத்திலும் மலையாளிகளுக்கு ஒரு புதுமையாகவே இருந்தது.

நவீனத் தமிழ் இலக்கியம் பற்றி உங்கள் எண்ணம் என்ன?

தமிழில் நவீன இலக்கியம் தன் தனித்தன்மையை இழந்து விடவில்லை. பெரும்பாலோர் மேற்கத்திய சித்தாந்தங்களின் வெளிப்பாடாகத் தங்கள் படைப்புகளை உருவாக்கவில்லை. குறிப்பாக, சிறுகதைகளில். ஒரு தமிழ் நவீனத்துவம்தான் உருவாகி வந்திருக்கிறது என்று சொல்லலாம். இது தமிழின் ஆழத்தைக் காட்டுகிறது.

சுந்தர ராமசாமியின் 'ஒரு புளியமரத்தின் கதை'யையும் 'ஜே.ஜே. சில குறிப்புக'ளையும் மொழிபெயர்த்ததற்காக முறையே கேரள சாகித்ய அகடாமி விருதையும் மத்திய சாகித்ய அகடாமி விருதையும் பெற்றிருக்கிறீர்கள். இந்தப் படைப்புகள் பற்றி வந்த எதிர்வினைகள் என்ன?

மலையாள வாசகர்கள், 'ஒரு புளியமரத்தின் கதை'யை விட 'ஜே.ஜே. சில குறிப்புக'ளுக்குதான் அதிக முக்கியத்துவம் தந்தனர். பொதுவாக மலையாள வாசகர்கள் இலக்கிய வடிவங்களில்

நிகழும் மாற்றத்தைப் பற்றி மிகக் கவனமாக இருப்பவர்கள். தொலைநோக்குப் பார்வை சார்ந்த படைப்புகள் மீது அவர்களுக்கு அதிக விருப்பம். 'ஒரு புளியமரத்தின் கதை'யையும் அவர்கள் ரசித்தார்கள். இரண்டையும் வழக்கமான போக்கிலிருந்து மாறுபட்டவையாகவே பலரும் உணர்ந்தார்கள்.

தமிழ்க் கவிதைகளின் மொழிபெயர்ப்புகள் மலையாளக் கவிதையைப் பாதித்துள்ளதா?

ஒவ்வொரு மொழியும் தனக்கே உரிய கவிதை மரபைப் பின்தொடர்கிறது. மலையாளத்தில் கூறுதல், விளக்குதல், விரித்தல் என்பவை நவீனக் கவிதைகளிலும் இருக்கின்றன. பொதுக் கருத்துக்களுக்கு இடமளித்தல், வடமொழிச் சொற்களை அதிகமாகச் சேர்த்தல், மிகைப்படக் கூறுதல் போன்றவை அதிகம். மெல்லிய குரலை எவரும் பயன்படுத்துவதில்லை. குறிப்புணர்த்தல் குறைவு. இக்குறைகள் தமிழ்க் கவிதைகளில் காணப்படுவதில்லை. ஒரு சிலர் இந்த வேறுபாடுகளைக் கவனிக்கிறார்கள்.

யார் யார் கவிதைகளை மொழிபெயர்த்திருக்கிறீர்கள்?

நான் தேர்ந்தெடுத்து மொழிபெயர்த்த கவிஞர்கள் க.நா.சு., பிச்சமூர்த்தி, சி. மணி, பசுவய்யா, ஞானக்கூத்தன், நகுலன், பிரமிள், பழமலய், கல்யாண்ஜி, எஸ். வைதீஸ்வரன், கலாப்ரியா, ஆத்மாநாம், தேவதேவன், விக்ரமாதித்யன், சுகந்தி சுப்ரமணியன், நாரணோ ஜெயராம், பா. வெங்கடேசன், மனுஷ்யபுத்திரன், இளமுருகு, கௌரி, உமாபதி ... இப்போதும் மொழிபெயர்த்துக் கொண்டிருக்கிறேன். இளம் தலைமுறைக் கவிஞர்களின் கவிதைத் தொகுதிகள் கிடைப்பதில் சிரமம் இருக்கிறது.

ஜி. நாகராஜனின் 'நாளை மற்றுமொரு நாளே' நாவலை மொழிபெயர்க்க ஏன் தேர்ந்தெடுத்தீர்கள்?

'நாளை மற்றுமொரு நாளே' நல்ல இசைவு கூடிய – ஆனால் அதை மறைத்து வைத்துக்கொள்ளும் – நாவல். மலையாளத்தில் பெரும்பாலும் நடுத்தர வர்க்கத்தினரின் மனோபாவங்களே எழுத்தில் வந்திருக்கின்றன. அடிப்படை மதிப்புகளைப் பற்றி ஒரு சிரிப்பும் அழுகையும் இந்த நாவலில் இருக்கிறது. மலையாளத்தில் இது வித்தியாசமாக இருக்கும்.

தமிழ் இலக்கியத்தை மலையாள இலக்கியத்துடன் ஒப்பிட்டுப் பார்க்கும்போது என்ன தோன்றுகிறது?

நவீனத் தமிழ் எழுத்தாளர்களுக்கு நமக்கு இல்லாத பல பிரச்சினைகள் இருக்கின்றன. பொதுவாகத் தமிழ் இலக்கியம் என்று வெளியே தெரியவருவது அங்குள்ள ஜனரஞ்சக எழுத்துதான்.

நம் இதழ்களில் அதிகமும் மொழிபெயர்க்கப்படுவதும் அவையே. இது ஒரு வியாபாரப் போக்கு. அங்கே, சிறுபான்மைப் படைப்பாளிகள் புதிய, மதிக்கத்தகுந்த படைப்புகளை உருவாக்கி வருகின்றனர். மலையாளத்தைப் போல நவீனப் படைப்புகள் அங்கு விற்பனையாவதில்லை. அதனால் புதிய எழுத்து சந்தைச் சரக்காகவில்லை. மிகுந்த இழப்புகளைப் பொறுத்துக்கொண்டு உருவாக்கப்படும் எழுத்து இவர்களுடையது. இப்போது மாற்றம் வரத்தொடங்கியிருக்கிறது. மலையாளியான ஜெயமோகன் மிகவும் கவனிக்கப்படும் இளம் கதாசிரியரும் கவியும் ஆவார். நிறையப்பேர் கதை, கவிதை இரண்டும் எழுதுகிறார்கள்.

தமிழ்க் கவிதை தேங்கியுள்ளதா? தேங்கியுள்ளதெனில் மாற்று என்ன?

தமிழ்க் கவிதைகளில் ஆழமும் பரப்பும் மிகவும் குறைந்து விட்டதாகவே தோன்றுகிறது. பசுவய்யா, ஞானக்கூத்தன் போன்றவர்களுக்குப் பிறகு கவிதையில் அதிக மாற்றம் ஏற்பட வில்லை. இத்தனை ஆண்டுகளுக்குப் பிறகும் நவீனத்துவத்தின் கவிதைப் பார்வையை பலவீனமான முறையில் தொடர்ந்து கொண்டிருக்கிறார்கள் என்று தோன்றுகிறது. உணர்ச்சிகளுக்குத் தீவிரமோ ஆழமோ இல்லை. உருவாக்கங்களில் வேற்றுமைகள் இல்லை. அதீத கற்பனைவாதத்திற்கு எதிராக உணர்ச்சியைத் தவிர்த்தல் என்ற மருந்தை இப்போதும் தொடர்ந்து கொண்டிருக் கிறார்கள் என்று தோன்றுகிறது. சராசரி மனதின் சிற்றலைகள்தான் காணக் கிடைக்கின்றன. வலுவான மோதல்களோ சைதன்யம் நிறைந்த மனப் பிம்பங்களோ, தொந்தரவுக்கு ஆட்படுத்தும் வரிகளோ எனக்குப் பார்க்கக் கிடைக்கவில்லை. செழுமைமிக்க தமிழ்க் கவிதை மரபின் ஊட்டங்கள் ஒன்றும் இவற்றில் தென்படுவதில்லை. வளமற்ற விளைச்சல் போல் இருக்கிறது இப்போது. விதிவிலக்காக சில நல்ல கவிதைகளைப் பார்க்கிறேன். வாழ்க்கையிலும், கவிதை மரபிலும், படைப்பிலும் மூழ்கி நிற்பதுதான் இதற்கு மாற்று என்று தோன்றுகிறது.

தமிழில் ஸ்ட்க்சுரலிஸம், போஸ்ட் ஸ்டக்சுரலிஸம், போஸ்ட் மாடர்னிஸம், தலித்தியம், பெண்ணியம் போன்றவை பற்றி இன்று அதிகமாகப் பேசப்படுகிறது. மலையாளத்திலும் இப்போக்குகள் இருக்கிறதா?

ஸ்ட்க்சுரலிஸம், சுற்றுச் சூழல் சார்ந்த பிரக்ஞை, பெண்ணியம் போன்றவைகளின் பாதிப்பு மலையாள இலக்கியத்திலும் இருக்கிறது. நல்ல கவிதைகளும் கதைகளும் எழுதும் பெண் எழுத்தாளர்கள் இருக்கிறார்கள். தனித்தன்மை கொண்டவர்கள். பெண்கள் என்று தனிப்படுத்தத் தேவையில்லை என்றும், அவர்களும் பொது நீரோட்டத்தில்தான் இருக்கிறார்கள் என்றும்

கூறுபவர்கள் இருக்கிறார்கள். ஆனால் பின்நவீனத்துவ உத்திகளில் பிரபலமான கதாசிரியர்களும் கவிஞர்களும் அவ்வளவாகக் கவனம் செலுத்துவதில்லை. இன்று இளங்கதாசிரியர்கள் நிறைய இருக்கிறார்கள். புதுமையாகக் கதை சொல்ல வேண்டுமென்ற ஆவல் உள்ளவர்கள் அவர்கள். கதைப்போக்கின் ஒழுங்கை முறிப்பதுதான் அவர்கள் பாணி. முன்பு பால் சக்கரியா தொடங்கி வைத்ததைப் பின்பற்றுபவர்களும் உண்டு. புறம் சார்ந்த இந்த வித்தைகள் தவிர கருத்துச் சார்ந்த தனித்துவம் கொண்டு வெளிப்படும் நெருக்கடிகள், தேடல்கள் படிக்கக் கிடைப்பதில்லை.

நிரந்தரமாக எதுவுமில்லை; மனித மனத்தில் வெறுமை மட்டுமே உள்ளது; அது அளிக்கும் தற்காலிக மதிப்பீடுகள் மட்டுமே உள்ளன; முன்னேற்றமோ முழுமையோ இல்லை; பொருளற்ற பல்வேறு அனுபவங்கள் மட்டுமே இருக்கின்றன என்றெல்லாம் கூறப்படுபவற்றை உள்வாங்க இந்திய மரபில் வாழ்ந்துவரும் இளைஞனின் மனது மிகவும் சங்கடப்படக் கூடும். இருந்தாலும் இவ்வாறெல்லாம் எழுதும்படி ஆகிவிடலாம் என்றுதான் நன்றாக எழுதுபவர்களில் சிலரும் அஞ்சுகிறார்கள்.

பாடத்திட்ட மாற்றங்களுக்கேற்பப் பாடங்களைக் கற்பிப்பதுபோல நவீனத்துவத்தின் சித்தாந்தங்களிலிருந்து பின்நவீனத்துவத்தின் சித்தாந்தங்களுக்குச் சாடியவர்கள் உண்டு. இவர்கள் அதிகமும் கல்லூரிப் பேராசிரியர்களே. என் தலைமுறை எழுத்தாளர்களில் இவற்றைக் கவனிப்பவர்கள் இருக்கிறார்கள். புறக்கணிப்பவர்கள் இருக்கிறார்கள். அங்கீகரிப்பவர்கள் இல்லை.

(*கலாகௌமுதி* (15.1.95) *மாத்ருபூமி* (7.7.96) இதழ்களில் வெளிவந்த நேர்காணல்கள் மற்றும் *காலச்சுவ*டின் கேள்விகளுக்குத் தந்த பதில்கள் ஆகியவற்றின் தொகுப்பு.)

மலையாளத்திலிருந்து தமிழில்: **நிர்மால்யா எம்.எஸ்.**

***காலச்சுவடு* 22, ஜூலை – செப்டம்பர் 1998**

14

தமிழ்ச் சூழலும் சில மொழிபெயர்ப்புகளும்: "நாயுடன் கூடிய மாது"

நஞ்சுண்டன்

மொழிபெயர்ப்பு என்ற தமிழ்ச் சொல் எவ்வளவு பழமையானது என்று ஆராய்ந்தால் மிக ஆச்சரியமாக இருக்கிறது. தொல்காப்பியத்திலேயே,

> தொகுத்தல், விரித்தல், தொகைவிரி,
> மொழிபெயர்த்து
> அதர்ப்பட யாத்தலோடு அனை மரபினவே

என்று மரபியல் அதிகாரத்தில் வருகிறது. மொழி சார்ந்த எல்லாவற்றுக்கும் இலக்கணம் வகுத்த தொல்காப்பியர் மொழிபெயர்ப்பதற்கான இலக்கணத்தையும் கூறியுள்ளார். மொழிபெயர்ப்பு என்பது நீண்ட தமிழ் மரபின் ஒரு பகுதி என்பதை இது காட்டுகிறது.

நோபல் பரிசு பெற்ற இயற்பியல் மேதை சந்திரசேகரின் தாயார் சீதாலக்ஷ்மி செகாவின் சிறுகதைகளைத் தமிழாக்கம் செய்துள்ளார். அவர் மொழிபெயர்த்த ஒரு சிறுகதையின் ஆங்கிலத் தலைப்பு The Lady with a Dog. இத்தலைப்பை அவர் 'நாயுடன் கூடிய மாது' என்று தமிழாக்கினார். ஏகக் கிண்டலுக்கு ஆளான தலைப்பு இது. அக்கால மொழிநடையில் இத்தலைப்பு சீதாலக்ஷ்மிக்கு ஆபாசமாகத் தெரிந்திருக்காது போலும். அதோடு அக்கதை ஒரு நல்ல மொழிபெயர்ப்பும்கூட. மற்ற மொழிபெயர்ப்பாளர்கள் தலைப்புகளில் என்னென்ன கோளாறுகள் செய்திருக்கிறார்கள் என்று பார்த்தால் இது அப்படியொன்றும் இகழப்பட வேண்டிய தலைப்பில்லை.

ஒரு மொழியின் மரபுத் தொடர்கள் அயல்மொழிக்காரர்களுக்கு விந்தையாகத் தெரிவது உலகம் முழுவதும் பொதுவான ஒன்று. மொழிபெயர்ப்பாளர்கள் முதலில் புரிந்துகொள்ள வேண்டியது மூலமொழியின் மரபுத் தொடர்களைத்தான்.

ஆங்கிலத்தில் *white night* என்றால் தூங்காத இரவு என்று பொருள். சோவியத் ரஷ்யா உள்ளடங்கிய ஐரோப்பா முழுவதும் அப்படியே. வேலைப்பளு அல்லது வேறெதன் காரணமாகவோ இருக்கலாம். தாஸ்தாவ்ஸ்கியின் ஒரு நாவலின் தமிழ்த் தலைப்பு 'வெண்ணிற இரவுகள்'. அக்கதையில், கதை நடக்கும் காலகட்டத்தில் அதன் நாயகன் தூங்குவதே இல்லை. மொழிபெயர்த்தவர் *white night* என்பதன் பொருள் தெரியாமல், அபத்தமாக 'வெண்ணிற இரவுகள்' என்று தமிழாக்கியுள்ளார். 'தூங்காத இரவுகள்' என்றே அதன் தலைப்பு இருந்திருக்க வேண்டும். இதோடு ஒப்பிட்டால் 'நாயுடன் கூடிய மாது' எவ்வளவோ தேவலை.

கன்னடத்திலிருந்து பல நூல்களை நேஷனல் புக் ட்ரஸ்ட், சாகித்திய அகாதமி நிறுவனங்களுக்காகத் தமிழாக்கம் செய்துள்ளவர் சித்தலிங்கையா. இவர் அடித்துள்ள கூத்துகள் ஏராளம். கன்னடத்தில் 'மானவ' என்றால் மனிதன். தமிழிலும் இதே பொருள்தான். கன்னடத்தில் இன்னும் வழக்கிலுள்ள இச்சொல் தமிழில் அருகிவிட்டது. ஏ.கே. ராமானுஜன் கன்னடத்தில் ஒரே ஒரு சிறுகதை மட்டுமே எழுதியுள்ளார். சிறந்த கன்னடச் சிறுகதைத் தொகுதிகள் பலவற்றிலும் இடம்பெற்றுள்ள அக்கதை 'அண்ணையனின் மானவ சாஸ்திர'. இதைச் சித்தலிங்கையா 'அண்ணையனின் மனத்தத்துவம்' எனத் தமிழாக்கியுள்ளார். 'மானவ சாஸ்திரம்' என்றால் 'மானுடவியல்'. மாறான தலைப்புடன் வாசிப்பவர்கள் கதையைத் தவறாகப் புரிந்துகொள்ள நேரிடும்.

இந்த நோக்கில் தேடினால் இன்னும் பல அனர்த்தமான மொழியாக்கத் தலைப்புகள் கிடைக்கலாம்.

ஹோர்ஹே லூயி போர்ஹெஸ்லின் *(Jorge Luis Borges)* கதைகளைத் தமிழ்ச் சிறுபத்திரிகைகள் போட்டி போட்டுக்கொண்டு தமிழாக்கம் செய்து வெளியிடுகின்றன. போர்ஹெஸ்ஸின் ஒரே கதைக்கு ஒன்றுக்கு மேற்பட்ட தமிழாக்கங்களும் வந்துள்ளன. போர்ஹெஸ்ஸின் வாசகன் என்ற முறையிலும் மொழியாக்கம் செய்கிறவன் என்ற முறையிலும் அவற்றை ஒப்பிட்டு நோக்கும் எண்ணம் வெகு இயல்பாக எழுந்தது. தன் கதைகளில் ஒன்றை மட்டும் தக்கவைத்துக்கொள்ளும் நிலை வந்தால், *The Congress* கதையைத் தக்கவைத்துக்கொள்வேன் என்று போர்ஹெல்

ஓரிடத்தில் கூறியுள்ளார். அதோடு *The Book of Sand* கதையின் மீதான தன் மனச்சாய்வையும் அவர் வெளிப்படுத்தியுள்ளார். அவ்வளவு முக்கியமான சிறுகதை அது.

அக்கதை தொடங்குவது இப்படி . . .

'The Line is made up of infinite number of points; the plane of an inifinite number of lines; the volume of an infinite number of planes; the hypervolume of an infinite number of volumes . . . No unquestionably this is not - more geometrico - the best way of beginning my story. To claim that it is true is nowadays the convention of every made-up story. Mine, however is, true.'

இது நார்மன் தாமஸ் கியோவானியின் ஆங்கில மொழிபெயர்ப்பு. பெங்குவின் வெளியீடு.

கால சுப்பிரமணியன் இக்கதையைத் தமிழாக்கி, அதை 'உன்னதம்' இதழ் வெளியிட்டுள்ளது. மேற்கண்ட பத்தியின் தமிழாக்கம் இப்படி:

'எல்லையற்று விரியும் எண்ணிக்கையின் குறிப்புகளால் படைக்கப்பட்ட வரி; முடிவற்ற எண்ணிக்கையின் வரிகள் கொண்ட தளப்பரப்பு; எல்லையற்ற எண்ணிக்கையின் தளப்பரப்புள்ள நூல் தொகுதி; முடிவற்ற எண்ணிக்கை கொண்ட நூல் தொகுதிகளின் அதி நூல் தொகுதி . . . இல்லையில்லை . . . சந்தேகமில்லை. என் கதையைத் தொடங்குவதற்கான (வரை கணிதத்தின் மேலதிக முறைப்படியும்) சரியான வழி இதுவல்ல. கற்பனையல்ல இது உண்மை என்று நிச்சயப்படுத்தும் ஒவ்வொரு கற்பனைக் கதையின் சம்பிரதாயமும் இப்படித்தான் தற்போது இருந்து வருகிறது. எப்படியானாலும், என்னுடையது உண்மையாகவே நிகழ்ந்தது.'

இதைவிட அபத்தமாக யாராலும் மொழிபெயர்க்க முடியாது! இக்கதை வரை கணிதம், சார்பியல் தத்துவம் ஆகியவற்றின் சூட்சமங்களை உள்ளடக்கியது.

The line is made up of infinite number of points என்ற வாக்கியம் வரை கணிதக் கோட்பாடு சார்ந்தது. இங்கு *line* என்றால் கோடு, *point* என்பது புள்ளி. ஆனால் கால சுப்பிரமணியன் *line* என்றால் வரி, *point* என்பது குறிப்பு என்று தமிழ்ப்படுத்துகிறார். இது போர்ஹெஸ்ஸுக்குச் செய்யும் துரோகம். தமிழ் வாசகனுக்கு இழைக்கும் கொடுமை. நண்பர் கௌதம சித்தார்த்தனுக்கு ஆர்வக்கோளாறு. எப்படியாவது போர்ஹெஸ் கதையின் தமிழாக்கத்தை 'உன்னதம்' இதழில் வெளியிட வேண்டும் என்ற அவரது ஆசையைத் தனக்குச்

சாதகமாகப் பயன்படுத்திக்கொண்டு தன் அரைகுறை ஆங்கில அறிவைப் பிரயோகித்துவிட்டார். சுப்பிரமணியன். கௌதம சித்தார்த்தனும் பாவம் இத்தமிழாக்கத்தைத் தக்கவர்களிடம் கொடுத்துச் சரி பார்க்காமல் அப்படியே வெளியிட்டிருக்கிறார்.

அப்படியானால் தமிழ் வாசகன் இவ்விதமான மொழியாக்கங் களோடு வாழ வேண்டியதுதானா? ஆறுதலான பதில்: 'இல்லை'. மேலே சொன்ன பத்தியின் வேறொறு மொழிபெயர்ப்பு இப்படி இருக்கிறது.

'முடிவில்லாத எண்ணிக்கை கொண்ட புள்ளிகளால் ஆக்கப்பட்டிருக்கிறது ஒரு கோடு. முடிவற்ற எண்ணிக்கையிலான கோடுகளால் ஆக்கப்பட்டிருக்கிறது சரிமட்டப் பரப்பு. முடிவற்ற எண்ணிக்கையிலான சரிமட்டப் பரப்பினால் ஆக்கப்பட்டிருக்கிறது ஒரு கண அளவை. மிகை அளவை அத்தகைய கண அளவை களால்... இல்லை, நிச்சயமின்றி என் கதையைத் தொடங்குவதற்கான மிகச் சிறந்த – அதிகபட்சமாக ஜியோமிதி வழி – இது அல்ல. இட்டுக்கட்டிச் செய்யப்பட்ட எல்லாக் கதைகளின் தற்போதைய நடைமுறை மரபானது அதை நிஜம் என்று கோருவதுதான். ஆனாலும் என்னுடையது நிஜமாக நடந்ததுதான்.'

இது கவிஞர் பிரம்மராஜன் அவர்களின் தமிழாக்கம். இரண்டு தமிழாக்கங்களையும் ஒப்பிட்டால் பிரம்மராஜன் மூலக்கதையைப் புரிந்துகொண்டு பொருளைச் சிதைக்காமல் மொழிபெயர்த்திருப்பது தெரியும். பிரம்மராஜன் போர்ஹெஸ்ஸுக்குத் துரோகமோ தமிழ் வாசகனுக்குக் கொடுமையோ இழைக்கவில்லை. தமிழ் மட்டுமே அறிந்த வாசகர்கள் எது நல்ல மொழிபெயர்ப்பு எனக் கண்டுகொள்வது இயலாத காரியம்.

'If time is infinite, we may be at any point in time' என்பதைக் கால சுப்ரமணியன் 'காலமானது காலாதீதமாக இருந்தால், காலத்தின் எந்த ஒரு புள்ளியிலும் நாம் இருக்க முடியும்' என்று தமிழாக்கியிருக்கிறார். காலாதீதம் என்பது முடிவிலியா?

போர்ஹெஸ்ஸின் கதையிலிருப்பது இப்படி,

'The upper corner of the page carried a number, which I no longer recall, elevated to the ninth power.'

கால சுப்பிரமணியன் இதைத் தமிழாக்கியிருப்பது இப்படி,

'அதன் மேல் பக்க மூலையில் என் நினைவுக்குள் திரும்பக் கொண்டு வர முடியாத, ஒன்பதாவது சக்தியை மேலுயர்த்தக் கூடியதான ஓர் எண் இடப்பட்டிருந்தது.'

'Elevated to the ninth power' என்பது ஒன்பதின் அடுக்கு. அதாவது 94 என்பது போல. சுப்பிரமணியனுக்கு *power* என்றால் சக்தி என்பது மட்டுமே தெரிந்திருக்கிறது. போர்ஹெஸ் என்ன 'இழந்த சக்தி' லேகியம் விற்கிறவரா?

பிரம்மராஜன் இதை எப்படி மொழிபெயர்த்திருக்கிறார் என்று பாருங்கள்:

'பக்கத்தின் மேற்புற மூலையில் என்னால் இன்னமும் ஞாபகப்படுத்திக்கொள்ள முடியாத பக்க எண் அதன் 9ஆவது பெருக்கு உருவிற்கு உயர்த்தப்பட்ட நிலையில் இருந்தது.'

இது சரியான மொழிபெயர்ப்பு. பிரம்மராஜனுக்குத் தமிழ் வாசகர்கள் நன்றி சொல்லலாம்.

ஆங்கிலத்திலிருந்து தமிழாக்கம் செய்கிறவர்கள் மட்டு மல்லாது, பிற இந்திய மொழிகளிலிருந்து தமிழாக்கம் செய்கிறவர் களும் தமிழ் வாசகர்களைப் படுத்தும்பாடு சொல்லி மாளாது. நான் கன்னடத்திலிருந்து தமிழுக்கு மொழிபெயர்ப்பதால் கன்னடத்திலிருந்து தமிழாக்கம் செய்கிற சிலரது இலட்சணங்களை எடுத்துச் சொல்லலாம் என்றிருக்கிறேன்.

எழுதிய எதையும் செம்மைப்படுத்த வேண்டும். நான் இதைச் செய்கிறேன். மேற்கத்திய எழுத்துலகில் எந்தக் கொம்பாதி கொம்பன் எழுதினாலும் ஒரு பதிப்பகம் அதை நூலாக வெளியிடுவதற்கு முன்பு தக்க ஆசிரியர் குழு *(Editorial Board)* மூலம் அதைச் செம்மைப்படுத்தும். ஆனால் தமிழ் கூறு நல்லுலகில் ஒரு சில பதிப்பகங்களே அதைச் செய்கின்றன. ஒரு மொழிபெயர்ப்பாளர் தமிழாக்கம் செய்ததைத் தகுதியான சில நண்பர்கள் படித்தாலே போதும், பெரும்பாலான தவறுகள் நீங்கும். அதையும் மீறிச் சில வாக்கியப் பிழைகள் இருந்தால் அவற்றை இரண்டாம் பதிப்பில் நீக்கிவிடலாம். என்னுடைய மொழிபெயர்ப்பில்கூட (யுகாதி), 'அம்மாவும் லிங்கியும் காத்திருந்தபடியே உட்கார்ந்திருந்தார்கள்' என்றிருக்கிறது. இது சற்று நெருடலான வாக்கியம்தான். 'அம்மாவும் லிங்கியும் காத்துக்கொண்டு உட்கார்ந்திருந்தார்கள்' என்றிருந்திருக்க வேண்டும். அனர்த்தமாக இல்லாவிட்டாலும் எனக்கு ஒரு நெருடல்.

மீண்டும் சித்தலிங்கையா. ஜீ.எச்.நாயக் என்பவர் தொகுத்த கன்னடச் சிறுகதைகளின் தொகுப்பை நேஷனல் புக் ட்ரடிஸ்ட்டுக் காகத் தமிழாக்கியுள்ளார். அதில் ஒரு கதை அடிவானம். சாந்திநாத் தேசாய் எழுதியது. இதே கதை என் யுகாதி தொகுப்பிலும் உள்ளது. நான் தொடுவானம் எனத் தலைப்பிட்டுள்ளேன்.

கதை முழுவதும் ஒரு கப்பலில் நடைபெறுகிறது. கதையின் தொடக்கத்தில், அதன் நாயகி மந்தாகினி கப்பலின் 'பி' டெக்கில் நின்றுகொண்டிருக்கிறாள். அப்போது,

'இனி காபினுக்குத் திரும்பிப் படுத்துக்கொள்வதே நல்லது என்று முடிவு செய்வதற்குள் அவளது இடப்பக்கத்திலிருந்த சிரோட்டி வாசனையோடு ஓர் ஆண் குரல் அவளிடம் ஆங்கிலத்தில் கேட்டது, "இன்று மாலை மிகவும் டல்லாக இருக்கிறது – அல்லவா?"

என்று சித்தலிங்கையா மொழிபெயர்த்திருக்கிறார். அதோடு 'சிரோட்டி என்பது மைசூர்ப் பக்கத்தார் விரும்பி உண்ணும் ஓர் இனிப்புப் பண்டம்' என்று அடிக்குறிப்பும் தந்துள்ளார். கொடுமை! கப்பலில் எப்படி வரும் சிரோட்டி வாசனை? அதுவும் ஓர் ஆங்கிலேயனிடமிருந்து? விஷயம் இதுதான். கன்னடத்தில் சிரோட் என்பதைச் சிரோட்டி என வாசித்திருக்கிறார் சித்தலிங்கையா. 'சிரோட்' என்றால் சுருட்டு. ஆகவே, 'சுருட்டு வாசனையோடு ஓர் ஆண் குரல் அவளிடம் ஆங்கிலத்தில் கேட்டது' என்று அமைந்திருக்க வேண்டும். இதுபோல இன்னும் ஏராளமான தவறுகள் அந்நூலில். தப்பித் தவறியும் சித்தலிங்கையா மொழிபெயர்த்துள்ள முன்னுரையை மட்டும் படித்துவிடாதீர்கள்.

ஞானபீடப் பரிசு பெற்ற யூ.ஆர்.அனந்தமூர்த்தியின் அவஸ்தெ கன்னட நாவலை மதிப்புக்குரிய தமிழவன் தமிழாக்கியுள்ளார். இந்த நூலைப் பற்றி இதுவரை எந்தச் சிறுகுறிப்பும் தமிழ் இலக்கிய இதழ் எதிலும் எனக்குத் தெரிந்து வெளிவரவில்லை. இதைப் படித்த சிலரும் அனந்தமூர்த்தியின் மேல் ஏகக் கடுப்பில் இருக்கிறார்கள். அது தமிழா கன்னடமா அல்லது கடல்கோளுக்கு முன்பே அழிந்துபோன ஒரு மொழியா என்ற குழப்பத்தில், எந்த மொழியில் அந்நூலைப் பற்றி எழுதுவது எனத் தெரியாமல் திகைத்துப் போயிருக்கிறார்கள். அப்பேர்ப்பட்ட அற்புத மொழிபெயர்ப்பு அது. மாதிரிக்குச் சில வாக்கியங்கள்.

'பணக்காரர்கள் பற்றி இருந்த அவனது திரஸ்காரம் . . .'

திரஸ்காரம் என்ற கன்னடச் சொல் எத்தனைத் தமிழர்களுக்குப் புரியும்?

'அண்ணாஜீ மெதுவாக சோபா மேல் அமர்ந்து கால் சாய்த்து சார்மினார் புகைத்தபடி உமாவுடன் பேசிக்கொண்டிருந்தார்.'

'சாய்ச்சி' என்னும் கன்னட வார்த்தைக்கு 'நீட்டி' என்பது பொருள். சாய்ச்சி என்பதைப் பொருள் உணராமல் வெறுமனே தமிழாக்கியதன் கோளாறு இது.

'கணவனுக்குக் கெட்டித் தயிரும் கிருஷ்ணப்பனுக்குத் தண்ணீர் தயிரும் எந்த வெட்கமும் இல்லாமல் விடும் பெண்மணி.'

இது கன்னடம் படிக்கத் தெரியாததால் வந்த சிக்கல். மூலத்தில், 'நீர் மஜ்ஜிகெ' என்றுள்ளது. 'தண்ணீர் தயிர்' என்று எந்தத் தமிழனாவது எழுதுவானா அல்லது பேசுவானா?

'வாசல் திறந்தது. தலை கலைந்தபடி காட்சி தந்த உமா புத்தகங்களின் தூளைத் துணியால் அடித்தபடி டூல் மேல் நின்றிருந்தாள்.'

கன்னடமும் தமிழும் ஒரே மொழிக் குடும்பத்தைச் சேர்ந்தவையாதலால் இரண்டுக்கும் பொதுவான வார்த்தைகள் இருப்பது இயல்பு. ஆனால், பொதுவான வார்த்தைகளின் உச்சரிப்பு மட்டுமல்லாது பொருளும் மாறியிருக்கும். அவ்வாறான வார்த்தைகளில் ஒன்றுதான் 'தூள்'. கன்னடத்தின் 'தூள்' ஆங்கிலத்தின் *dust*க்குச் சமம்/அதாவது தமிழில் 'தூசு'. தமிழில் 'தூள்' என்பது ஆங்கிலத்தில் *powder*. இந்த வேறுபாடு தெரியாமல் பேராசிரியர் தமிழவன் மொழியாக்கம் செய்துள்ளார். சற்று யோசித்துப் பாருங்கள் 'புத்தகங்களின் தூள் என்பதைத் தமிழ் வாசகர்கள் எப்படி புரிந்துகொள்வார்கள். 'புத்தகங்களின் மீதிருந்த தூசியை . . .' என்றிருக்க வேண்டும். அதோடு 'தலை கலைந்தபடி' என்பது சரியல்ல. 'கலைந்த தலையுடன்' என்றிருக்க வேண்டும்.

'இவ்வளவு சரளமாக நடக்கும் அண்ணாஜியைப் பார்த்துக் கிருஷ்ணப்பன் ஆச்சரியம் அடைந்தான்.'

கன்னடத்தின் 'சரளம்' என்பதற்கு எளிமை எனப் பொருள். தமிழில் 'சரளம்' என்றால் தங்குதடையற்ற என்று பொருள்.

'தங்கப்பல் வீரய்யனிடமிருந்தும் அவள் தேகம் சுகத்தின் ஊற்றாகும் அல்லவா?'

இந்த வாக்கியத்திற்கான பொருள் விளங்காமல் வாசகர்கள் தலையைப் பிய்த்துக்கொள்ள வேண்டியதுதான். 'தங்கப்பல் வீரய்யனுக்கும் அவள் தேகம் சுகத்தின் ஊற்றாகும் அல்லவா?' என்பதே சரியான மொழியாக்கம்.

'நாகேஷ் வந்து முன்பு நின்று, 'என்ன கௌடரே என்கிறான்.'

கன்னட வாக்கிய அமைப்பை அப்படியே தமிழாக்கியதன் விளைவு இது. 'நாகேஷ் முன்னால் வந்து நின்று' என்பதுதான் தமிழ் வாக்கிய அமைப்பு.

'கௌரி தேஷ்பாண்டே வரும்படி நாளை கடிதம் எழுத வைக்க வேண்டும்.'

முதல் வாசிப்பில் யாருக்குப் புரியும் இந்த வாக்கியம்? வாசகர்கள் தங்கள் கற்பனைத் திறனுக்கேற்பப் பொருள்கொள்ள வேண்டியதுதான். 'கௌரி தேஷ்பாண்டேயை வரச்சொல்லி நாளை கடிதம் எழுதவைக்க வேண்டும்' என்பதே சரியான மொழியாக்கம்.

'துருப்பிடித்த போணியைக் காட்டினான்.'

தமிழில் 'போணி' என்பது முதல் வியாபாரம். கன்னடத்தின் 'போகுணி'யைத் தவறாகப் படித்து அதை அப்படியே தமிழில் எழுதிவிட்டார். கன்னடத்தில் 'போகுணி' என்றால் ஒருவகைப் பாத்திரம். அதாவது ஏனம். பழந்தமிழிலும் அதே பொருள்தான்.

'ருக்மணி அம்மாவுக்கு அசாத்தியமான மடி.'

என்ன அசிங்கமான வாக்கியம் பாருங்கள். 'ருக்மணி அம்மாவுக்கு அசாத்தியமான மடித்தனம்' என்றால் வாசகர் களுக்குப் புரியும்.

'தன்னிடமிருந்து மாயமாகாதபடி பார்த்துக்கொள்ள வேண்டும்'

கன்னடச் சொல்லைப் பொருள் புரியாமல் அப்படியே தமிழாக்கியுள்ளார். 'தன்னிடமிருந்து மறையாதபடி பார்த்துக் கொள்ள வேண்டும்' என்பதே சரி.

'கல் பாவாத அந்தராளத்தில் மிதப்பது போல் பட்டது.'

இதுவும் கன்னடத்தை வேறொருவர் படிக்கக் கேட்டு அதை அப்படியே தமிழில் எழுதியதன் விளைவு. 'அந்தராளம்' இன்றையத் தமிழ் வாசகனுக்கு ஓர் அருஞ்சொல். அந்தராளம் என்ற தமிழ்ச் சொல்லுக்குக் கோவில் மூலஸ்தானத்திற்கு அடுத்துள்ள மண்டபம் என்று பொருள்.

'சீதா தினமும் ரகளை செய்வது தப்பாது என்பது இப்படி வருவதற்குக் காரணமாயிற்று.'

என்ன கோளாறான வாக்கியம் பாருங்கள். இதனை படம் வரைந்து பாகங்களைக் குறித்துதான் பொருள் விளங்கிக்கொள்ள முடியும்.

'... நான் வீரண்ணனை ஒப்பிக்கொள்ளத் தொடங்கி விட்டேன் ...'

கன்னடத்தின் 'ஒப்பிக்கொள்ள' என்பது வெறுமனே ஒலிபெயர்ப்பு செய்யப்பட்டுள்ளது.

'அதுவும் இதுவும் பேசியபடி ...'

இங்கும் மரபு அறியாமல், கன்னடத்தை அப்படியே தமிழில் எழுதியுள்ளார். 'எதையெதையோ பேசியபடி' என்றிருக்க வேண்டும்.

'நரசிம்மபட்டனைத் தான் ஏக வசனத்தில் அவமானித்ததால் பிராமணரான புரோகிதருக்குச் சங்கடமாகிப் போனதைக் கிருஷ்ணப்பன் கவனித்தான்.'

இதிலுள்ள பிழைக்கு விளக்கம் தேவையில்லை.

'முதல் நாள் கூட்டத்துக்கு முக்கிய மந்திரியே தலைமைப் பேச்சாளர்.'

'ஆனால் பிரதானியின் கட்சி பலம் பெறாது.'

தமிழவனுக்குச் சமகாலத் தமிழ் என்னும் பிரக்ஞையே இல்லை போலும்! கன்னடத்தில் 'முக்கிய மந்திரி, பிரதானி'. ஆனால் இன்று தமிழில் நாம் 'முதலமைச்சர், பிரதமர்' என்றே எழுதுகிறோம். மதிப்பிற்குரிய தலைவர் தமிழவன் புத்தகம் முழுவதும் 'முக்கிய மந்திரி, பிரதானி' என்று எழுதுகிறார்.

'அவளே இன்னும் துணி அணிந்துவிட வேண்டும்.'

'அவளே இன்னும் துணி அணிவித்துவிட வேண்டும்' என்ற எளிய வாக்கியம்தான் இந்த அழகில் இருக்கிறது.

'முன்பு தன் கம்பீரத்தைச் சம்போகத்திலும் விட்டுக் கொடுக்காத தான் . . .'

முதலில் இந்த வாக்கியத்திற்குப் பொருள் விளங்குகிறதா? 'கம்பீரம்' தமிழாக்குவதற்குச் சற்றுச் சிக்கலான வார்த்தை. கன்னடத்தின் 'கம்பீர' என்பதற்கு ஆங்கிலத்தின் *series* மற்றும் *majestic* என்ற இரு அர்த்தங்களும் உண்டு. தற்காலத் தமிழில் 'கம்பீரம்' என்றால் ஆங்கிலத்தின் *majestic* என்று மட்டும் பொருள்; *series* என்பதைக் குறிக்காது. அனந்தமூர்த்தி மூலத்தில் *series* என்னும் அர்த்தத்தில் 'கம்பீர' என்ற சொல்லைப் பயன்படுத்தியுள்ளார்.

'தும்கூர் என்ற இடத்தில் சட்டசபையிலிருந்து அதிகம் வாக்குகள் பெற்றுத் தேர்ந்தெடுக்கப்பட்டவன்'

'தும்கூர் என்ற இடத்திலிருந்து சட்டசபைக்கு அதிக வாக்குகள் வித்தியாசத்தில் தேர்ந்தெடுக்கப்பட்டவன்' என்பது இந்த வடிவில் இருக்கிறது!

'பத்தொன்பதாம் வாய்ப்பாடு சொல்ல வேண்டி வர வேண்டும்.'

இது போன்ற நூற்றுக்கணக்கான வாக்கியங்கள் புத்தகம் முழுவதும் விரவியுள்ளன.

'அவள் சமையலறையில் எது இருக்கிறது, எது இல்லையென்று சோதித்துத் தான் ஊரிலிருந்து கொண்டு வந்த கோணி சீலையிலிருந்து . . .'

அது என்ன 'கோணிசீலை'? வேறொன்றுமில்லை கன்னட வார்த்தையைத் தமிழில் எழுதிவிட்டார். 'கோணிசீலை' என்பது 'சாக்குப்பை'.

'வாசியாகி விடும்.'

அது என்ன வாசி? தமிழர்களுக்கு 'வந்தவாசி' தெரியும். இது வேறெதோ விசித்திரம் போலிருக்கிறது என்று நினைத்துக் கொள்ளலாம். கன்னடச் சொல்லை அப்படியே தமிழில் எழுதியதன் விளைவு இது. கன்னட 'வாசி' தமிழின் 'குணம்'. 'குணமாகிவிடும்' என்பது சரி.

'சிக்கமங்களூர்.'

இது தமிழவன் உருவாக்கியுள்ள விசித்திரப் பிராணி. சிக்மகளூர் என்பதைச் சரியாகப் படிக்கத் தெரியாததினால் ஏற்பட்ட கோளாறு. 'சிக்மகளூர்', 'மங்களூர்' என்ற இரண்டு ஊர்ப் பெயர்களை இப்படிக் கபளீகரம் செய்திருக்கிறார்.

'முதலில் நீங்கள் அதிகாரத்திற்கு வருவதே லாண்ட் சீலிங் மட்டத்தை இன்னும் கீழே கொண்டுவருவதன்மூலம்தான்.'

கன்னடத்தின் 'மட்டம்' என்பது தமிழின் 'அளவு'. இப்போது வாசித்துப் பாருங்கள் வாக்கியம் விளங்கும்.

'அதிகமானால் ஒரு சேர் அளவுக்குக் கறக்கும்.'

'சேர்' கழகத் தமிழ் அகராதியில் மட்டும் காணக்கூடிய அருஞ்சொல். கன்னடத்தைப் படிக்கக் கேட்டு அதை அப்படியே தமிழில் எழுதிவிட்டார். 'சேர்' என்பதற்கு நிகரான தமிழ்ச் சொல் 'படி'.

'. . . அரட்டை பேசி சிரிக்க வைப்பான்.'

தமிழவன் எழுதி நம்மைச் சிரிக்கவைக்கிறார்.

'சொந்தங்களைப் பற்றி அவள் யோசிப்பதாகத் தெரியவில்லை. நிஷ்டூரமாக உண்மை அறிய விரும்புபவள் போல் கேட்டாள்.'

கழகத் தமிழ் அகராதி 'நீட்டூரம்' என்ற சொல்லுக்கு 'இடையூறு', 'கொடுமை' என்று பொருள் கூறுகிறது. தமிழ்

வாசகனுக்கு உண்டாகக்கூடிய குழப்பதைச் சற்று நினைத்துப் பாருங்கள்.

'மேஜையின் மீது பூவின் ஜாடி . . .'

தமிழவன் அவர்களுக்குத் தமிழ் வழக்குகள் பற்றிய தெளிவில்லை. கன்னடத்தில் 'ஹூவின ஜாடி' என்றிருப்பதை அப்படியே தமிழாக்கிவிட்டார். கன்னட வழக்கில் 'பூவின் ஜாடி' என்று ஐந்தாம் வேற்றுமையாக எழுதுவது சரி. ஆனால், 'பூ ஜாடி' அல்லது 'பூச்சாடி' என இரண்டாம் வேற்றுமை உருபும் பயனும் உடன்தொக்க தொகையாக எழுதுவதே தமிழ் வழக்கு.

இதுபோல இன்னும் ஆயிரக்கணக்கான பிழைகள் மலிந்த நூல் அது. எல்லாம் பேராசிரியர் தமிழவனின் மொழிபெயர்ப்பு அவஸ்தைகள். அதிலுள்ள தவறுகளின் முழுப்பட்டியலும் வேண்டுவோர் என்னைத் தொடர்புகொள்ளலாம். அனந்த மூர்த்தியின் 'அவஸ்தை' என் தமிழாக்கத்தில் விரைவில் வெளிவரவிருக்கிறது. தமிழவனுக்குத் தமிழும் தெரியவில்லை கன்னடமும் தெரியவில்லை. இந்தக் கொடுமைகளின் உச்சம் இவர் சாகித்திய அகாடமியின் மொழிபெயர்ப்பு மையமான ஷப்தனாவின் தென்மண்டல இயக்குநர். போலந்து போய்த் தமிழ்க் கற்றுத்தரும் விற்பன்னர்.

தமிழவன் அவர்களின் சிந்தனை முறைமை மீது எனக்கு மிகுந்த மரியாதை உள்ளது. அவரை இழிவுபடுத்துவதற்காக நான் இவற்றைச் சுட்டிக்காட்டவில்லை. சிந்தனை முறைமை சிறப்பாக அமைவது வேறு; தெளிவான மொழிநடையில் எழுதுவது என்பது வேறு. மொழிநடை தொடர்பான அக்கறையால்தான் இவற்றைச் சொல்ல நேர்ந்தது. மற்றபடி, தமிழ்ச்சூழலில் அவருக்குள்ள மகுடங்களைச் சாய்க்கும் நோக்கம் எனக்கில்லை.

தமிழில் இலக்கியச் சூழலில் இன்னும் சில மொழிபெயர்ப்பு தாதாக்கள் சகட்டுமேனிக்குத் தமிழாக்கம் செய்து ரகளை பண்ணுகிறார்கள். அவர்கள் மொழி பெயர்ப்புகளையும் யாராவது மூலநூல்களுடன் ஒப்பிட்டுப் பார்த்து எழுதினால் நல்லது.

மொழிபெயர்ப்பு இன்று பெரியதொரு துறையாகவே தமிழில் மலர்ந்து வருகின்றது. மொழியாக்கம் சார்ந்த எல்லா அம்சங்களையும் அலசும்படியான ஒரு கட்டுரையைத் தர இப்போது எனக்கு அவகாசம் இல்லை. இங்கு என் முக்கிய நோக்கம் தமிழ் வாசகர்கள் மொழிபெயர்ப்புகளிடம் எச்சரிக்கையோடிருக்க வேண்டும் எனச் சுட்டிக்காட்டுவதே.

என் மொழிபெயர்ப்பு அனுபவங்களிலிருந்து சில எளிய எண்ணங்களை உங்களோடு பகிர்ந்துகொள்ள விரும்புகிறேன்.

(1) ஏ.கே. ராமானுஜன் ஒருமுறை சொன்னதுபோல 'translation is a never ending process.'

(2) தான் செய்யும் தமிழாக்கம் சிறந்தது என்ற பிரமையிலிருந்து மொழிபெயர்ப்பாளர் முதலில் விடுபட வேண்டும்.

(3) ஒரு பிரதியைத் தமிழாக்கம் செய்தவுடனே அதை மூலமொழியும் தமிழும் அறிந்த இலக்கிய நண்பர்களிடம் படிக்கச் சொல்லி அவர்கள் சுட்டும் தவறுகளைச் சரிசெய்ய வேண்டும். இதனால் பெரும்பாலான பிழைகள் தவிர்க்கப்படும்.

(4) அடுத்தபடியாக, தமிழ் மட்டுமே தெரிந்த வாசகர்கள் இரண்டொருவரிடம் தமிழாக்கத்தைப் படிக்கச் சொல்லி அவர்கள் கருத்தறிய வேண்டும். தமிழ் மட்டுமே அறிந்த வாசகர்களுக்காகத்தான் தமிழாக்கம் செய்யப்படுகிறது. அவர்களுக்குப் புரியாத வகையில் தமிழாக்கம் செய்வதன் பயன் என்ன? எனவே இது அவசியம்.

(5) அச்சுக்கு அனுப்புவதற்கு முன்பு ஒரு தமிழாசிரியரிடம் மொழியாக்கத்தைப் படிக்கச் சொல்ல வேண்டும். இது உங்களில் பலருக்குச் சிரிப்பை உண்டாக்கலாம். ஆனால் அப்படிச் செய்வதன் பலன் அதிகம். படைப் பாற்றல் என்பதும், ஒரு மொழியைத் தவறுகளும் குழப்பங்களும் இல்லாமல் கையாளுவது என்பதும் வெவ்வேறானவை. நல்ல தமிழாசிரியர்கள் தமிழகத்தின் எல்லா ஊர்களிலும் இருக்கிறார்கள். அவர்களை நாம் பயன்படுத்திக்கொள்வதில் என்ன தவறு?

பெரிய மொழிபெயர்ப்பாளன் என்ற எண்ணத்துடன் நான் இவற்றைச் சொல்லவில்லை. என்னைவிடவும் அதிக அளவிலும் சிறப்பாகவும் தமிழாக்கம் செய்கிற பல நண்பர்கள் இருக்கிறார்கள். ஏற்கனவே நான் குறிப்பிட்டதுபோல ஏராளமான தவறுகளுடன் பல தமிழாக்கங்கள் உலா வருகின்றன. அவற்றை அறிந்த பல நண்பர்களும் அத்தவறுகளைப் பதிவு செய்வதில்லை. எனவே, நான் இக்கட்டுரையை எழுதும் தேவை எழுந்தது.

காலச்சுவடு 45, ஜனவரி – பிப்ரவரி 2003

15

முரண்படும் மொழிபெயர்ப்புகள்

சரவணன்

தற்போது தமிழில் அதிக அளவில் மொழிபெயர்ப்பு நூல்கள் வெளிவருகின்றன. இதனால் தமிழ் மட்டுமே அறிந்த வாசகர்களும் பிறமொழி இலக்கியச் செல்வங்களை அடைய முடிந்துள்ளது. பிறமொழிப் படைப்பாளர்களுக்கும் தமிழில் நல்லதொரு அங்கீகாரம் கிடைத்துவருகிறது. இத்தகைய சூழலில் மூலநூல் படைப்பாளிக்கு அவ்வங்கீகாரத்தைத் தக்கவைத்துக்கொள்ளத் தரமான, அசலான மொழிபெயர்ப்புகள் மட்டுமே உதவக்கூடும். தவறான, முரண்பட்ட மொழிபெயர்ப்புகள் மூலநூல் படைப்பாளியின் படைப்புத் திறனை அங்கஹீனப்படுத்தி அவரைப் பற்றிக் குறைத்து மதிப்பிடும் விமரிசன சூழல் தோன்றுவதற்கு வழிவகை செய்துவிடும் அபாயம் உள்ளது.

யுனைட்டட் ரைட்டர்ஸ் பதிப்பக வெளியீடாக வந்துள்ள "நெடுஞ்சாலை புத்தரின் நூறு முகங்கள்" என்ற நூல் முரண்பட்ட மொழிபெயர்ப்பினைக் கொண்டதாக எனக்குப் படுகிறது. இந் நூலின் மொழிபெயர்ப்பாளர் ஜெயமோகன். இந்நூலில் கல்பற்றா நாராயணன், அனிதா தம்பி, பி.பி. ராமச்சந்திரன், டி.பி. ராஜீவன், பி. ராமன், வீரான் குட்டி, அன்வர் அலி முதலானவர்களின் தலா பத்துக் கவிதைகள் இடம்பெற்றுள்ளன. கல்பற்றா நாராயணனின் "நெடுஞ்சாலை புத்தர்" எனும் கவிதை (பக்கம் 16) இடம் பெற்றுள்ளது. இந்நூலின் முன்னுரையில் அக்கவிதை குறித்து மொழிபெயர்ப்பாளர் ஜெயமோகன் வெகுவாகப் பாராட்டியுள்ளார். அக்கவிதையில்தான் மொழிபெயர்ப்புக் குறைபாடு உறுத்துகிறது என்பது குறிப்பிடத்தக்கது. ஒரு கவிதையிலேயே இப்படியென்றால் மற்ற கவிதைகளின் நம்பகத் தன்மை பற்றி என்ன சொல்வது?

இதே கவிதை *சொல் புதிது* இதழ் 6இல் முன்பக்க உள் அட்டையில் விஸ்வனின் மொழிபெயர்ப்பாகப் பிரசுரமாகியுள்ளது. இரு மொழிபெயர்ப்புகளும் கீழே தரப்பட்டுள்ளன.

விஸ்வன் மொழிபெயர்ப்பு நெடுஞ்சாலைப் புத்தன் கல்பற்றா நாராயணன்	ஜெயமோகன் மொழிபெயர்ப்பு நெடுஞ்சாலைப் புத்தன் கல்பற்றா நாராயணன்
நேற்று சாலையைக் கடக்கும் புத்தனைக் கண்டேன் மாலைநேர நெரிசலின் திமிரில் ஊடுருவ முடியாது இப்பக்கம் வெகுநேரமாக நின்றிருந்தேன் 'ஐம்பதோ அறுபதோ வருடம் நீளமுள்ள வாழ்வில் ஒன்று ஒன்றரை வருடம் நாம் சாலைக்கு இப்பக்கம் ஊடுருவ முடியாதவர்களாக நின்று கொண்டிருக்கிறோம்' என்று யோசித்துக் கொண்டிருந்தேன். அவன் சற்றும் யோசிக்காமல் மெல்ல சாலையைக் கடந்து சென்றான் அவனைப் பின்தொடர முயன்றபோது, ஒரு வாகனம் குரூரமாக எனக்குப் பின்னால் வந்தது. எந்த வாகனமும் அவனைத் துரத்தவில்லை அவனுக்காக வேகமிழக்கவுமில்லை இயல்பான அகலமான தன்னந்தனியாக தன் வழியில் அவன் நடந்து மறுபுறம் சென்றான்.	நேற்று நான் நெடுஞ்சாலையை குறுக்கே கடக்கும் புத்தனைக் கண்டேன். சாயங்காலப் பரபரப்பில் கடக்க முடியாமல் இப்பக்கம் வெகுநேரமாக நின்றிருந்தேன் ஐம்பதோ அறுபதோ எழுபதோ வருடம் நீளமுள்ள வாழ்வில் எப்படிப் பார்த்தாலும் ஒரு ஒன்றரை வருடம் நாம் இப்படி கடக்கமுடியாமல் காத்து நிற்கிறோம் என்று எண்ணியபடி. அப்போது ஒருவன் சற்றும் தயங்காமல் மெதுவாக நெடுஞ்சாலையை கடப்பதைக் கண்டேன் அவனைப் பின்தொடரத் தொடங்குகையில் ஒரு வண்டி குரோதத்துடன் என்னை நோக்கி வந்தது எந்த வண்டியும் அவனுக்காக வேகத்தைக் குறைக்கவில்லை இயல்பான அகன்ற தனித்த எப்போதும் அங்கிருக்கும் பாதையில் அவன் நடந்து மறுபக்கம் சேர்ந்தான்.

ஜெயமோகனின் மொழிபெயர்ப்பும் விஸ்வனின் மொழிபெயர்ப்பும் சில இடங்களில் முரண்பட்டுள்ளன. அவை:

1. விஸ்வன் : குரூரமாக எனக்குப் பின்னால் வந்தது

   ஜெயமோகன் : குரோதத்துடன் என்னை நோக்கி வந்தது

2. விஸ்வன் : ஒன்று ஒன்றரை வருடம்

   ஜெயமோகன் : எப்படிப் பார்த்தாலும் ஒரு ஒன்றரை வருடம்

3. விஸ்வன் : நெடுஞ்சாலைப் புத்தன்

 ஜெயமோகன் : நெடுஞ்சாலை புத்தர்

4. ஜெயமோகன் : எப்போதும் அங்கிருக்கும் பாதையில்

 விஸ்வன் : இத்தகைய பொருள் தரும் வரி இல்லை

5. விஸ்வன் : அவன் சற்றும் யோசிக்காமல் மெல்ல சாலையைக் கடந்து சென்றான்

 ஜெயமோகன் : அப்போது ஒருவன் சற்றும் தயங்காமல் சாலையை கடப்பதைக் கண்டேன்

6. விஸ்வன் : எந்த வாகனமும் அவனைத் துரத்தவில்லை

 ஜெயமோகன் : இத்தகைய பொருள் தரும் வரி இல்லை

மேலே சுட்டப்பெற்றவையில் இவ்விரண்டு மொழி பெயர்ப்பாளர்களுமே தத்தமது மனநிலைக்கு ஏற்ப மூலநூல் படைப்பினை வளைத்து ஒடித்துள்ளனர். இடறி விழுந்தது யார்? ஜெயமோகனா, விஸ்வனா? யாராக இருந்தால் என்ன? நசுக்கப்பட்டது என்னவோ கல்பற்றா நாராயணனின் கவிதாத்மாதான். தமிழ் மட்டுமே அறிந்த என்னைப் போன்ற வாசகர்களுக்கு இம்மாதிரியான முரண்பாடுகள் மூலநூல் படைப்பாளரைக் கேள்விக்குள்ளாக்கும் மனநிலையை ஏற்படுத்தவல்லன.

மொழிபெயர்ப்புத் துறையினர் பல்வேறு வகையான மொழிபெயர்ப்புகள் பற்றிக் கூறியுள்ளனர். ஒருவேளை இவ்விரண்டு மொழிபெயர்ப்புகளும் "சுதந்திர மொழிபெயர்ப்பு" வகையினைச் சார்ந்ததாக இருக்கலாம். அப்படி இருப்பின் அது குறித்து நூலின் எப்பகுதியிலாவது (முன்னுரைப் பகுதியில் குறிப்பிடுவது வழக்கம்) குறிப்பிட வேண்டும். ஆனாலும் மொழிபெயர்ப்பில் மூலப்படைப்பின் பொருளைத் திரிக்கும் அளவிற்குச் "சுதந்திர"த்தைப் பயன்படுத்துவதை நல்ல வாசகன் ஒருபோதும் ஏற்கமாட்டான்.

தரமான மொழிபெயர்ப்பு எனில் அந்த மொழிபெயர்ப்பாளருக்கும் நல்ல மதிப்பு கிடைக்கும். அவ்வரிசையில் ஜெயமோகன் மற்றும் விஸ்வனின் இடம் எது?

காலச்சுவடு 65, மே 2005

16

துயரத்தின் பாலை வெளி: முடிவற்ற நீளம்

நேர்காணல்:

பெருமாள்முருகன் – சுகுமாரன்

சுகுமாரன் (11.06.1957): நவீனத் தமிழ்க் கவிதை ஆளுமைகளுள் முக்கியமானவர். எளிமையும் செறிவும் கொண்ட இவர் கவிதைகள் படிமம், உவமை, சொற்சேர்க்கை ஆகியவற்றில் தனித்துவம் மிக்கவை. வடிவம், சொல்முறை ஆகியவற்றில் வெவ்வேறு விதங்களைக் கையாண்டு புதுமைசெய்தவர். அரசியல் சார்ந்த விஷயங்களையும் கவித்துவத்தோடும் சுயபார்வையோடும் கவிதைக்குள் கொண்டுவந்தவர். சுயவிமர்சனத்தைக் கறாராக வைத்துக் கொண்டிருப்பவர்.

இலக்கியம், இசை, திரைப்படம் ஆகியவை இவரது முப்பெரும் காதல்கள். சிறுகதைகளும் எழுதியுள்ளார். சமீப காலமாக இவர் எழுதிவரும் கட்டுரைகள் பல தளங்களைச் சார்ந்தவையாகவும் வாசிப்புத்தன்மை கூடியவையாகவும் உள்ளன. மொழிபெயர்ப்பில் கணிசமான பங்களிப்புகளைச் செய்துள்ளார். மலையாளம், ஆங்கிலம் ஆகிய மொழிகளிலிருந்து கவிதைகளையும் சிறுகதைகளையும் கட்டுரை நூல்களையும் தமிழுக்கு மொழிபெயர்த்துள்ளார்.

'கோடைகாலக் குறிப்புகள்', 'பயணியின் சங்கீதங்கள்', 'சிலைகளின் காலம்', 'வாழ்நிலம்' ஆகிய கவிதைத் தொகுப்புகள் குறிப்பிடத்தக்கவை. அவற்றில் உள்ள கவிதைகளும் சேர்ந்த ஒட்டுமொத்தத் தொகுப்பாகப் 'பூமியை வாசிக்கும் சிறுமி' 2006இல் வெளிவந்துள்ளது. 'திசைகளும் தடங்களும்', 'தனிமையின் வழி' ஆகியவை இவரது கட்டுரைத் தொகுப்புகள்.

'மார்க்சிய அழகியல்: ஒரு முன்னுரை' (சச்சிதானந்தன்), 'சினிமா அனுபவம்' (அடூர் கோபாலகிருஷ்ணன்), 'மைலம்மா ஒரு போராட்ட வாழ்க்கை' ஆகிய உரைநடை நூல்களும் 'வெட்டவெளி வார்த்தைகள்', 'கவிதையின் திசைகள்', 'பாப்லோ நெரூதா கவிதைகள்', 'பெண் வழிகள்' ஆகிய கவிதை நூல்களும் 'இதுதான் என் பெயர்' (சக்கரியா) என்னும் நாவலும் 'காளி நாடகம்' (உன்னி) என்னும் சிறுகதை நூலும் இவரது மொழிபெயர்ப்பில் வெளிவந்துள்ளவை.

2008ஆம் ஆண்டுக்கான சிற்பி இலக்கிய விருது பெற்றுள்ளார். கோயம்புத்தூரில் பிறந்து வளர்ந்த இவர் தற்போது திருவனந்தபுரத்தில் வசித்துவருகிறார். இவர் மனைவி பிரேமா மணி. 15.05.2007 அன்று இரவு திருவனந்தபுரத்தில் அவரது வீட்டில் பெருமாள் முருகன் கண்ட நேர்காணலின்போது மொழிபெயர்ப்பு குறித்த அவரது கருத்துக்கள் கீழே தரப்பட்டுள்ளன.

மொழிபெயர்ப்புக்கான விஷயங்களை எப்படித் தேர்ந்தெடுக்கறீங்க? மொழிபெயர்ப்புக்கென்று என்ன மாதிரி கொள்கைகள் வச்சிருக்கீங்க?

மொழிபெயர்ப்பு என்பது என்னுடைய ஆர்வம் சார்ந்த விஷயம். பின்னால் சில கட்டங்களில் தேவை சார்ந்தும் செய்திருக்கிறேன். என்னுடைய ரசனை சார்ந்தவை, என் மனப்போக்குக்கு உகந்தவை என்றுதான் செய்திருக்கிறேன். நான் சொல்லணும் என்று நினைத்துத் தேவையில்லாத தயக்கத்தினாலும் பயத்தாலும் சொல்லாமல் விட்ட விஷயங்களை வேறு யாராவது அழுத்தமாகவும் செறிவாகவும் சொல்லியிருந்தாங்கன்னா அவற்றை மொழிபெயர்த்து இருக்கிறேன். மற்றபடி மொழிபெயர்ப்பு என்னுடைய தொழில் அல்ல.

இந்த மொழிபெயர்ப்பு படிப்பவனுக்கு அதனுடைய சரியான அர்த்தத்தில் புரியணும் என்பதைத்தான் பிரதானத் தேவையாக நான் நினைக்கிறேன். மலையாளத்தில் இருக்கும் ஒரு புத்தகத்தைத் தமிழ் வாசகன் ஒருவன் படிக்கிறான். அதனால் தமிழில் அவனுக்குத் தெளிவாப் போய்ச் சேரணும் என்பதுதான் என் முதல் நோக்கம்.

அடுத்து மொழிபெயர்க்கும்போது எந்த அம்சத்துக்கு நியாயமாக இருக்கணும் என்பது முக்கியம். கவிஞனுக்கு நியாயமா இருப்பதா கவிதையின் உள்ளடக்கத்துக்கு நியாயமா இருப்பதா? இது அவ்வப்போது தீர்மானிக்க வேண்டிய விஷயம். சில சமயம் கவிதைகளில் கவிஞனுக்கு நியாயமாக இருக்க வேண்டிவரும். சச்சிதானந்தன் மாதிரியான கவிஞருடைய கவிதையை நான் மொழிபெயர்க்கும்போது கவிதைக்கு நியாயமாக இருப்பதைவிடவும் கவிஞனுக்கு நியாயமாக இருப்பது தான் நல்லது. ஏன்னா அவருடைய அரசியல், பண்பாடு எல்லாம் அவர் கவிதைக்குள்ள இருக்கு. சில சமயம் கவிதைக்கு நியாயமாக இருக்க வேண்டி வரும். மலையாளத்தின் முக்கியப் பக்திக் கவியாகிய பூந்தானத்துடைய கவிதையை நான் தமிழில் மொழிபெயர்க்கும்போது அதில் கவிதைக்குத்தான் நியாயமாக இருக்க முடியும். ஏன்னா கவிஞரைப் பற்றிய எந்த விவரமும் எனக்கு இல்லை. இது எல்லாவற்றையும்விடப் பிரதானமாக

நான் நினைப்பது அது என்ன தொனியில் இருக்கிறதோ அந்தத் தொனியை என் மொழிக்குக் கொண்டுவருவது என்பது. அது நான் என் மொழிக்குச் செய்யும் ஒரு பங்களிப்பு. இன்னொரு புதிய குரலை என் மொழியில் ஒலிக்கவிடுகிறேன் என்பது.

மலையாள இலக்கியம் ஓரளவு தமிழில் வந்திருக்கிறது. தமிழ் இலக்கியங்கள் எந்த அளவு மலையாளத்தில் வந்திருக்கின்றன?

நாம் கொள்முதலில் நியாயமாக இருக்கிறோம். விற்பனையில் அநியாயமாக இருக்கிறோம். அதற்குக் காரணங்கள் உண்டு. மலையாளத்திலிருந்து தமிழில் மொழிபெயர்ப்பது எளிது. மலையாளம் இலக்கணச் சுத்தமாகத் தெரியாமல் மலையாளம் படிக்க மட்டும் தெரிந்த ஒருவர் தமிழுக்கு மொழிபெயர்த்துவிட முடியும். பெரும்பாலும் இப்போது நடப்பது அதுதான்.

நல்ல மொழிபெயர்ப்பாளர்கள் இல்லை. விரல்விட்டு எண்ணக்கூடிய ஆட்கள்தான் இருக்காங்க. அதிலும் நம்பகமான மொழிபெயர்ப்பு என்று சொல்லக்கூடிய பெயர்கள் மிகக் குறைவு. மலையாளத்திலிருந்து தமிழுக்கு வந்திருக்கிற பலதையும் கதைகள் என்றுதான் சொல்ல முடியுமே தவிர இலக்கியப் படைப்பு என்று சொல்ல முடியாது. சுரா என்று ஒருவர் பஷீர் எழுத்துக்கள் பலவற்றை மொழிபெயர்த்திருக்கிறார். அந்த மொழிபெயர்ப்பைப் படிச்சீங்கன்னா தமிழில் ஒரு பத்தாந்தர எழுத்தாளனுக்குக் கீழதான் பஷீர வெப்பீங்க.

மலையாள இலக்கியம் பற்றிய என்னுடைய அபிப்ராயத்தில் மலையாள மொழியை மாற்றி அமைத்தது மூன்று பேர். மார்த்தாண்ட வர்மா, ராமராஜ பகதூர் என்ற நாவல்களை எல்லாம் எழுதிய சி.வி. ராமன்பிள்ளை முதலாமவர். இரண்டாவது வைக்கம் முகமது பஷீர். மலையாளத்துக்குள்ள ஒரு மலையாளத்தை உருவாக்கியவர் அவர். மூன்றாவது ஓ. வி. விஜயன். ஆனால் பஷீரை ஒரு கதைக்காரனாகக் காட்டுகிற மொழிபெயர்ப்புகள்தான் தமிழில் வந்திருக்கு. மலையாளத்தில் இருந்து தமிழுக்கு வருகிற கவிதைகள் மாதிரியானவை ஏற்கனவே தமிழில் நிறைய இருக்கு. நம்மகிட்டக் குப்பை இருக்கு. அப்புறம் எதற்கு வெளியிலிருந்து காசு கொடுத்துக் குப்பையை வாங்கணும்?

இதில் மலையாளிங்க ரொம்பக் கவனமா இருக்காங்க. ரொம்ப முக்கியமான புத்தகமாத் தேர்ந்தெடுத்துப் பண்றாங்க. இன்றைக்குக் கொஞ்சம் நிலைமை மாறலாம். ஆனால் அதற்கான வாய்ப்பு ரொம்பவும் குறைவுதான். எனக்குத் தெரிஞ்சு தமிழில் இருந்து 'சித்திரப்பாவை' என்ற நாவல் மலையாளத்தில் மொழிபெயர்க்கப்பட்டது. ஞானபீடப் பரிசுபெற்ற எல்லா

நாவல்களையும் மலையாளத்தில் கொண்டுவரும் திட்டத்தில் டி. சி. புக்ஸ் அதை மொழிபெயர்த்தாங்க. அது ஒரு பதிப்பைத் தாண்டிப் போகவே இல்லை. ஏன்னா அதற்கு மிக மோசமான விமர்சனங்கள் வந்தன. இந்தப் புத்தகத்தினுடைய நூறு மடங்கு எடையுள்ள புத்தகங்கள் மலையாளத்தில் இருக்கின்றன என்று கிருஷ்ணராயர் என்பவர் விமர்சனம் எழுதினார். அதனால் மொழிபெயர்ப்பு என்பது அங்கே தேர்வு சார்ந்தது. விற்பனை வாய்ப்பு இருக்கிறது என்பதற்காகவே ஒரு புத்தகத்தை வாசகன் தலையில் திணிப்பது என்பது இலக்கிய சர்வாதிகாரம்தான்.

படி எடுப்பில் உதவி: **த. இலட்சுமன்**

காலச்சுவடு 108, டிசம்பர் 2008

17

அகவிழி திறந்து
கண்ணன்

Cut throat

அமைச்சர் பூங்கோதை சிக்கலில் மாட்டியிருக்கிறார். இவருடைய இன்றைய சிக்கலுக்கும் தமிழ் இலக்கிய உலகு நெடுநாளாக அனுபவித்துவரும் மொழிபெயர்ப்புக் கொடுமை களுக்கும் பொருத்தம் உண்டு. அது மரபுத் தொடர்களைக் கொச்சையாகவும் தட்டையாகவும் மொழிபெயர்ப்பதால் ஏற்படும் துன்பம். தமிழ் வாசகனை ஆங்கில-தமிழ் மொழிபெயர்ப்பாளர்கள் நெடுநாளாக இக்கொடுமைக்கு ஆளாக்கிவருகிறார்கள். இணையம் வந்த பிறகு பெரும்போக்காகத் தமிழ் இதழ்கள் 'உல்டா' அடிக்கத் தொடங்கியதும் கொச்சை மொழிபெயர்ப்புகள் இதழ்களுக்கும் பரவின. 'Rubbed shoulders' என்பது ஒருவர் உறவாடும் வட்டத்தைக் குறிக்கப் பயன்படுத்தப்படும் தொடர். சோனியா காந்தியும் வாஜ்பாயும் ஒரு விருந்தில் கலந்துகொண்டு குசலம் விசாரித்துக்கொண்டதைக் குறிக்கப் பயன்படுத்தப்பட்ட இத்தொடரை தமிழ் இதழ் ஒன்று சோனியாவும் வாஜ்பாயும் தோளோடு தோள் உரசினார்கள் என்று ஆபாசம் தொனிக்கக் கொச்சையாக மொழிபெயர்த்தது.

சமீபத்தில் மொழிபெயர்ப்புகள் பற்றிக் கவிஞர் ஆனந்துடன் பேசிக்கொண்டிருந்தபோது அவர் கூறிய உதாரணம் இதை மேலும் தெளிவுபடுத்திக்கொள்ள உதவும். 'கம்பிய நீட்டிட்டான்' என்பது தமிழில் பேச்சு வழக்கு மரபுத் தொடர். தவறுசெய்துவிட்டு சிக்கிக் கொள்ளாமல் தப்பித்துவிட்டான் என்ற பொருளில் பயன்படுத்தப்படுகிறது. இதை யாரேனும் பிறிதொரு மொழியில் நேரடிப் பொருளில், உண்மையிலேயே ஒரு கம்பியை எடுத்து நீட்டினான் என மொழிபெயர்த்தால், பொருள் எப்படி விபரீதமாக மாறும் என்பதைப் புரிந்துகொண்டால் இத்தகைய மொழிபெயர்ப்புகள் ஏற்படுத்தும் அபத்தங்களைப் புரிந்துகொள்ளலாம்.

நீரா ராடியாவுடன் பேசிய பூங்கோதை ஒரு இடத்தில் அழகிரியை *cut throat politician* என்று குறிப்பிடுகிறார். அரசியலில் மிகத் தீவிரமாக, சுயநலத்துடன் ஈடுபடுபவர் என்ற பொருளிலேயே இதைப் பயன்படுத்துகிறார் என்பது தெளிவு. தமிழில், இதை 'நம்பவைத்து கழுத்தறுப்பவர்' என்று விபரீதமாக மொழிபெயர்த்தன ஊடகங்கள். அண்ணனும் கொந்தளித்துவிட்டார். அண்ணனுக்கு மரபுத் தொடர் நுட்பங்களைப் புரியவைக்கும் திறன் இப்பூவுலகில் யாருக்கு உண்டு? திமுகவின் நவீன இலக்கியவாதிகளாலும் இவ்விஷயத்தில் பூங்கோதைக்கு உதவ முடியும் எனத் தோன்றவில்லை. இப்போது 'கழுத்தறுக்க' அண்ணன் தயாராக இருப்பதாகவே தோன்றுகிறது. 'பகுத்தறி'வாளர்கள் இடையே கூட விதி விளையாடத்தான் செய்கிறது.

காலச்சுவடு 134, பிப்ரவரி 2011

18

புலம்பலுக்கு முடிவு கட்டுவோம்
கண்ணன்

இந்திய மொழிகளிலிருந்து தமிழாக்கம் செய்யப்பட்ட படைப்புகளில் சிறந்த மொழிபெயர்ப்புக்கான சாகித்திய அகாதெமி விருது இவ்வாண்டு பாவண்ணனுக்குக் கிடைத்திருக்கிறது. தமிழ் இலக்கியத்திற்கு சாகித்திய அகாதெமி அளிக்கும் விருதுகளில் நாம் உடன்படக் கூடியவை குறைவு. இருப்பினும் இப்பரிசு பெறப் பாவண்ணன் தகுதியானவர் என்பதால் சாகித்திய அகாதெமியின் இம்முடிவை திறந்த மனத்துடன் வரவேற்கலாம்.

எழுத்தாளர் பைரப்பாவின் கன்னட நாவலான 'பர்வா'வை மொழிபெயர்த்தமைக்காக இப்பரிசு அவருக்கு வழங்கப்பட்டிருக்கிறது. இது தவிர நான்கு நாடகங்கள், இரண்டு நாவல்கள், ஒரு சிறுகதைத் தொகுப்பு, இரண்டு தலித் சுயசரிதைகள், நான்கு தொகை நூல்கள், ஒரு நாட்டுப்புறக் கதைத் தொகுப்பு ஆகியவற்றைக் கன்னடத்திலிருந்து பாவண்ணன் தமிழுக்கு மொழிபெயர்த்திருக்கிறார். கன்னடத்தின் மிக முக்கியமான படைப்பாளிகளான கிரீஷ் கர்னாட், எச்.எஸ். சிவப்பிரகாஷ், எம்.எஸ். புட்டண்ணா, லங்கேஷ் ஆகியோருடைய படைப்புகள் இவருடைய முயற்சியால் தமிழ் வாசகருக்குக் கிடைத்துள்ளன. தேவனூரு மகாதேவா, சித்தலிங்கையா, அரவிந்த மாளகத்தி ஆகியோரும் பாவண்ணனால் தமிழ்ப்படுத்தப்பட்ட கன்னட எழுத்தாளர்கள்.

இதே காலகட்டத்தில் படைப்பாளியாகவும் பாவண்ணன் தீவிரமாகச் செயல்பட்டிருக்கிறார். சுமார் பத்துச் சிறுகதைத் தொகுதிகள், பற்பல நாவல்கள் மற்றும் குறுநாவல்கள், கவிதைகள், கட்டுரைகள் ஆகியவற்றையும் எழுதியிருக்கிறார் என்பதைப் பார்க்கும்போது அவரது கடின உழைப்பைப் புரிந்துகொள்ளலாம்.

பணி நிமித்தமாகப் பெங்களூரில் குடியேறிய பாவண்ணன், பிற மொழிப் பண்பாட்டுச் சூழல்களில் வாழ நேரும்

தமிழர்களில் பெரும்பான்மையினர் போல அந்நியப்பட்டு நிற்காமல், கன்னடத்தைக் கற்கவும் கன்னட இலக்கியப் பண்பாட்டுச் சூழலோடு நெருக்கமான உறவை ஏற்படுத்திக் கொள்ளவும் விழைந்தது மிக முக்கியமான ஒரு முடிவு. கன்னட இலக்கியப் படைப்புகளைத் தமிழில் மொழிபெயர்ப்பது என்பது இலக்கியத்தின்பால் அவர் கொண்டிருக்கும் அக்கறையின் வெளிப்பாடு. கன்னட – தமிழ் உறவு இருபக்க மொழி அடிப்படைவாத அரசியலால் சீரழிந்து வந்த அதே கால கட்டத்தில் கன்னட பண்பாட்டின் செழுமையான ஒரு பகுதி பாவண்ணனின் அர்ப்பணிப்புடன் கூடிய செயல்பாட்டின் மூலம் நமக்குக் கிடைத்தது அவரது மிக முக்கியமான சமூகப் பணி.

தமிழர்களும் தமிழ் எழுத்தாளர்களும் இன்று உலகெங்கும் பல்வேறு மொழிப் பண்பாடுகளில் வாழும் வாய்ப்பைப் பெற்றுள்ளனர். இவர்கள் வழி உலக இலக்கியத்தின் செழுமை யான பகுதி தமிழுக்கு வருவதற்கான சாத்தியம் உள்ளது. இந்தச் சாத்தியப்பாடு செயல்பாடாக மாறித் தமிழ் மேலும் வளம்பெற வேண்டும். முந்தைய தலைமுறையில் த.நா. குமாரசாமி, சரஸ்வதி ராம்நாத், தி.சு. சதாசிவம், ஜி. கிருஷ்ணமூர்த்தி, சுந்தர ராமசாமி, வெ. ஸ்ரீராம் போன்ற பலர் பிற மொழி இலக்கியங்களை நேரடியாகத் தமிழுக்குத் தந்துள்ளனர். இப்பணியை இத்தலைமுறையில் தொடர்பவர்களில் பாவண்ணன் முதன்மையானவர். இப்பாதையில் நாம் நடைபோட வேண்டிய தூரம் மிக அதிகம். புலம்பெயர்ந்து வாழும் தமிழர்கள் மூலம் சீன, மலாய, ஐரோப்பிய மொழி இலக்கியங்களைத் தமிழுக்கு நேரடியாக மொழிபெயர்க்கக் கூடிய காலம் விரைவில் வரும் என்று நம்புவோம். பாரதியை மேற்கோள்காட்டிப் புலம்பும் காலம் ஒரு முடிவுக்கு வரவேண்டியது மிக அவசியம்.

காலச்சுவடு 63, மார்ச் 2005

19

மொழிபெயர்ப்பாளர்களை ஏன் மதிக்க வேண்டும்?

டிம் பார்க்ஸ்

நீங்கள் நேசித்து வாசிக்கும் மிலன் குந்தேராவை எழுதியது யார்? விடை: மைகேல் ஹென்றிஹைம். அறிவார்ந்த எழுத்தாளர் என்று கருதப்படும் ஓரான் பாமுக்கை? (அவரை ஆங்கிலத்தில் மொழி பெயர்த்த) மௌரீன் ஃப்ரீலி. கற்பனை வளம் கூடிய, பாண்டித்யம் மிக்க ராபர்ட்டோ கலாஸ்ஸோ? ம்ஹ்ம். நான்தான்.

தன் வேலையை முடித்துவிட்ட பிறகு மொழி பெயர்ப்பாளன் காணாமல் போய்விட வேண்டும். படைப்புத் திறன் மிகுந்த, கவர்ச்சி மிக்க, பேரெழுத்தாளர் மட்டுமே புவியெங்கும் வியாபித்து நிற்க விரும்புவார். அவருடைய வாசகர்களில் பெரும்பான்மையோர் உண்மையில் 'அவருடைய எழுத்தை' வாசிப்பதில்லை எனும் யதார்த்தத்தை அவரால் ஜீரணிக்க முடியாது.

அவருடைய வாசகர்களும் அவ்வாறே நினைக்கிறார்கள். அவர்கள் அசலான மேன்மையோடுதான் தொடர்பு கொண்டிருக்க வேண்டும் என்று விரும்புகிறார்கள். ஜெர்மனியின் ப்ரெமன் நகரில் உள்ள ஒரு ஈரடுக்கு வாடகைக் குடிலிலோ அல்லது ஒசாகா நகரின் புறஞ்சேரி உயரடுக்குக் குடியிருப்பிலோ வாழ்ந்து கொண்டு வயிற்றுப்பாட்டு ஊதியத்திற்காக இந்த உரைநடை மொழி எழுதப்பட்டிருக்கலாம் என்பதைத் தெரிந்துகொள்ள அவர்கள் ஆசைப்படுவதில்லை. தன் அபிமான எழுத்தாளர் ஜே.கே.ரௌலிங் நிஜத்தில் தொடர்ந்து புகைபிடிக்கும் வழக்க முள்ள ஒரு ஓய்வூதியதாரர் எனும் தகவலை எந்தக் குழந்தை வாசகன் தெரிந்துகொள்ள ஆர்வம் காட்டுவான்? நான் மொழி

பெயர்ப்புப் பணியிலும் ஈடுபடுவதுண்டு எனும் தகவல் என் புதினங்களை வாசிக்கும் வாசகர்களை அதிருப்திகொள்ள வைப்பதை அவர்களைச் சந்திக்கும்போது கண்டிருக்கிறேன். தான் முக்கியமான எழுத்தாளர் என்று அவர்கள் நம்பும் ஒருவர் செய்யக் கூடாத கீழ்த்தரமான காரியமாக அவர்கள் மொழிபெயர்ப்புப் பணியைப் பார்க்கிறார்கள்.

உலகமயமாக்கலும் தனிமனிதவாதமும் ஒன்றுக்கொன்று உடந்தையானவை. உலகின் எந்த மூலையிலும் தயாரிக்கப்பட்ட திரைப்படத்தைப் பார்க்கவும் எந்தப் பகுதியிலும் எழுதப்பட்ட நூலை வாசிக்கவும் அவை மூலமாக ஒரே மாதிரியான அனுபவத்தைப் பெறவும் இன்று நம்மால் முடியும். ஆனால், அதற்கு இடையீட்டாளராக ஒரு வல்லுநர் தேவைப்படுகிறார் என்ற நினைவூட்டல் எவ்வளவு வெறுப்பூட்டக்கூடிய செயலாக இருக்கும்! சீனர்களுக்கு வாசிக்கக் கிடைப்பது இடையீடான என்னுடைய மொழிபெயர்ப்புப் பிரதி மட்டுமே. நான் வாசிக்கும் தாஸ்தாயேவ்ஸ்கியும் இடையீடான ஒரு மொழிபெயர்ப்புப் பிரதியே!

தங்களுடைய உரைநடையை மொழிபெயர்க்க முடியாத அளவிற்குச் சிக்கலானதாக ஆக்கிக் கொண்டதற்காக சக ஆங்கில எழுத்தாளர்களைக் காஸுவோ இஷிகுரோ சில ஆண்டுகளுக்கு முன்னால் கண்டித்திருந்தார். அத்தகைய எளிமையான நடையைத் தான் உருவாக்கிக்கொண்டதற்கு முதன்மையான காரணம் தனது நூல்கள் உலகெங்கும் எளிதில் மொழிபெயர்க்கப்பட வேண்டும் என்பதே என்று அவர் குறிப்பிட்டிருந்தார்.

தன்னுடைய ஃபிரெஞ்சு வாசகர்களுக்கு உதவும் பொருட்டு ஷேக்ஸ்பியர் சிலேடை நயங்களை எளிதாக்கியிருந்தால் எப்படியிருந்திருக்கும்? அதேபோல், டிக்கன்ஸ் அவருடைய பாத்திரப்படைப்பான மிக்காபேர் ஜப்பானிய மொழியில் பேசுவதைப் பற்றிக் கவலைப்பட்டிருந்தால் என்னவாகியிருக்கும்?

மொழிபெயர்ப்பு என்பது சிக்கலான பிரச்சினையாக ஜெர்மானிய எழுத்தாளர் மிலன் குந்தேராவுக்குத் தோன்றுகிறது. தன்னுடைய மொழிநடையே நீர்த்துப் போகுமளவுக்கு மொழி பெயர்ப்பு பாதிப்பேற்படுத்திவிடுமோ என்று அவர் அஞ்சுகிறார். மொழி பெயர்ப்பாளருடைய ஒப்புயர்வற்ற அதிகாரம் அவர் மொழிபெயர்க்கும் எழுத்தாளருடைய தனிப்பட்ட மொழிநடையை நிறுவுவதில்தான் இருக்கிறது என்று 'காட்டிக்கொடுக்கப்பட்ட உயில்கள்' ***(Testaments Betrayed)*** எனும்

கட்டுரைத் தொகுப்பில் மிலன் குந்தேரா அறிவிக்கிறார். ஆனால் 'நல்ல பிரெஞ்சில், நல்ல ஜெர்மனியில், நல்ல இத்தாலி மொழியில்' பெயர்க்கப்படவேண்டும் என்ற மரபார்ந்த கட்டுப்பாடுகளின் அதிகாரத்திற்குப் பல மொழி பெயர்ப்பாளர்களும் பணிந்துதான் போகிறார்கள்.

மொழியியல் சார்ந்த தரக் கட்டுப்பாட்டிலிருந்து மேற்கொள்ளப்படும் எந்த விலகலும் அது எந்த மொழியிலிருந்து வெளிப்பட்டதோ அந்த மொழியின் சூழமைவைப் பொறுத்தே அர்த்தம் கொள்கிறது. தூக்கமின்றித் தவிக்கும் நோயால் அவதியுறும் குட்ரன் எனும் பெண் கதாபாத்திரத்தைப் பற்றி 'காதல் வயப்பட்ட பெண்கள்' *(Women in Love)* எனும் புதினத்தில் எழுதும்போது, 'முற்றான விழிப்புணர்வு நிலைக்கு அவள் அழிக்கப்பட்டாள்' *("she was destroyed into perfect consciousness")* என்று கூறித் தன் சிலிர்ப்பு நிலையை எய்துகிறார் ஆங்கில எழுத்தாளர் டி.எச். லாரென்ஸ். ஆனால், அழிவு என்பது மாற்றம் என்று புரிந்துகொள்ளப்பட்டால் என்னவாகும்? 'விழிப்புணர்வு' என்பது எதிர்மறை நிலையில் பார்க்கப்பட்டால் எப்படியிருக்கும்?

ஒரு மொழிபெயர்ப்பாளர் உண்மையில் என்ன செய்திருக்கிறார் என்பது எப்போதுமே நமக்குத் தெரியப் போவதில்லை. வெறிமிகுந்த கவனத்துடன், கலாச்சாரத் தொடர்புகளையும் மனதில் இருத்தி, தான் மொழிபெயர்க்க எடுத்துக்கொண்டுள்ள நூலின் பின்புலமாயுள்ள அனைத்துப் புத்தகங்களைப் பற்றிய விழிப்புணர்வுடனும் அந்த நூலை அவர் வாசிக்கிறார். பின்பு சாத்தியமே அற்ற இந்தச் சிக்கலான விஷயத்தைத் தனது மொழியில் மாற்றி எழுத முனைகிறார்; அனைத்தையும் மீண்டும் விளக்கி அதன் தன்மை மாறாமல் எல்லாவற்றின் வரிசைகளையும் மாற்றி மூலப் படைப்பனுபவத்திற்கு மிக நிகராகத் தனது பிரதியைக் கொண்டுவர முனைகிறார். ஒவ்வொரு வாக்கியத்திலும் அதன்மேல் கொண்டிருக்கும் மிக விசுவாசமான மதிப்பு மிக வளமான கற்பனை ஆற்றலுடன் இணைந்திருக்க வேண்டும். பைசா நகரக் கோபுரத்தை மன்ஹாட்டன் உள்நகர் பகுதிக்கு மாற்றி விட்டு, அது சரியான இடத்தில்தான் இருக்கிறது என்று எல்லோரையும் ஏற்றுக்கொள்ள வைப்பதுதான் இந்தச் சவால் மிகு பணியின் அளவுகோல். என்னுடைய சொந்தப் புதினங்களை எழுதுவதற்கு எனக்குப் பெரும் பிரயத்தனமும் அமைப்பாக்கமும் கற்பனையும் வேண்டியிருக்கின்றன. ஆனால் வாக்கியத்திற்கு வாக்கியம் மொழிபெயர்ப்பு செய்யும் பணி, அறிவு ரீதியாக, அதை விடவும் அதிகமான உழைப்பைக்

கோருகிறது. இன்னொரு எழுத்தாளர் எவ்வாறு தன்னுடைய படைப்பை ஒருங்கிணைக்கிறார் என்று பார்க்கும் செய்முறை அனுபவம் இந்தப் பணியின் மதிப்புமிக்க ஒரு பக்கம். இது படைப்பு எழுத்துப் பயிற்சி வகுப்புக்கு ஒரு ஆண்டு சென்று வருவதற்கு நிகரானது. மொழிபெயர்ப்புப் பணியில் ஈடுபடும் அளவிற்குத் தாழ்ந்து போக இன்று அரிதாகவே எழுத்தாளர்கள் அகப்படுகிறார்கள் என்பது பெரும் இழப்பு.

மோசமான மொழிபெயர்ப்பாளர் என்றால், சங்கடமான கடிதங்கள் வருவது தவிர்க்க இயலாதது. தொடர்புத் தருணங்கள் தவிர்க்க இயலாதவை. (உள்ளடக்கம் சரி; ஆனால் நடையலங்காரம் சரியில்லை). அல்லது, உரைநடை சரளமாகி, தவறுகள் மலிந்திருக்கும். (நடை சரியானது; உள்ளடக்கம் பிழை) மூலப் பிரதியைப் பற்றிய ஆழ்ந்த புரிதலும் தன்னுடைய சொந்த மொழியில் ஆழ்ந்த மொழிவளமும் மிக்க தேர்ந்த மொழிபெயர்ப்பாளர், நடையழகையும் உள்ளடக்கத்தையும் புத்தம் புதியதான வடிவில் ஒருங்கிணைத்து, மூலப் பிரதிக்கு உண்மையானதாகத் தனது பிரதியை மாற்றிக் காட்டுவார்.

தனிமனித மேதமையைக் கொண்டாடும் விழாவிற்கு ஒரு மகத்தான எழுத்தாளரின் வாசிப்பு எல்லையை விரிவடையச் செய்த மொழிபெயர்ப்பாளர் ஒருவர் எப்போதாவது அழைக்கப்படுகிறார். நியூயார்க்கில் அவர்தான் உம்பர்த்தோ எகோ. ஜெர்மனியில் அவர்தான் சல்மான் ருஷ்தி. மொழிபெயர்ப்பின்போது அவர் எடுத்த பல்லாயிரக்கணக்கான முடிவுகளுக்காக அவர் அங்கீகாரம் பெறுவதில்லை. மாறாக, ருஷ்டியையோ, எகொவையோ மொழிபெயர்க்கும் பேறு பெற்றதற்காக மட்டுமே அவர் அங்கீகாரம் பெறுகிறார். அவர்கள் கேள்விப்பட்டிராத சாமானிய எழுத்தாளர்களை எவ்வளவு சிறப்பாக மொழிபெயர்த்திருந்தாலும் இந்த மரியாதை கிடைக்காது.

ஒரு பிரபல எழுத்தாளரின் பெயரோடு தொடர்புடையவர் என்பதற்காக அல்லாமல், மற்றெவரையும்விட, ஒரு தேர்ந்தெடுத்த கதையை ஏற்றுக்கொள்ளும்படி மொழிபெயர்த்த செயலுக்காக ஒரு மொழிபெயர்ப்பாளருக்கு அங்கீகாரம் வழங்கும் விருதுகள் மிகச் சில. அப்படிப்பட்ட விருதுகளில் ஒன்றாக இளம் மொழிபெயர்ப்பாளர்களுக்கான விருதை நிறுவிய ஹார்வில் சீக்கரைப் நாம் பெரிதும் பாராட்ட வேண்டும்.

ஒவ்வொரு தலைமுறைக்கும் அதற்கேயான மொழி பெயர்ப்பாளர்கள் தேவைப்படுகிறார்கள். உன்னதமான

இலக்கியப் படைப்பு காலத்திற்குக் காலம் மெருகூட்டல் தேவைப்படாமல் நிலைத்து நிற்கிறது. ஆனால், எவ்வளவு அற்புதமானதாக இருந்தபோதிலும் ஒரு மொழிபெயர்ப்பு தூசு படிந்ததாகிவிடுகிறது. போப் மொழிபெயர்த்த ஹோமரைப் படிக்கும் பொழுது, நாம் ஹோமெரைவிடப் போப்பையே அதிகமாய் வாசிக்கிறோம். கான்ஸ்டன்ஸ் கார்நெட் மொழிபெயர்த்த டால்ஸ்டாயை வாசிக்கும்பொழுது நாம் கேட்பது, பத்தொன்பதாம் நூற்றாண்டின் இங்கிலாந்து நாட்டுக் குரலை. நாம் நம்முடைய பழம் பெரும் படைப்புகளிடம் திரும்பச் செல்ல வேண்டும். அவற்றை நம்முடைய சொந்த மொழி வழக்குக்குத் தக்கவாறு மாற்றி அமைக்க வேண்டும். இதற்குப் புது மலர்ச்சி கொண்ட மனமும் குரலும் வேண்டும். மொழிபெயர்ப்பாளர்கள் மிகத் தேவையானவர்கள் என்பதை ஒவ்வோர் ஆண்டும் ஒரு சில மணித்துளிகளாவது அங்கீகரித்து, மிகச் சிறப்பானவர்கள் உருவாக வழிவகுக்க வேண்டும்.

தமிழில்: **எத்திராஜ் அகிலன்**

நன்றி: *தி கார்டியன்* நாளிதழ் ஏப்ரல் 25, 2010.

காலச்சுவடு 175, ஜூலை 2014

20

கண்ணாடியைப் பார்ப்போம்

அ. முத்துலிங்கம்

சமீபத்தில் அமெரிக்க எழுத்தாளர் டேவிட் டங்கனுடன் பேசிக் கொண்டிருந்தேன். அவருடைய *The River Why* நாவல் புகழ்பெற்றது. பொதுவாக மொழிபெயர்ப்புகள் பற்றிப் பேசியபோது அவர் சொன்ன ஒரு விடயம் ஆச்சரியம் தந்தது. அவர் எழுதிய புத்தகம் ஒன்றைப் பிரெஞ்சில் மொழிபெயர்த்திருக்கிறார்கள். அவருடைய ஆங்கில நாவலையும் பிரெஞ்சு மொழிபெயர்ப்பையும் படித்தவர்கள் பிரெஞ்சு மொழியில் நாவல் மேலும் சிறப்பாக வந்திருப்பதாகச் சொன்னார்கள் என்றார். நான் கேட்டேன் 'உங்களுக்கு வருத்தமாய் இருந்திருக்குமே?' அவர் 'ஏன் வருத்தமாக இருக்க வேண்டும்? பிரெஞ்சிலும் புகழ் எனக்குத்தானே?' என்றார்.

அவர் அப்படிச் சொன்னது நான் பலகாலமாக நினைத்துவந்த ஒரு விடயத்தை உறுதிசெய்தது. எத்தனை மொழியில் ஒரு நாவல் மொழிபெயர்க்கப்பட்டாலும் புகழ் போய்ச் சேருவது எழுத்தாளருக்குத்தான். மொழிபெயர்ப்பாளருக்கு அல்ல. அடுத்து, ஒரு மொழியிலிருந்து இன்னொரு மொழிக்கு மாற்றம் செய்யும்போது சேதாரம் உண்டு. அதைத் தவிர்க்கவே முடியாது. ஆனால் மூலநூலிலும் பார்க்க ஒரு மொழிபெயர்ப்பு சிறந்ததாக இருக்கிறதெனச் சொன்னால் அதை எப்படி நம்புவது? எப்பொழுதும் ஒரு மொழிபெயர்ப்பில் எஞ்சுவது 80 சதவீதமே என்று யாரோ எழுதியிருக்கிறார்கள். நான் டேவிட் டங்கன் சொன்னதைச் செவிமடுத்தாலும் முழுதாக நம்ப மறுத்துவிட்டேன். என்னுடைய எண்ணத்தை விரைவிலேயே மாற்ற வேண்டியிருக்குமென்று நான் அப்போது நினைக்கவில்லை.

ஜி. குப்புசாமி மொழிபெயர்த்த *என் பெயர் சிவப்பு* நாவலைப் படித்தபோது எனக்கு ஓர் எண்ணம் தோன்றியது. இத்தனை உழைப்பைக் கொடுத்து மிகத் திறம்பட மொழிபெயர்த்திருக்கிறார். இதே மாதிரித்தான் ஆங்கிலத்திலும் ஒருவர் துருக்கி மொழியிலிருந்து மொழிபெயர்த்திருக்கிறார். மொழிபெயர்ப்பாளர்களை ஒருவரும் கவனிப்பதில்லை. அவர்களுக்குப் பாராட்டுகள் இல்லை; சன்மானம் இல்லை. இந்த இரு மொழிபெயர்ப்பாளர்களின் அனுபவங்களை, அவர்களது நேர்காணல் கண்டு, வெளியிட்டால் பயனுள்ளதாக இருக்குமெனத் தோன்றியது.

ஆனால் நினைத்ததைச் செயல்படுத்துவது அப்படி ஒன்றும் எளிதாக இல்லை. ஓரான் பாமுக்கின் நாவலை ஆங்கிலத்தில் *My Name is Red* என்னும் தலைப்பில் மொழிபெயர்த்தவர் பேராசிரியர் எர்டாக் கோக்னர் *(Erdag Goknar)*. மின்னஞ்சல்களுக்கு அவர் பதில் எழுதுவதில்லை. தொலைபேசி அழைப்புகள் தகவல் பெட்டியில் ஒன்றுக்கு மேல் ஒன்றாக விழுந்துகிடக்கும். ஆறு மாதங்களுக்குப் பின்னர் திடீரென்று ஒரு நாள் மின்னஞ்சலில் சம்மதம் தெரிவித்தார். ஜி. குப்புசாமியைத் தொடர்புகொண்டபோது அவரும் நேர்காணலுக்கு உடன்பட்டார்.

முதலில் எர்டாக் கோக்னரிடம் தொலைபேசினேன்.

மொழிபெயர்ப்பில் உங்களுக்கு எப்படி ஆர்வம் ஏற்பட்டது?

சிறுவயதில் இருந்தே இரண்டு மொழிகளிலும் நான் மாறி மாறிப் பேசுவேன். ஆரம்பத்தில் சில கவிதைகளையும் சிறுகதைகளையும் ஆங்கிலத்தில் மொழிபெயர்த்தேன்.

அமெரிக்காவின் *டபிள்டே* **பதிப்பகம் நூறு வருடப் பாரம்பரியம் கொண்டது. அவர்கள் ஓரானின் நூலை ஆங்கிலத்தில் வெளியிட முடிவுசெய்தபோது எப்படி அந்தப் பணியை உங்களிடம் கொடுக்கத் தீர்மானித்தார்கள்?**

ஓரான் பாமுக் என்னை ஒரு நாள் அழைத்தார். அப்போது எனக்கு வயது 32. அவருடைய நூலின் ஓர் அத்தியாயத்தைக் கொடுத்து மொழிபெயர்க்கும்படி கூறினார். டபிள்டே பதிப்பகம் மேலும் மூன்று பேரிடம் அதே வேலையைக் கொடுத்திருந்தது. ஒரு பரீட்சை போலத்தான். அதில் எப்படியோ நான் தேறி மொழிபெயர்ப்புக்குத் தேர்வுசெய்யப்பட்டேன்.

ஓரானின் பல நாவல்களை ஏற்கனவே திறம்பட மொழி பெயர்த்திருந்த Maureen Freely யும் பரீட்சையில் பங்கு பற்றினாரா?

இல்லை. அவரைத் தவிர்த்துவிட்டார்கள்.

உங்களுடைய மொழிபெயர்ப்பு நடைமுறை ஒழுங்கு தினம் எப்படி இருந்தது?

முழு நாவலையும் 5 தொகுதிகளாக, ஒரு தொகுதிக்கு 100 பக்கங்கள் என்று பிரித்தேன். இரண்டு பக்கங்களுக்கு ஒரு தாளாக ஒளிநகலில் பிரதி எடுத்துப் பெரிதாக்கி வைத்துக்கொண்டு மொழிபெயர்க்கத் தொடங்கினேன். பாமுக் நீண்ட வசனப் பிரியர். அந்த வசனங்களைத் துண்டு துண்டாகப் பிரித்து அடிக்கோடிட்டு, குறிப்புகள் குறித்துவைத்துக் கையாலேயே எழுதி மொழிபெயர்க்கத் தொடங்கினேன். அதன் பின்னர் மடிக்கணினியில் அவற்றைத் தட்டச்சு செய்தேன். அப்படிச் செய்தபோதே மேலும் திருத்தங்கள் செய்தேன். மொழிபெயர்ப்பைப் படித்துப் படித்துத் திருத்துவதை

நிறுத்த முடியவில்லை. மிகை இல்லாமல் சொல்வதானால் 100 தடவைகள் திருத்தியிருப்பேன்.

உங்களுக்கும் பதிப்பகப் பிரதி மேற்பார்வையாளருக்கும் இடையிலான உறவு எப்படி இருந்தது?

உறவு சுமுகமாகவே இருந்தது. அவருக்குத் துருக்கி மொழி தெரியாது ஆகவே அவர் மொழிபெயர்ப்பு பற்றிக் கருத்து சொல்லவில்லை. ஆங்கில வசன அமைப்பில் அவர் செலுத்திய கவனம் பிரதியை மேலும் துல்லியமாக்கியது. மேம்படுத்தியது. சில வார்த்தைகள் தேவையா முன்பின் முரணாக இருக்கிறதா என்றெல்லாம் சரிபார்த்தார். ஆகவே பெரிய பிரச்சினை ஒன்றும் இல்லை. புத்தகத்தின் தலைப்பாக நான் பரிந்துரைத்தது 'My Name is Crimson.' துருக்கிய நாவல் தலைப்புடன் அது மிகவும் ஒத்துப்போனது. ஆனால் மேற்பார்வையாளர் My Name is Red என்பதை விரும்பினார். அப்படியே நடந்தது.

ஓரான் பாமுக் பிரதியைப் படித்துப் பார்க்கவில்லையா?

இல்லாமலா? அவரும் நானும் ஒன்றாக மொழி பெயர்ப்பைச் சரிபார்த்தோம். நாளுக்கு 3 மணி நேரம் தொடர்ந்து வேலைசெய்தோம். இந்த முயற்சியில் லாபம் அடைந்தது நான்தான். ஒரு மாபெரும் படைப்பாளிக்கு அருகாமையில் இருந்து பணிபுரிய நான் அதிர்ஷ்டம் செய்திருக்க வேண்டும். அவருடைய கற்பனையின் வேகமும் ஆழமும் என்னை ஆச்சரியப்படவைத்தன. அவரிடமிருந்து நுட்பமான பல விசயங்களை நான் கற்றுக்கொண்டேன்.

நீங்கள் மொழிபெயர்த்த நாவலின் ஆசிரியருக்கு நோபல் பரிசு கிடைத்தபோது எப்படி உணர்ந்தீர்கள்? அந்தச் செய்தி எப்படி உங்களை அடைந்தது?

2006 ஆம் ஆண்டு, ஒக்டோபர் 12ஆம் தேதி மாலை. அவசரமாக ஒரு நேர்காணலுக்காக டர்ஹாம் நகரத்து வீதி ஒன்றில் நடந்துகொண்டிருந்தேன். அப்போது ஓரானிடம் இருந்து செல்பேசி அழைப்பு வந்தது. நோபல் பரிசு தனக்குக் கிடைத்திருக்கும் செய்தியைச் சொல்லி எனக்கு நன்றி கூறினார். அத்தனை மகிழ்ச்சியை நான் அதற்கு முன்னர் அனுபவித்தது கிடையாது. செல் பேசியைத் துண்டித்த பின்னரும் அந்தச் செய்தி என் நெஞ்சுக்குள் கிடந்து துள்ளியது. அதை யாரிடமாவது பகிர்ந்துகொள்ள மனம் துடித்தது. ஆனால் வீதியில் ஒருவருமே இல்லை. வெறும் கட்டடங்களும் வாகனங்களும் மரங்களும்தான். என் வாழ்க்கையில் மறக்க முடியாத இரண்டு நாட்களில் அந்த நாள் ஒன்று.

இரண்டு நாட்களா? அந்த இன்னொரு நாள் என்ன?

இப்பொழுது நான் பேராசிரியராகப் பணியாற்றும் டியூக் பல்கலைக்கழகத்தில் மாணவர்கள், பேராசிரியர்கள், கல்வியாளர்கள் எனக் கூடியிருந்த சபையில் ஒருமுறை ஓரான் பாமுக் பேசினார். அப்போது அவர் ஆற்றிய உரையில் தான் எழுதிய துருக்கி மொழி நாவலிலும் பார்க்க அதன் ஆங்கில மொழி பெயர்ப்பான *My Name is Red* சிறப்பாக வந்திருப்பதாகக் கூறினார். அவருடைய பெருந்தன்மை, அப்படிச் சொன்னார் என்று நினைக்கிறேன். வேறு யாரும் அப்படி ஒரு சபையில் அப்படியான புகழ் வார்த்தைகளைப் பேசியிருக்கமாட்டார்கள்.

டபிள்டே **வெளியிட்ட உங்கள் மொழிபெயர்ப்பு நாவலின் விற்பனை எப்படி இருந்தது? நாவல் வெளிவந்த பின்னர் உங்கள் வாழ்க்கையே மாறிவிட்டது என்று சொல்லியிருக்கிறீர்களே!**

ஆங்கிலத்தில் இந்த நூல் 20,000 படிகள் மட்டுமே விற்கும் எனத் திட்டமிட்டுத்தான் பதிப்பகத்தினர் வெளியிட்டார்கள். ஆனால் நோபல் பரிசு அறிவித்ததும் விற்பனை 2,00,000 இலக்கத்தைத் தாண்டி அமோகமாக விற்கத் தொடங்கியது. இதை நான் எதிர்பார்க்கவில்லை. ஓரானும் எதிர்பார்க்கவில்லை. இதில் நடந்த இன்னொரு வேடிக்கை என்னவென்றால் நோபல் பரிசு அறிவித்த பின்னர் ஓரான் ஏற்கனவே எழுதி மற்ற பதிப்பகங்கள் வெளியிட்ட புத்தகங்களும் அமோகமாக விற்க ஆரம்பித்துவிட்டன. என்ஜினில் தொடுத்த பெட்டிகள்போல *என் பெயர் சிவப்பு* மற்ற நூல்களையும் இழுத்துக் கொண்டு ஓடியது.

மொழிபெயர்ப்பாளர்களுக்கு சன்மானம் உண்டா?

நான் மொழிபெயர்க்கப் புறப்பட்டபோது சன்மானத்தைப் பற்றி யோசிக்கவே இல்லை. ஆனால் சன்மானம் இல்லாமல் உலகில் ஒருவர் எப்படி வாழ முடியும்? ஓரானின் மொழிபெயர்ப்பை முடித்த பின்னர்தான் ஒரு விசயத்தைத் தற்செயலாகக் கண்டுபிடித்தேன். நான் மொழிபெயர்த்த *My Name is Red* நாவல் 'Dublin IMPAC' இலக்கிய விருதைப் பெற்றது. உலகத்தில் புனைவு இலக்கியத்துக்குக் கிடைக்கும் ஆகப் பெரிய விருது என்பது பரிசுப் பணம் அறிவித்தபோது தான் எனக்குத் தெரிந்தது. ஏறக்குறைய 1,30,000 அமெரிக்க டொலர்கள். இதில் விசேடம் என்னவென்றால் பரிசு அறிவிக்கப்பட்டபோதே மொத்தப் பணத்தில் 25 சதவீதம் மொழிபெயர்ப்பாளருக்கு என்று குறிப்பிட்டிருந்ததுதான். அதை ஒரு விதியாகவே பரிசளிக்கும் நிறுவத்தினர் கடைப்பிடித்தனர். இதை மற்றைய பரிசு வழங்கும் நிறுவனங்களும் கவனத்தில் வைத்தால் எவ்வளவு நன்றாயிருக்கும்.

இன்னொரு விசயம் கூறியிருந்தீர்கள். ஓரானின் நாவல் வசனங்களைப் படிக்கும்போது அவை ஓர் இசை லயத்துடன் ஒலிக்கும், அந்த லயத்தையும் அப்படியே ஆங்கிலத்தில் கொண்டுவருவதற்குப் பெருமுயற்சி எடுத்திருக்கிறீர்கள். அது முக்கியமானதா?

மொழிபெயர்க்கும்போது நான் நாள்தோறும் ஒரு திட்டத்துடன்தான் செயல்பட்டேன். குறைந்தது ஒரு நாளுக்கு 3 பக்கங்கள் மொழிபெயர்க்க வேண்டும். இந்த நியதியில் இருந்து நான் ஒரு நாள்கூடத் தவறியது கிடையாது. நாளுக்கு குறைந்தது 4 மணிநேரம், சிலவேளை 8 மணிநேரம்கூட வேலை நீண்டதுண்டு. இரவிலே வேலை முடித்துப் படுத்தால் வசனங்கள் மூளைக்குள் ஓடும் சத்தம் எனக்குக் கேட்கும். காலையில் எழும்பி முதல்நாள் மொழிபெயர்த்ததைப் படித்தால் அவை புது ஆங்கில வசனங்கள்போல இருக்கும். இரவு அவற்றுடன் போராடியது மறந்துபோகும். ஓரளவுக்கு மூலநூலில் சொன்ன கருத்து பேப்பரில் வந்த பின்னர் வசன அமைப்பை ஒரு லயத்துடன் ஒலிக்கவைப்பதற்காக முயல்வேன். துருக்கியில் வசனங்கள் படிக்கும்போது ஓர் இசை வடிவமாகவே இருக்கும். அதை ஓரளவுக்கு ஆங்கிலத்தில் கொண்டுவந்திருக்கிறேன்.

இந்த மொழிபெயர்ப்பில் உங்களுக்கு ஏற்பட்ட நூதனமான சம்பவம் ஏதாவது உண்டா?

19ஆம் அத்தியாயத்தில் முதல் வசனம் மொட்டையாகத் தொடங்கியது. துருக்கி மொழியில் சரியாகத்தான் இருந்தது. ஆனால் ஆங்கிலத்தில் தொடக்கம் சரியாக வரவே இல்லை. ஆகவே ஒரேயொரு சொல்லை – Behold என்ற வார்த்தையை – ஆரம்பத்தில் நுழைத்ததும் எல்லாம் சரியாகிவிட்டது. மொழிபெயர்ப்பாளருக்கு அளிக்கப்படும் சுதந்திரத்தின் அடிப்படையில் அப்படிச் செய்தேன். இந்த நூல் 24 மொழிகளில் மொழிபெயர்க்கப்பட்டது உங்களுக்குத் தெரியும். சமீபத்தில் ரஷ்ய மொழிபெயர்ப்பைப் பார்த்தேன். அதிலே 19ஆம் அத்தியாயத்தில் முதல் வார்த்தையாக நான் புகுத்திய வார்த்தையே இருந்தது. துருக்கியில் இருந்து ரஷ்ய மொழிக்கு நேரடியாக மொழிபெயர்க்காமல் ஆங்கிலத்திலிருந்து அது மொழிபெயர்க்கப்பட்டிருப்பது எனக்கு உடனே புரிந்தது.

இந்த நூல் தமிழிலும் மொழிபெயர்க்கப்பட்டிருக்கிறது. அதை மொழிபெயர்த்தவர் பெயர் ஜி. குப்புசாமி. உங்களைப் போலவே அதிசிரமமெடுத்து அழகாக மொழிபெயர்த்திருக்கிறார்.

'அப்படியா? அந்த வார்த்தை தமிழில் இருக்கிறதா பாருங்கள்' என்றார். (நான் பார்த்து அந்த வார்த்தை இருப்பதாகச் சொன்னதும் சந்தோசப்பட்டார்.)

துருக்கி தேசத்தின் பிதா அட்டார்துக் 1928ஆம் ஆண்டு பழைய துருக்கி மொழியை ஒழித்துப் புதிய துருக்கி மொழியை உண்டாக்கினார். பழைய துருக்கி மொழி அரபு எழுத்துரு கொண்டது. புதிய துருக்கி மொழி லத்தீன் எழுத்துமுறை கொண்டது. அத்துடன் பழைய துருக்கியில் புழங்கிய அரபு மற்றும் பாரசீக வார்த்தைகளும் ஒழிக்கப்பட்டன. நூறு வயதுகூட ஆகாத ஒரு புது மொழியில் இலக்கியம் படைத்ததும் அந்த எழுத்தாளர் நோபல் பரிசு பெற்றதும் சாதனைகள் அல்லவா? 1000 வருடத்துக்கு மேலான பழைய துருக்கி இலக்கியங்கள் அழிகின்றனவா?

ஓரான் புதிய துருக்கி மொழியில்தான் படித்தார். அவர் எழுதியதும் புதிய துருக்கி மொழியில்தான். ஆனால் பழைய அரபிக் வார்த்தைகளையும் பாரசீக வார்த்தைகளையும் அவ்வப்போது பயன்படுத்தத் தவறவில்லை. நாவலை வாசிக்கும்போது இசை ஒலி எழுவது அந்தக் காரணத்தால்தான். ஓரானின் அபரி மிதமான கற்பனை வளமும் மொழி ஆளுமையும்தான் அவருக்கு நோபல் பரிசை பெற்றுக் கொடுத்திருக்கின்றன. பழைய துருக்கி இலக்கியங்கள் இளம் தலைமுறையினரால் படிக்கப்படாமல் கிடக்கின்றன. அவற்றைப் புதிய துருக்கியில் மொழிபெயர்க்கும் வேலை இன்னும் நடந்துகொண்டிருக்கிறது.

கேள்விகளுக்குக் கோக்னர் பொறுமையாகவும் உண்மை யாகவும் பதிலளித்தார். நான் அவருடைய நேரத்துக்கு நன்றி கூறி விடைபெற்றேன்.

ஜி. குப்புசாமி தமிழில் மொழிபெயர்த்த என் பெயர் சிவப்பு நாவலை அதன் ஆங்கில மூலத்துடன் ஒப்பிட்டுப் பார்த்தபடியே படித் தேன். அதிலே எனக்கு ஓர் இடைஞ்சல் இருந்தது. ஆங்கில நாவலை மின்புத்தகத்தில் (கிண்டில்) படித்ததால் பக்க எண் என்ன வென்று பார்க்க முடியாது. 3 சதவீதம், 7 சதவீதம், 34 சதவீதம் என்று எவ்வளவு படித்து முடிக்கப்பட்டிருக்கிறது என்னும் கணக்கு விவரத்தையே அது கொடுக்கும். சிரமம் எனினும் தமிழில் ஒரு வரியைத் தேர்ந்தெடுத்து அதை ஆங்கில வரியுடன் ஒப்பிடுவதைத் தொடர்ந்து செய்தேன். ஆங்கிலத்தில் மிக நீளமான வசனங்களைப் படித்துத் திகைத்துப்போய் இதை எப்படித் தமிழில் மொழிபெயர்ப்பது என்று யோசித்துக்கொண்டே அந்தத் தமிழ் வசனத்தைத் தேடிப் படித்தால் மொழிபெயர்ப்பு என்பதே தெரியாமல் வசனம் கச்சிதமாக அமைந்திருக்கும். நெடுங்காலமாக மொழிபெயர்ப்பு நூல்களை மூலத்துடன் ஒப்பிட்டுப் படிக்கும்போது எந்த வாசிப்பு எளிமையாகவும், கூடிய இன்பம் தருவதாகவும், படைப்பின் ஆத்மாவைப் பிரதிபலிப் பதாகவும் அமைந்திருக்கிறது என்பதைக் கூர்ந்து பார்ப்பதுண்டு. அந்த விதத்தில் ஜி. குப்புசாமியின் மொழிபெயர்ப்பில் எனக்கு அதிக மரியாதை இருந்தது. ஆனால் அவருடன் பேசியது கிடையாது. ஒரு நாள் அதிகாலை அவரைத் தொலைபேசியில் அழைத்தேன். கேள்விகளுக்கு உடனேயே பதில் அளித்தார். சில விவரங்களை மின்னஞ்சலிலும் அனுப்பினார்.

நீங்கள் மொழிபெயர்ப்புத் துறைக்கு எப்படி வந்தீர்கள்?

ஆரம்பத்திலிருந்தே புத்தக வாசிப்பு, அதிலும் குறிப்பாகத் 'தற்கால உலக இலக்கிய'ங்கள் என் விருப்பத்திற்குரிய தேர்வாக இருந்தன. சராசரியாக ஒரு நாளைக்கு ஏழு முதல் எட்டு மணி நேரம் புத்தகங்கள் படிப்பதுதான் வாழ்க்கையாக இருந்தது. 2000ஆம் வருடம் என் மனைவி அகால மரணமடைந்த பிறகு வெறுமை என்னைத் தாங்க முடியாத அளவுக்கு அழுத்தி இரண்டு வருடங்கள் எந்தப் புத்தகத்தையும் வாசிக்கக் கூட இயலாதிருந்தது. திருவண்ணாமலையில் உள்ள என் உற்ற நண்பரும் எழுத்தாளருமான பவா செல்லதுரை அந்த நாட்களில் என்மீது காட்டிய அக்கறை மறக்க முடியாதது, உடல்ரீதியாக என்னைக் கடுமையாக உழைக்கவைத்தால் மட்டுமே நான் புத்துணர்வடைவேன் என்பது அவருக்குத் தெரிந்திருந்தது,

2002ஆம் வருடம். கோத்ரா ரயில் எரிப்புச் சம்பவத்தைத் தொடர்ந்து குஜராத்தில் நிகழ்ந்த மதக் கலவரங்கள் குறித்துத் திருவண்ணாமலையில் தமுஎச சார்பில் ஒரு கூட்டம் ஏற்பாடு செய்யப்பட்டது, அக்கூட்டத்தில் அருந்ததி ராய் அப்போது *அவுட்லுக்* இதழில் எழுதியிருந்த கட்டுரையை மொழிபெயர்த்து விநியோகிக்கலாம் என்று யோசனை வந்தது, அக் கட்டுரை என்னை ஆழமாகப் பாதித்த ஒன்று. ஓர் அரசியல் விமர்சகரின் கட்டுரையைப் போலல்லாமல் ஓர் உயர்ந்த கலைஞனின் உக்கிரமான படைப்பைப் போல அக்கட்டுரை எழுதப்பட்டிருந்தது. அதை நான் மொழிபெயர்க்க ஆரம்பித்ததும் அருந்ததிராயின் கோபமும் கிண்டலும் அச்சு அசலாக என் மொழியில் உருமாற்ற மடைந்து வெளிவந்ததைக் கண்டு நானே வியப்படைந்தேன், எனக்கே தெரியாத இன்னொரு பரிமாணம் எனக்குள்ளே இருந்ததை அப்போதுதான் உணர்ந்தேன். அற்புதமான தரிசனம் அது. அக்கட்டுரையை மொழி பெயர்த்த அந்த நேரத்தில் முற்றிலும் வேறுமனிதனாக உணர்ந்தேன். இந்த உருமாற்றம் எனக்குப் பெரும் ஆறுதலை அளித்து வாழ்க்கையில் ஒரு பிடிப்பையும் ஏற்படுத்தியதால் தொடர்ந்து மொழிபெயர்ப்பில் ஈடுபட ஆரம்பித்தேன், அப்போது நான் வெகுவாக ரசித்துப் படித்திருந்த ஜூலியன் பார்ன்ஸ், ஏ. எஸ். பையட், காசுவோ இஷிகுரோவின் சிறுகதைகளை மொழிபெயர்த்தேன், எனக்குள் நிகழ்ந்த இந்த மாற்றம் தீப்பற்றுவதுபோல என்னை ஆகர்ஷித்துக்கொண்டது,

எதற்காக *My Name is Red* நாவலைத் தேர்ந்தேடுத்து மொழி பெயர்த்தீர்கள்?

பத்து வருடங்களுக்கு முன் எங்கள் வீட்டிற்கு வந்திருந்த நண்பர் எஸ். ராமகிருஷ்ணன் இந்த நாவலைப் பற்றி மிக

உயர்வாகப் பேசிக்கொண்டிருந்தார். அடுத்த வாரமே அந்நூலை வாங்கிப் படிக்க ஆரம்பித்ததும் தமிழில் மொழிபெயர்த்தாக வேண்டிய நாவல் என்று ராமகிருஷ்ணன் சொன்னதன் அர்த்தம் புரிந்தது. இந்த நாவலை மொழிபெயர்த்தே தீர வேண்டுமென்ற வெறி அப்போதே உருவாகிவிட்டது, இதைத் தொடர்ந்து பாமுக்கின் மற்ற நாவல்களைத் தேடித் தேடி வாசிப்பது முழுநேரத் தொழிலாகவே மாறிவிட்டது, அந்த வாசிப்பனுபவம் என்னைப் பாமுக்கோடு மேலும் மேலும் இறுக்கமாகப் பிணைத்தது,

இந்த நாவல் தமிழில் வந்தாக வேண்டுமென்று நினைத்ததற்குப் பல காரணங்கள் உண்டு. துருக்கிக்கும் இந்தியாவுக்கும் மொகலாயப் பேரரசு காலம் தொடங்கிப் தொடர்பு இருந்திருக்கிறது. மொகலாய ஓவியங்கள், கட்டடக்கலை போன்ற கலை வடிவங்கள் துருக்கியப் பின்புலம் கொண்டவை. எனவே *என் பெயர் சிவப்பு* நாவலில் வரும் ஒட்டாமன் காலத்து நுண்ணோவிய மரபுக்கு இந்தியாவிலும் தொடர்பு இருக்கிறது, மேலும் (விட்டல்ராவின் 'காலவெளி' நாவலைத் தவிர) ஓவியக் கலை. ஓவியர்களின் உலகம் குறித்து எழுதப்பட்ட நாவல் தமிழில் எதுவும் இல்லை. இந்த மொழிபெயர்ப்பு தமிழுக்கு ஒரு புதிய வாசலைத் திறந்துவைக்கும் என்ற நம்பிக்கை இருந்தது,

மொழிபெயர்ப்புக்கு அனுமதி இலகுவில் கிடைத்ததா?

கலைஞனின் படைப்புச் சுதந்திரத்திற்குக் குறுக்கே அவன் சார்ந்திருக்கும் மதமும் கலாச்சார மரபுகளும் வரும்போது அவனுக்கு நேர்கிற ஆன்மீக, உளச்சிக்கல்கள் இவ்வளவு அற்புதமாகச் சித்தரிக்கப்பட்டிருப்பது இந்த நாவலில்தான். இது எப்படியும் தமிழில் வந்தாக வேண்டுமென்று நினைத்தேன். 2006இல் பாமுக்கிற்கு நோபல் பரிசு கிடைத்ததும் அவரது பெயர் தமிழ் இலக்கிய உலகிலும் பிரபலமாகியது, காலச்சுவடு கண்ணனிடம் இந்த நாவலுக்கான மொழிபெயர்ப்பு உரிமையைப் பெற்றுத்தருமாறு தொடர்ந்து நச்சரித்துக்கொண்டிருந்தேன். 2008இல் உரிமை கிடைத்தது,

உங்கள் மொழிபெயர்ப்புமுறை பற்றிக் கூறுங்கள்? எத்தனை முறை திருத்தி எழுதுவீர்கள்?

இந்த நாவலை மொழிபெயர்த்து முடிக்க 18 மாதங்கள் பிடித்தன. எனவே மொழிபெர்ப்புச் சடங்குகளை இங்கே சொல்லியாக வேண்டும். மொழிபெயர்க்கத் தொடங்குவதற்கு முன்பே அந்த நூலைக் கட்டாயமாக முதலிலிருந்து கடைசிவரை மூன்றுமுறை வாசித்துவிட்டேன். முதல் வாசிப்பு சாதாரணமானது. அப்போது அந்த நாவலை மொழிபெயர்ப்போமா எனத் தெரியாத நிலையில் வெறும் வாசிப்பனுபவத்திற்காக மேற்கொண்டது.

மொழிபெயர்ப்பதற்காகப் படித்தது இரண்டுமுறை. பின் ஒவ்வொரு அத்தியாயத்தை மொழிபெயர்க்கத் தொடங்கும்போதும் அந்த அத்தியாயத்தை மீண்டும் ஒருமுறை வாசித்துவிட்டு ஒவ்வொரு பத்தியாக மொழிபெயர்ப்பேன். மூலநூலின் தாக்கம் மனத்தில் ஊறியிருக்கும்போது, அந்தப் படைப்பாளியிடமிருந்து கடன்பெற்ற படைப்பெழுச்சியில் என் முதல் வரைவை எழுதி முடிப்பேன்,

இரண்டாவது வரைவில் மூலப்பிரதியை வைத்துக் கொண்டு ஒவ்வொரு வார்த்தையையும் ஒவ்வொரு வரியையும் ஒப்பிட்டுப்பார்த்துத் திருத்தங்கள் செய்வேன். சிக்கலான இடங்கள் என்றில்லாமல் சாதுவாகத் தோற்றமளிக்கும் வாசகங்கள்கூடச் சில நேரங்களில் மொழிப்பெயர்ப்பதில் திணற அடித்துவிடும், எத்தனை முறை அடித்துத் திருத்தி எழுதினாலும் மூலவாக்கியத்தின் *spirit* மொழிபெயர்ப்பில் வராது. சுவரில் தலையை முட்டிக்கொள்வதற்கு ஒப்பான அவஸ்தை அது. சில நேரங்களில் சரியாக வராத இடத்தை அப்படியே விட்டுவிட்டு அடுத்த பத்திக்குச் சென்றுவிடுவேன். அதன்பின் பணிக்குச் செல்லும்போதும் சாப்பிடும் போதும் இதே ஞாபகம் ஊசலாடிக்கொண்டிருக்கும். பிறகு பாதி வேலைக்கு நடுவில் திடீரென்று விளக்கு எரியும். இவ்வளவு நேரம் கண்ணாமூச்சி ஆடிக்கொண்டிருந்த வாக்கியம் அல்லது சொல் அல்லது வாக்கிய அமைப்பு சட்டென்று துலக்கமாகும். உடனே அதை டைரியில் குறித்துவைத்துக் கொள்வேன். மூச்சு சீராகும்.

நான் கணினியில் தட்டச்சுசெய்வதில்லை என்பதால், கையால் எழுதித் திருத்தி மாற்றியமைத்து அனுப்பும் கைப்பிரதியைப் பதிப்பாளர் அலுவலகத்தில் தட்டச்சு செய்து அனுப்பிவைப்பார்கள். சாதாரணமாக மொழிபெயர்த்து சில மாதங்கள் கழித்தே தட்டச்சுப் பிரதி கைக்கு வருவதால், மேலும் படிக்கும்போது புதிய திருத்தங்கள் தோன்றும். பொதுவாக இந்த *revision* சடங்கு மூன்றுமுறையாவது எனக்கும் பதிப்பாளருக்கும் இடையே நடக்கும். மொழிபெயர்ப்பு என்பது எப்போதுமே பரிபூரணத்துவத்தை எட்ட முடியாது என்பதை ஒவ்வொரு மொழிபெயர்ப்பாளரும் அறிந்தே இருக்கிறார். உங்கள் மொழிபெயர்ப்பு உங்களுக்கு மகிழ்ச்சியளிக்குமேயொழிய திருப்தியளிக்காது,

இந்த நாவலுக்கு விமர்சனங்கள் வந்தனவா? மொழி பெயர்ப்பாளரைத் தனியாகக் குறிப்பிட்டுப் பாராட்டு ஏதேனும் வெளியானதா?

என் பெயர் சிவப்பு நாவலைப் பொறுத்தவரை கவிஞர் சுகுமாரன் எழுதிய விமர்சனம் மட்டுமே வெளி வந்துள்ளது. ஆனந்த விகடன் வரவேற்பறைப் பகுதியில் ஸ்டாம்ப் சைஸில்

ஒரு குறிப்பு வந்தது. என்னுடைய எழுத்தாள நண்பர்கள் சிலர் படித்து விட்டுத் தொலைபேசியில் பாராட்டினார்கள், எஸ். ராமகிருஷ்ணன் என் மொழிபெயர்ப்பைப் பக்கம் பக்கமாக எடுத்து அலசி வெகுநேரம் பேசினார். இந்திரனும் சிலாகித்துப் பேசினார், ஜெயமோகனைச் சந்தித்தபோது பேசினார். புத்தகத்தில் தொலைபேசி எண்ணைக் குறிப்பிட்டிருந்ததால் நான்கைந்து பேர் தொலைபேசினர். இதில் வேடிக்கை என்ன வென்றால் அவர்கள் எல்லோருமே இப்போதுதான் படிக்கத் தொடங்கியிருப்பதாகவும் படித்து முடித்துவிட்டு மீண்டும் பேசுவதாகவும் சொன்னார்கள் பின்பு வரவேயில்லை,

தமிழில் விமர்சனம் என்பதே காணக் கிடைப்பதில்லை. இந்த நாவலை விடுங்கள். ஜெயமோகனின் *கொற்றவை* மிக உன்னதமானதொரு படைப்பு, இதற்கு எனக்குத் தெரிந்து சோமசுந்தரம் எழுதிய விமரிசனம் மட்டுமே வந்திருக்கிறது. ஆனால் என் மொழிபெயர்ப்புகளுக்கு எதிர்வினை வருவதை விரும்புவேனே தவிர எதிர்பார்ப்பதில்லை. நான் மொழிபெயர்ப்பது எனது தேர்வு சார்ந்தது. ஒரு கதை அல்லது நாவல் என்னை வெகுவாகப் பாதித்துத் தமிழுக்கு அதைக் கொண்டு வந்தாக வேண்டுமென்ற துடிப்பில் செய்கிற காரியம். நிச்சயம் பலர் படிப்பார்கள் எனத் தெரியும். விமரிசனமோ பாராட்டோ வந்தாலும் வராவிட்டாலும் நான் தொடர்ந்து என் மொழிபெயர்ப்பில் உன்னதமான படைப்புகளை அறிமுகப்படுத்திக்கொண்டேதான் இருப்பேன். இது எனக்கு நானே விதித்துக்கொண்ட கடமை. ஒருவிதக் கிறுக்குத்தனமென்றுகூடச் சொல்லிக் கொள்ளலாம்.

மொழியெர்க்கும்போது உண்டாகும் சந்தேகங்களை எப்படித் தீர்த்துக்கொள்கிறீர்கள்?

Ideally, ஒரு மொழிபெயர்ப்பாளன் மூல நூலாசிரியனோடு பக்கத்தில் உட்கார்ந்து வரிவரியாக விவாதித்தே மொழிபெயர்ப்பை முழுமையாக்க வேண்டும். தமிழில் இதற்கான வசதியை ஏற்படுத்தித்தருவதற்கு யார் இருக்கிறார்கள்? ஐரிஷ் நாவலாசியர் ஜான் பான்வில்லின் *The Sea* நாவலை மொழிபெயர்க்கும் வாய்ப்பு எனக்குக் கிடைத்தது. *Ireland Literature Exchange* என்ற அந்த நாட்டின் இலக்கிய கலாச்சாரத் துறை என்னை டப்ளினுக்கு அவர்கள் செலவில் வரவழைத்து நாவல் நடக்கும் கதைக் களனை ஒரு மாதம் சுற்றிப்பார்த்து உள்வாங்கிக் கொண்டு மொழிபெயர்க்க நல்கை வழங்கினார்கள். அந்த ஒரு மாதகாலமும் பான்வில்லை சந்திக்க முயன்று கொண்டேயிருந்தேன், அவரிடம் கேட்பதற்கு ஒரு நோட்டுப் புத்தகம் நிறையக் கேள்விகள் என்னிடம் இருந்தன. கடல் நாவல் ஓர் உள்முகமான நாவல். பல நுட்பமான உணர்வுகள் சிக்கலான வாக்கிய அமைப்பில்

நாவல் முழுக்க விரவியிருக்கும். பல இடங்களில் பான்வில் தன் சுயநிலை இழந்து ஆழ்மன வெளிப்பாட்டில் எழுதிச்செல்கிறாரோ எனத் தோன்றும். இவற்றைப் பற்றியெல்லாம் எனக்கு ஆயிரம் கேள்விகள் இருந்தன. பான்வில் எனக்கு அப்பாயின்ட்மெண்ட் வழங்கவேயில்லை. அவரைப் பார்க்காமலேயே ஊர் திரும்பினேன். ஆறு மாதங்கள் கழித்து என் நண்பரும் கலைவிமரிசகருமான இந்திரன் டப்ளின் சென்றிருந்தபோது பான்வில்லை ஒரு விழாவில் சந்தித்திருக்கிறார். என்னைச் சந்திக்க மறுத்ததற்கு அவரிடம் காரணம் கேட்டபோது. 'மொழிபெயர்ப்பாளர்களைச் சந்திப்பது எனக்கு மிகவும் அசூயை ஏற்படுத்தும் விஷயம். அவர்களை என் அந்தரங்கத்திற்குள் பிரவேசிப்பவர்களாக உணர்கிறேன். அவர்களை நான் சந்திப்பதே இல்லை' என்றாராம்.

திரும்பத் திரும்ப வாசித்து. என் வாசிப்பு அனுபவத்தை வைத்தேதான் என் ஐயங்களைத் தீர்த்துக் கொள்கிறேன்.

மொழிபெயர்ப்பால் உங்களுக்குப் பணம், விருது ஏதாவது கிடைத்திருக்கிறதா?

காலச்சுவடு பதிப்பகம் மட்டும் ராயல்டி தருகிறது. மூன்று வருடங்களாகியும் இரண்டாவது பதிப்பு வராத புத்தகத்திற்கு எவ்வளவு ராயல்டி வந்துவிடப்போகிறது? இலக்கிய இதழ்களுக்கு அனுப்பிய எந்தக் கதைக்கும் பெரும்பாலும் சன்மானம் வந்ததில்லை. உங்கள் கதைக்குப் படம் போடுபவருக்குக்கூடச் சன்மானம் தருவார்கள். எழுத்தாளன் மட்டும் விஷயதானம் செய்கிறவனாகத்தான் இருக்க வேண்டும். விருது என்றால் அயர்லாந்து அரசு வழங்கிய *Bursary* மட்டும்தான். உள்ளூரில் இதுவரை யாரும் கண்டுகொள்ளவில்லை. அதிலொன்றும் வருத்தமில்லை. என்னைப் போன்ற கிறுக்குகளுக்கு வருத்தமும் ஏற்படாது.

நீங்கள் நாளை ஓரான் பாமுக்கை நேரில் சந்திக்க நேர்ந்தால்?

ABBA - The Movie என்ற படத்தைப் பார்த்திருக்கிறீர்களா? அபா இசைக்குழுவைப் பேட்டிகாணப் படம் முழுக்க நாயகன் ஓடிக்கொண்டேயிருப்பான். கடைசியில் யதேச்சையாக ஒரு லிஃப்ட்டில் ஏறும்போது உள்ளே அபா குழுவினர் இருப்பதைப் பார்ப்பான். பேச்சே வராது அவனுக்கு. அதேபோலத்தான் என்னாலும் ஒரு வார்த்தைகூடப் பேச முடியாது என நினைக்கிறேன். அவரது ஒவ்வொரு நாவலிலும் இடம்பெறும் எனக்குப் பிடித்தமான வரிகள் மனத்தில் ஓடுமேயொழிய வாயில் வராது, ஒருவேளை இரண்டாம்முறை சந்தித்தால். அவரிடம் இரண்டாயிரம் சந்தேகங்கள் கேட்பேன். *Snow* நாவலில் வரும் நெஸிப்பைப் போல.

அதிகாலை, ஜி. குப்புசாமி அலுவலகத்துக்குப் புறப்படும் நேரத்தில் அழைத்திருந்தேன். இருந்தாலும் கேட்ட கேள்விகளுக்கு நிதானமாகவும் விரிவாகவும் பதிலளித்தார். பல இடங்களில் அவருடைய அனுபவம் கோக்னருடைய அனுபவத்தை ஒத்ததாகவே இருந்தது. ஒரு வசனம் அல்லது வார்த்தை சரியாக வரவேண்டுமென்பதற்காக இருவருமே நேரங்காலம் பார்க்காமல் உழைத்திருக்கிறார்கள். கோக்னர் தூங்கும்போது மூளையில் வசனங்கள் ஓடும் என்று கூறியிருக்கிறார். திடீரென்று ஒரு சரியான சொற்றொடர் தோன்றும். அது போலக் குப்புசாமி பஸ்ஸில் பயணம் செய்யும்போது அவர் தேடிய வார்த்தை ஒன்று வந்துவிழும்.

மொழிபெயர்ப்புகளைப் பதிப்பகங்கள் விரும்புவதில்லை. மொழிபெயர்ப்பதற்கும் சரியான ஆட்கள் கிடைப்பதில்லை. அவர்களுக்கு அதனால் பெரும் பயனோ லாபமோ கிடையாது; புகழும் இல்லை. அமெரிக்கா போன்ற நாடுகளில் மொழிபெயர்ப்பாளர்களுக்கு உதவுவதற்குச் சில நிறுவனங்கள் உள்ளன. *National Endowment for the Arts* போன்ற அமைப்புகள் மொழிபெயர்ப்பாளர்களை ஊக்குவிப்பதற்காக முன் பணம் கொடுத்து உதவும். கோக்னர்கூட இப்படியான அமைப்புகளிடம் உதவித்தொகை பெற்றவர்தான்.

தமிழ்நாட்டில் அரசாங்கம் மொழிபெயர்ப்பாளர்களுக்குப் பண உதவி செய்வதாகத் தெரியவில்லை. அவர்களுக்கு விருதுகளும் பரிசுகளும் கொடுப்பார் இல்லை. அரசாங்கம் செய்ய வேண்டும் என்று இல்லாமல் தனியார் நிறுவனங்கள் மொழிபெயர்ப்புகளுக்கு உதவலாம். உள்நாட்டிலும் வெளிநாடுகளிலும் இயங்கும் இலக்கிய அமைப்புகளும் கவனம் எடுக்கலாம். மொழிபெயர்ப்பு நூலுக்குப் பரிசு வழங்கும்போது ஒரு தொகை மொழிபெயர்ப்பாளருக்குப் போகும்படி பார்த்துக்கொள்ள வேண்டும். மொழிபெயர்ப்புகளை ஊக்குவிக்க இதுதான் வழி.

குப்புசாமியுடன் பேசியபோது அவர் மொழிபெயர்ப்பு என்பது மூல நூலை ஒருபோதும் தரத்தில் தாண்டாது என்பதில் உறுதியாக இருந்தார். நான் பேசிய எழுத்தாளர் டேவிட் டங்கன் தன்னுடைய நூலின் பிரெஞ்சு மொழிபெயர்ப்பு ஆங்கில நூலிலும் பார்க்கச் சிறந்தது என்பதை ஒப்புக்கொண்டிருக்கிறார். ஓரான் பாமுக் பல்கலைக்கழக அரங்கில், கோக்னர் முன்னிலையில், கோக்னரின் ஆங்கில மொழிபெயர்ப்பு துருக்கி நாவலிலும் பார்க்கச் சிறப்பாக வந்திருக்கிறது என்று கூறியிருக்கிறார். குப்புசாமியின் தமிழ் மொழிபெயர்ப்பு நாவல் ஆங்கிலத்திலும் பார்க்க அழகாகவும் எளிமையாகவும் சுவையாகவும் அமைந்திருக்கிறது என்று தான் தோன்றுகிறது. ஓரான் பாமுக்குக்குத் தமிழ் தெரியாது. ஆகவே அவர் தமிழில் *என் பெயர் சிவப்பு* நாவலைப் படிக்கும் வாய்ப்பில்லை. படித்திருந்தால் அவர் தமிழ் நாவல் துருக்கி நாவலிலும் பார்க்கச் சிறப்பாக வந்திருக்கிறது என்று சொல்லியிருப்பார் என்றே எண்ணுகிறேன்.

மொழிபெயர்ப்பது என்றால் அது ஒரு சாதாரண விசயம் என்று நாங்கள் நினைக்கிறோம். அது அப்படியல்ல. நிறைய உழைப்பும் விடாமுயற்சியும் தேவை. கோக்னரின் முயற்சியால் ஓரானுக்கு நோபல் பரிசு கிடைத்தது. ஆனால் புகழ் முழுக்க ஓரானுக்குத்தான்; பரிசுப் பணமும் அவருக்கே. எதற்காக ஒருத்தர் மெனக்கெட்டு இந்தப் பணியில் ஈடுபட வேண்டும்? நிச்சயமாக ஓர் அர்ப்பணிப்பு உணர்வுதான். இது மொழிபெயர்ப்பவர்களிடம் பேசும்போது தெரியும். பல சமயம் அவர்களுக்கு மொழிபெயர்ப்பைப் பாதியில்

நிறுத்திவிடத் தோன்றியிருக்கிறது. தகுந்த அங்கீகாரம் கிடைப்பதில்லை என்ற மெல்லிய வருத்தமும் உண்டு. மொழிபெயர்ப்பாளருக்குப் பரிசோ விருதோ கிடையாது. டேவிட் டங்கன் சொன்னதுபோலப் புகழ் முழுக்க எழுத்தாளருக்குப் போகுமே ஒழிய மொழிபெயர்ப்பாளருக்கு அல்ல.

ஒரு நல்ல மொழிபெயர்ப்பு என்பது கண்ணாடிக்கு முன் நின்று உருவத்தைப் பார்ப்பதுபோல என்று சொல்வார்கள். நீங்கள் பார்க்கும் பிம்பம்தான் மொழிபெயர்ப்பு. ஒரு நல்ல மொழிபெயர்ப்பில் மொழிபெயர்ப்பாளர் தெரியக் கூடாது. எழுத்தாளர்தான் தெரிய வேண்டும். உங்கள் பிம்பத்தைக் கண்ணாடியில் பார்க்கும்போது பிம்பம்தான் தெரியும்; கண்ணாடி தெரிவதில்லை. அப்படித்தான். இதனாலோ என்னவோ நாங்கள் கண்ணாடியைப் பார்க்காமல் விடுவதுபோல மொழிபெயர்ப்பாளரையும் பார்க்கத் தவறிவிடுகிறோம். இனிமேல் பிம்பத்தைப் பார்ப்போம். ரசிப்போம். அத்துடன் தவறாமல் கண்ணாடியையும் பார்ப்போம். ஏனென்றால் கண்ணாடிதான் மொழிபெயர்ப்பாளர்.

காலச்சுவடு 150, ஜூன் 2012